सावित्रीबाई फुले पुणे विद्यापीठाच्या तृतीय वर्ष कला शाखेच्या (T.Y.B.A.) २०२१-२२ च्या सुधारित अभ्यासक्रमानुसार (CBCS पॅटर्न) लिहिलेले क्रमिक पुस्तक.
तसेच महाराष्ट्रातील इतर सर्व विद्यापीठातील अर्थशास्त्र व स्पर्धा परीक्षा यांच्या विद्यार्थ्यांसाठी उपयुक्त.

आंतरराष्ट्रीय अर्थशास्त्र

(सत्र ५ व ६)

International Economics

(Semester 5 & 6)

डॉ. एस. व्ही. ढमढेरे
डॉ. संभाजी काळे
प्रा. अक्षय काळे

डायमंड पब्लिकेशन्स

आंतरराष्ट्रीय अर्थशास्त्र (सत्र ५ व ६)

डॉ. एस. व्ही. ढमढेरे, डॉ. संभाजी काळे, प्रा. अक्षय काळे

Antarrashtriya Arthshastra (Semester 5 & 6)

Dr S. V. Dhamdhere, Dr. Sambhaji Kale, Prof. Akshay Kale

पहिली आवृत्ती : २०२१

ISBN : 978-93-91948-12-2

© डायमंड पब्लिकेशन्स

मुखपृष्ठ
शाम भालेकर

अक्षरजुळणी
मानसी घाणेकर, पुणे

प्रकाशक
डायमंड पब्लिकेशन्स
२६४/३ शनिवार पेठ, ३०२ अनुग्रह अपार्टमेंट
ओंकारेश्वर मंदिराजवळ, पुणे–४११ ०३०
☎ ८६०००१०४१६, ०२०–२४४५२३८७, २४४६६६४२

info@dpbooks.in
www.dpbooks.in

या पुस्तकातील कोणत्याही भागाचे पुनर्निर्माण अथवा वापर इलेक्ट्रॉनिक अथवा यांत्रिकी साधनांनी– फोटोकॉपिंग, रेकॉर्डिंग किंवा कोणत्याही प्रकारे माहिती साठवणुकीच्या तंत्रज्ञानातून प्रकाशकाच्या आणि लेखकाच्या लेखी परवानगीशिवाय करता येणार नाही. सर्व हक्क राखून ठेवले आहेत.

प्रस्तावना

सावित्रीबाई फुले पुणे विद्यापीठाने निवड आधारित श्रेयांक पद्धत (CBCS) लागू केलेली आहे. जून २०२१-२२ पासून 'आंतरराष्ट्रीय अर्थशास्त्र' (S - 3) या विषयाचा यामध्ये समावेश केलेला आहे. या विषयाचे नवीन अभ्यासक्रमानुसार 'सेमिस्टर ५' आणि 'सेमिस्टर ६'साठी हे पुस्तक लिहिले आहे.

सदर पुस्तकात वास्तवतेचे भान ठेवून आजच्या काळातील होणारे बदल याचाही वेध घेण्याचा प्रयत्न केला आहे. सदर पुस्तक स्पर्धा परीक्षा नेट/सेट परीक्षा तसेच महाराष्ट्रातील सर्व विद्यापीठांसाठी उपयुक्त ठरावे, असाच हेतू आहे.

पाचव्या सत्रातील पहिल्या प्रकरणात; आंतरराष्ट्रीय अर्थशास्त्राचा अर्थ, व्याप्ती, महत्त्व सांगून आंतरप्रादेशिक व आंतरराष्ट्रीय व्यापार स्पष्ट केलेला आहे. प्रकरण दोनमध्ये आंतरराष्ट्रीय व्यापाराचे हेक्चर-ओहलीन; ॲडमस्मिथ, रिकार्डो यांचे सिद्धांत स्पष्ट करून लिऑटिफचा विरोधाभास; व आंतरउद्योग व्यापार स्पष्ट केला. तिसऱ्या प्रकरणात व्यापाराच्या शर्तीमध्ये व्यापारशर्तींचा अर्थ, महत्त्व, व्यापारशर्ती ठरविणारे घटक, व्यापारशर्ती प्रतिकूल असण्याची कारणे इत्यादींचे विश्लेषण केले असून चवथ्या प्रकरणात व्यापारतोलाची संकल्पना, व्यापारतोलाचे घटक, व्यापारतोल असमतोलाची कारणे व उपाय स्पष्ट केले आहेत.

सहाव्या सत्रातील पहिल्या प्रकरणात, भारताचा परकीय व्यापार यामध्ये आर्थिक विकासातील भूमिका, भारताच्या परकीय व्यापाराची रचना, दिशा आणि वृद्धी स्पष्ट करून मुक्त व्यापार व संरक्षित व्यापाराच्या बाजूचे व विरोधी युक्तीवाद स्पष्ट केले असून भारताचे परकीय व्यापार धोरणाचे विवेचनही स्पष्ट केले आहे. दुसऱ्या प्रकरणात परकीय भांडवल, भूमिका, प्रकार, धोरण आणि परकीय भांडवलाच्या समस्याचे विवेचन केले आहे. तर तिसऱ्या प्रकरणात; विनिमय दराबाबत स्थिर व लवचिक विनिमय दराचे स्पष्टीकरण करून परकीय विनिमय बाजार, रुपयाची परिवर्तनियता, परकीय विनिमय व्यवस्थापन इत्यादींबाबत विश्लेषण केले आहे, आणि चवथ्या प्रकरणात प्रादेशिक व आंतरराष्ट्रीय सहकार्य यांमध्ये सार्क, ब्रिक्स, युरोपीय आर्थिक

समुदाय, जागतिक व्यापार संघटनेवर प्रकाश टाकला आहे. प्रकरणाच्या शेवटी उपयुक्त प्रश्न दिलेले आहेत.

पुस्तक लिहिण्यासाठी सतत प्रोत्साहन देणारे प्रकाशक श्री. दत्तात्रेय पाष्टेसाहेब व निलेश पाष्टे, यांचे आभार मानणे आमचे कर्तव्य आहे. तसेच, डॉ. बी. डी. कुलकर्णी, आणि पुणे विद्यापीठाच्या अर्थशास्त्र अभ्यास मंडळाचे सर्व पदाधिकारी, सहकारी प्राध्यापक, ग्रंथपाल, प्राचार्य यांनी दिलेल्या प्रोत्साहनाबद्दल आभार! तसेच, डायमंड पब्लिकेशन्समधील सर्व सहकाऱ्यांनी दिलेल्या सहकार्याबद्दल सर्वांचे मन:पूर्वक आभार!

डॉ. सुरेश ढमढेरे
डॉ. संभाजी काळे
प्रा. अक्षय काळे

लेखक-परिचय

प्रा. डॉ. एस. व्ही. ढमढेरे

- एम. ए., एलएल. बी., एम. फिल., पीएच. डी., डी. लिट. (अर्थशास्त्र) सहयोगी प्राध्यापक.
- एस. पी. जे. कला व वाणिज्य महाविद्यालय, पाबळ, जि. पुणे निवृत्त अर्थशास्त्र विभागप्रमुख.
- विविध महाविद्यालयांत ३० वर्षे अध्यापनाचा अनुभव, इंडियन इन्स्टिट्यूट ऑफ एज्युकेशन्सच्या महाराष्ट्र राज्यातील साधन केंद्राचे सहसंचालक.
- 'अर्थ' या त्रैमासिकाचे 'सहसंपादक', प्रोग्रेसिव्ह रिसर्च संस्था, पुणे येथे सामाजिक-आर्थिक संशोधन प्रकल्पात संशोधन अधिकारी म्हणून काम, ९ संशोधन प्रकल्प पूर्ण केले.
- 'मराठी अर्थशास्त्र परिषद' आणि 'इंडियन इकॉनॉमिक असोसिएशन्स'चे आजीव सदस्य.
- पुणे विद्यापीठाच्या 'अर्थशास्त्र विभागा'चे संस्थापक सदस्य.
- विविध चर्चासत्रे व कार्यशाळेतून सहभाग, अनेक शोधनिबंध प्रकाशित, शोधनिबंध वाचन, पुणे विद्यापीठाच्या बहि:शाल शिक्षण मंडळाचे प्रमुख कार्यवाह, विद्यार्थी कल्याण मंडळाचे प्रमुख कार्यवाह, महाविद्यालयीन परीक्षा विभागाचे अधिकारी, महाविद्यालय परिसर विकास विभागाचे प्रमुख, शेतकरी मेळाव्यांचे आयोजन, प्रभारी प्राचार्य म्हणून काम.
- अर्थशास्त्रविषयक अनेक पुस्तकांचे लेखन; राष्ट्रीय, आंतरराष्ट्रीय-राज्य तसेच स्थानिक पातळीवर अनेक शोधनिबंध प्रसिद्ध.
- पीएच.डी. साठी मार्गदर्शक.

पुरस्कार

- ‘डॉ. अब्दुल कलाम जीवन गौरव राष्ट्रीय पुरस्कार’
- ‘भारतरत्न मदर तेरेसा सुवर्णपदक राष्ट्रीय पुरस्कार’
- ‘डॉ. राधाकृष्ण शिक्षणरत्न राष्ट्रीय पुरस्कार’
- ‘भारतीय उद्योगरत्न सुवर्ण पदक पुरस्कार’
- ‘श्री. पद्ममणि जैन महाविद्यालय, पाबळ–आदर्श प्राध्यापक पुरस्कार’
- श्री. पद्ममणि जैन महाविद्यालय, पाबळ वृक्षमित्र पुरस्कार

डॉ. संभाजी बी. काळे

- उपप्राचार्य आणि अर्थशास्त्र विभाग प्रमुख म्हणून जिजामाता शास्त्र, कला व वाणिज्य महाविद्यालय भेंडे ब. ता. नेवासा, जि. अहमदनगर येथे कार्यरत.
- २५ वर्षे अध्यापनाचा अनुभव. ११ विद्यार्थी एम. फील पूर्ण आणि ४ विद्यार्थी पीएच. डी. प्राप्त. अनेक विद्यापीठातील पीएचडी परीक्षक म्हणून कार्यरत. पी.एच.डीसाठी मार्गदर्शक
- विविध संशोधन पत्रिकात तसेच नियतकालिकात शोधनिबंध प्रकाशित आंतरराष्ट्रीय परिषदांसाठी जपान, इंग्लंड, स्विल्झर्लंड, हाँगकाँग, अमेरिका, थायलंड इत्यादी देशात पेपरवाचन आणि ग्रंथालयांना भेटी
- महाविद्यालयातील अध्यापनेतर अशा विद्यार्थी कल्याण अधिकारी परीक्षा विभाग प्रमुख इत्यादी उपक्रमात जबाबदारी
- विविध विषयांची पुस्तके प्रकाशित
- २०१९ पासून सावित्रीबाई फुले पुणे विद्यापीठाचे अर्थशास्त्र अभ्यास मंडळाचे अध्यक्ष म्हणून कार्यरत.
- २०१८ पासून सावित्रीबाई फुले पुणे विद्यापीठाचे अर्थशास्त्र अभ्यास मंडळाचे सदस्य.
- अखिल भारतीय मराठी अर्थशास्त्र परिषदेचे सदस्य.
- पुरस्कार – महाराष्ट्र भूषण राजर्षी छत्रपती शाहू महाराज पुरस्कार, मनुष्यबळ विकास आकादमीचा महाराष्ट्र गुणिजन रत्नगौरव पुरस्कार तसेच महाराष्ट्र भूषण महाकवी बावनदादा कर्डक यशवंत पुरस्कार.

प्रा. अक्षय संभाजीराव काळे

- जनता शिक्षण प्रसारक मंडळाचे लोकनेते मारुतराव घुले पाटील महाविद्यालय दहिगांव ता. नेवासा, जि. अहमदनगर येथे कार्यरत.
- महाविद्यालयातील विद्यार्थी विकास अधिकारी म्हणून कार्य, अर्थशास्त्रविषयक चार पुस्तके प्रकाशित.
- अर्थशास्त्र परिषदांमध्ये संशोधन पेपर सादर केले आहेत.
- सध्या शिवाजी विद्यापीठ, कोल्हापूर येथे पीएच. डी. करत आहेत.

अनुक्रम

सेमिस्टर – ५

प्रकरण – १

आंतरराष्ट्रीय अर्थशास्त्राची ओळख
(Introduction of International Economics)

१.१ प्रास्ताविक (Introduction)

सध्या आर्थिक आणि राजकीय विकासाची जागा आंतरराष्ट्रीय व्यापाराने घेतली आहे. त्यामुळे आंतरराष्ट्रीय व्यापाराचे महत्त्व वाढले आहे. १ जानेवारी १९९५ रोजी जागतिक व्यापार संघटनेची (WTO) स्थापना झाली म्हणजेच आंतरराष्ट्रीय व्यापाराचे महत्त्व बहुतेक सर्वच देशांनी मान्य केले आहे. आज जगातील सर्वच देश आंतरराष्ट्रीय व्यापारात सहभागी आहेत. आंतरराष्ट्रीय व्यापार हा आधुनिक अर्थव्यवस्थेचा एक अविभाज्य घटक झाला आहे. वाहतुकीच्या आधुनिक साधनांमुळे विविध देश एकमेकांच्या जवळ येऊन सर्व जग एक 'बाजारपेठ' झाली आहे. बचत, गुंतवणूक, उत्पादन रोजगार, किंमतपातळी इत्यादींवर आंतरराष्ट्रीय व्यापाराचा परिणाम होत आहे. आंतरराष्ट्रीय व्यापार आणि विशेषीकरणामुळे विविध प्रकारची उत्पादकता, उत्पन्न

लवचिकता आणि उत्पादन पातळी यामध्ये वाढ होत आहे; त्याचा परिणाम देशाच्या विकासावर होत आहे. त्याबरोबरच विकसित आणि विकसनशील देशातील दरी जलदगतीने वाढत आहे. त्यामुळे दोन गटात संघर्ष निर्माण होत आहेत. त्यासाठी आंतरराष्ट्रीय समस्यांचा अभ्यास करण्याची गरज आहे. तसेच अर्थव्यवस्थांच्या विकासासाठी 'आंतरराष्ट्रीय अर्थशास्त्रा'चा अभ्यास विषय महत्त्वाचा आहे. सदर प्रकरणात आंतरराष्ट्रीय अर्थशास्त्राचा अर्थ, महत्त्व, व्याप्ती, आंतर प्रादेशिक व आंतरराष्ट्रीय व्यापार आणि आंतरराष्ट्रीय व्यापार इत्यादींचा महत्त्वाचा अभ्यास केला आहे.

१.२ आंतरराष्ट्रीय अर्थशास्त्राचा अर्थ (Meaning of International Economics)

आंतरराष्ट्रीय अर्थशास्त्र ही अर्थशास्त्राची उपयोजित (Applied) शाखा आहे. याचा अर्थ संकल्पना, तत्त्वे आणि विविध सिद्धान्त हे व्यावहारिक दृष्टीने कसे उपयोजित केले जातात, याचा अभ्यास या विषयात केला जातो. आज जागतिकीकरणाच्या काळात आंतरराष्ट्रीय व्यापाराला महत्त्व प्राप्त झाले आहे. आंतरराष्ट्रीय व्यापाराचा वेगाने विस्तार होऊ लागलेला आहे. वित्तीय बाजारपेठा एकत्र येऊ लागलेल्या आहेत. वाहतूक आणि दळणवळणाच्या क्षेत्रातल्या तांत्रिक प्रगतीमुळे आर्थिक व्यवहारांचे वेगाने आंतरराष्ट्रीयीकरण झालेले दिसून येते. व्यापार आणि गुंतवणूक हे दोन स्वतंत्र देशांदरम्यान होत असल्याने आंतरराष्ट्रीय अर्थशास्त्रात काही नव्या व वेगळ्या प्रश्नांचा अभ्यास, विश्लेषण करताना करावा लागतो.

जगातील देशांचे एकमेकांबरोबरचे संबंध हे एकमेकांच्यासंबंधावर अवलंबून असतात. त्याचा अंतर्गत परिणाम सामाजिक, राजकीय, सांस्कृतिकतेवर होतो. वेगवेगळ्या देशांत वस्तू व सेवांच्या वाढीसाठी वित्तीय आणि भौतिक समस्या निर्माण झाल्याचे दिसून येते; त्यासाठी या समस्या सोडविणे महत्त्वाचे ठरते.

एक देश दुसऱ्या देशावर अवलंबून असलेल्या आर्थिक संबंधांचा अभ्यास आंतरराष्ट्रीय अर्थशास्त्रात केला जातो. आर्थिक संबंध हे वस्तू व सेवांच्या विनिमयावर अवलंबून असतात. त्यासाठी आंतरराष्ट्रीय व्यापार आणि आंतरराष्ट्रीय आर्थिक संबंध चांगल्या हेतूने निर्माण झाले पाहिजेत.

'आंतरराष्ट्रीय व्यापार म्हणजे वेगवेगळ्या स्वतंत्र आणि सार्वभौम देशांमध्ये वस्तू आणि सेवांचा विनिमय होय.' पुढील व्याख्यांवरून आंतरराष्ट्रीय अर्थशास्त्राचा अर्थ अधिक चांगल्या प्रकारे समजू शकतो.

व्याख्या

१) आंतरराष्ट्रीय व्यापार म्हणजे विविध देश एकमेकांशी करत असलेला 'व्यापार' होय.

२) दोन किंवा अनेक राष्ट्रांमध्ये चालणाऱ्या व्यापारास 'आंतरराष्ट्रीय व्यापार' म्हणतात.

३) देशादेशांतील वस्तू व सेवांच्या व्यापारास 'आंतरराष्ट्रीय व्यापार' म्हणतात. थोडक्यात, देशांच्या सीमेपलीकडील व्यापार म्हणजे 'आंतरराष्ट्रीय व्यापार'होय.

१.२.१ आंतरराष्ट्रीय अर्थशास्त्राची व्याप्ती (Scope of International Economics)

आंतरराष्ट्रीय अर्थशास्त्राच्या व्याप्तीत पुढील बाबींचा समावेश केला आहे-

१) **आंतरराष्ट्रीय व्यापारसिद्धान्त :** यामध्ये आंतरराष्ट्रीय व्यापाराचा पाया तसेच आंतरराष्ट्रीय व्यापारापासूनचे फायदे यांचे विश्लेषण केले जाते. विशेषत: मुख्य व्यापाराच्या लाभावर भर दिला जातो.

२) **आंतरराष्ट्रीय व्यापार धोरणे :** यामध्ये व्यापराच्या मुक्त प्रवाहातील अडथळे आणि परिणाम यांचा अभ्यास केला जातो. तसेच राष्ट्रीय व आंतरराष्ट्रीय वृद्धीवर परिणाम करणाऱ्या व्यापार व्यूहरचनेचे विश्लेषण केले जाते.

३) **व्यवहारतोल :** जगातील, देशातील एकूण प्राप्ती आणि एकूण खर्च यांचा अभ्यास केला जातो. तसेच निधींच्या आयात - निर्यातीची स्थिती स्पष्ट केली जाते.

४) **व्यवहारतोलातील तडजोड :** व्यवहारतोलात असमतोल निर्माण झाल्यास, त्यासाठी तडजोडयंत्रणा तसेच वेगवेगळ्या आंतरराष्ट्रीय वित्तीय पद्धतींचा अभ्यास केला जातो.

५) **व्यापारातील फायदे :** दोन देशांनी एकमेकांबरोबर व्यापार करणे हे आंतरराष्ट्रीय अर्थशास्त्रात दोघांच्याही बहुधा फायद्याचे असतेच; अशी गृहीतकृत्ये (हायपोथेसिस) आहेत. व्यापाराच्या फायद्याबद्दल जगभरात बरेच पूर्वग्रह आहेत. मात्र, काही विकसनशील देशांमध्ये अशी क्षेत्रे असतात की, ती विकसित देशांबरोबर व्यापार करणे फायदेशीर ठरते. व्यापारातून लाभ निर्माण होतो हे निश्चित आहे; तसे नसते तर आज जागतिक व्यापार संघटनेत (WTO) सदस्य संख्या वाढली नसती. व्यापार फायदेशीर ठरतो हा एक पुरावा आहे. दोन देशांपैकी व्यापार कोणाच्या फायद्याचा होईल या प्रश्नामुळे आंतरराष्ट्रीय अर्थशास्त्राची शाखा सुरू झाली, असे म्हणावे लागेल.

६) **व्यापाराचे स्वरूप :** एखादा देश कशाची निर्यात करेल, हे उत्पादनातील कार्यक्षमता ठरवते, हे **स्मिथने** सांगितले तर दोन देशांतील तौलनिक फरक किती आहे, हे एखादा देश कशाची निर्यात करेल यांवर ठरते, असे **रिकार्डोचे** म्हणणे होते तर नैसर्गिक घटकांची विपुलता आणि आर्थिक विपुलता या घटकांच्या साहाय्याने एखादा देश कशाची निर्यात करेल हे विसाव्या शतकात **हेक्श्चर–ओहलिन** यांनी सांगितले आहे. सध्या 'सॅण्डम फॅक्टरद्वारे' कोणता देश कोणती निर्यात करेल, हे ठरविले जाते असे सिद्धान्त मांडले गेले आहेत. कोणता देश कोणती निर्यात करेल हे व्यापाराच्या लाभदायकतेवरून ठरविले जाते.

७) **आंतरराष्ट्रीय ताळेबंद :** आंतरराष्ट्रीय ताळेबंदातून आयात–निर्यातीचे हिशेब भांडवलाच्या देण्या–घेण्याचे हिशेब असलेल्या तालिकेच्या अभ्यासावरून दिसून येते. 'आंतरराष्ट्रीय वित्त' आणि 'आंतरराष्ट्रीय व्यापार' या दोन्ही आंतरराष्ट्रीय अर्थशास्त्राच्या शाखा आहेत. आंतरराष्ट्रीय वित्ताचा अभ्यास आंतरराष्ट्रीय ताळेबंदापासून सुरू होते. आंतरराष्ट्रीय व्यापारात सतत तूट येत राहिली तर ती काळजी करण्याची बाब असते. भारताला १९९१च्या दरम्यान नाणेनिधीतून कर्ज घ्यावे लागले, त्या कर्जाच्या जाचक अटीमुळे भारताला आपल्या आर्थिक धोरणात बदल करावा लागला.

८) **आंतरराष्ट्रीय भांडवल बाजार :** भांडवलाची गतिमानता ही एका देशातून दुसऱ्या देशात जाणे–येणे यामुळे होत असते. जागतिकीकरणात भांडवल विविध स्वरूपात येत असते; जसे बहुराष्ट्रीय कंपन्याची गुंतवणूक, परकीय कर्ज, रोखे बाजारात परकीयांनी केलेली गुंतवणूक इत्यादी. त्यामुळे भांडवलाची कमतरता दूर होण्याला मदत होते. आंतरराष्ट्रीय अर्थशास्त्रात मुद्राबाजार (Stock) भांडवलबाजार, आंतरराष्ट्रीय प्रतिभूती, परकीय विनिमय बाजार, बहुराष्ट्रीय कंपन्या इत्यादींचा अभ्यास केला जातो.

९) **विनिमयदराची निश्चिती :** विनिमयदराची निश्चिती तसेच चलनाचे अवमूल्यन इत्यादींचा अभ्यास आंतरराष्ट्रीय अर्थशास्त्रात केला जातो. विनिमयदर ही अतिशय संवेदनशील बाब असून, तो आंतरराष्ट्रीय वित्तीय शाखेचा एक भाग आहे. भारताने १९६६ तसेच १९९१ मध्ये रुपयाचे अवमूल्यन केले होते. अवमूल्यनात चलनाची किंमत धोरणात्मक कारणाने कमी केली जाते. चलनाची किंमत वधारणे आणि घसरणे त्याचा रोखे बाजारावरसुद्धा परिणाम होतो; ते निर्देशांकातल्या चढ–उतारावरून मोजता येते. आंतरराष्ट्रीय अर्थशास्त्रात विनिमयदराचा अभ्यास महत्त्वाचा मानला जातो.

१०) **संरक्षणवाद :** १९९९च्या सिएटलमधील जागतिकीकरण आणि जागतिक व्यापार संघटना (WTO) विरोधामुळे मुक्त व्यापाराच्या विरोधात संरक्षणवादी विचार पुन्हा स्पष्टपणे जाणवू लागले. त्यामुळे संरक्षणवादाच्या परंपरागत महत्त्वाला आधुनिक काळात संबंधित जोड मिळाल्यामुळे प्रशुल्क, कोटा इत्यादी व्यापार निर्बंधाचा अभ्यास महत्त्वाचा मानला जातो.

११) **आंतरराष्ट्रीय आर्थिक सहकार्यासाठी जागतिक संघटनांचा अभ्यास :** उदा. संयुक्त राष्ट्र संघ (UNO) जागतिक बँक, आंतरराष्ट्रीय नाणेनिधी, जागतिक व्यापार संघटना इत्यादींचाही अभ्यास आंतरराष्ट्रीय अर्थशास्त्रात केला जातो.

१२) देशादेशांतील वित्तीय प्रवाह आणि निधीचा प्रवाह या संदर्भात आंतरराष्ट्रीय बँकिंग पद्धतीचे साहाय्य मिळते. याचाही अभ्यास आंतरराष्ट्रीय अर्थशास्त्रात केला जातो.

१.२.२ आंतरराष्ट्रीय अर्थशास्त्राचे महत्त्व (Importance of International Economics)

अनेक कारणांनी आंतरराष्ट्रीय अर्थशास्त्राच्या अभ्यासाला महत्त्व आहे.

१) **लोकांच्या दृष्टिकोनाची व्याप्ती वाढते :** आंतरराष्ट्रीय अर्थशास्त्राच्या अभ्यासामुळे लोकांचा दृष्टिकोन अधिक व्यापक व विशाल बनतो. लोक संकुचित विचारातून बाहेर पडतात. श्रीमंत देशातील कृतींचे अनुकरण गरीब देश करतात, मात्र ते त्या देशांवर अवलंबून असतात.

२) **वृद्धी व विकास होतो :** विकसित देशांत विकसनशील देशांतील श्रम व भांडवलाची भूमिका महत्त्वाची आहे. तसेच विकसनशील देशांत भांडवलाचा प्रवाह विकसित देशांकडून मोठ्या प्रमाणात सुरू झाला. त्यामुळे विकसनशील देशांचा आर्थिक विकास वेगाने होत आहे. आंतरराष्ट्रीय विकास साध्य करण्यासाठी परस्पर सामंजस्य महत्त्वाचे आहे.

३) **दृष्टिकोनाचा विकास :** आंतरराष्ट्रीय अर्थशास्त्राच्या अभ्यासामुळे राज्यकर्ते आणि अर्थशास्त्रज्ञांचा दृष्टिकोन आंतरराष्ट्रीय बनतो आहे; त्याचा आर्थिक समस्या सोडविण्यासाठी उपयोग होत आहे. उदा. दारिद्र्याची समस्या सोडविण्यासाठी जगाने एकत्र येऊन आर्थिक साधनांचा वापर करण्याचा प्रयत्न केला आहे.

४) **राष्ट्रविरोधी धोरणांची निरुपयोगिता :** आंतरराष्ट्रीय अर्थशास्त्रात विरोधी आर्थिक धोरणांच्या प्रवाहाचा अभ्यास केला जातो. कोणताही देश इतर

देशांच्या विरुद्ध धोरण अवलंबून आपला विकास साधू शकत नाही; किंवा आपले अस्तित्व टिकवून ठेवू शकत नाही.

शेजारील देशाला गरीब बनविण्याचे धोरण हे चुकीचे असल्याचे अनुभवावरून तसेच आंतरराष्ट्रीय अर्थशास्त्राच्या अभ्यासावरून दिसून येते. भूतकालीन नकारात्मक विकासाची जागा आंतरराष्ट्रीय पातळीने घेतली आहे.

५) **आंतरराष्ट्रीय आर्थिक सहकार्याची गरज :** जगात वेगवेगळ्या देशांत अनेक समस्या असतात. त्यांची सोडवणूक तो एकटा देश करू शकत नाही. त्यासाठी आंतरराष्ट्रीय आर्थिक सहकार्याची गरज असते. आंतरराष्ट्रीय सहकार्यास अनेक देश तयार असतात. आंतरराष्ट्रीय अर्थशास्त्राच्या अभ्यासामुळे सहकार्य वाढीस लागते आणि आर्थिक कल्याणाच्या योजना आखल्या जातात व त्या योजना एकमेकांच्या देशात राबविल्या जातात, त्यातून आर्थिक विकासाची निर्मिती होते; त्यामुळे आंतरराष्ट्रीय व्यापार महत्त्वाचा आहे.

६) **आंतरराष्ट्रीय अर्थशास्त्राची यंत्रणा समजते :** आंतरराष्ट्रीय अर्थशास्त्रात वित्तीय पद्धतीतील फरक समजून घेणे; तसेच जागतिक युद्धाचे बाह्यस्वरूप समजावून घेऊन मुक्त व्यापाराचे जागतिक व्यापारावर होणारे परिणाम समजावून देणे; यांसाठी मुक्तव्यापारधोरण तसेच जागतिक शांतता यांचा अभ्यास महत्त्वाचा ठरतो. त्यामुळे आंतरराष्ट्रीय यंत्रणेचे स्वरूप समजते.

७) **आर्थिक प्राधान्य साध्य करणे :** जागतिकीकरण आणि अवलंबित्वावर विश्वास ठेवल्यामुळे काही दशकांत जागतिक व्यापारात मोठी वाढ होत आहे. १९५० च्या दशकात वस्तू व सेवांचा एकत्रित जागतिक व्यापार ५५.२ बिलियन अमेरिकन डॉलर एवढा होता. तो २००० मध्ये ६५५१ बिलियन डॉलर्स एवढा झाला. पन्नास वर्षांत जागतिक व्यापारात एक हजार वीस पट वाढ झाली. हे जागतिक सरासरी वार्षिक वाढ झाल्याचे निर्देशक आहे. जागतिक व्यापार हा काही सुविधांमुळे प्रोत्साहित झाला आहे. त्यामुळे जगाचा एकात्मतेकडे कल वाढला; तसेच असमान व्यापार वाढल्याचेही दिसून येते.

उदा. पाच विकसित देशांचा जागतिक व्यापारातील हिस्सा ४०.१ टक्के आहे. जागतिक व्यापारात भारताचा अल्प हिस्सा आहे. जागतिक पातळीवर विकासाबाबत भारताचा विकसित आणि विकसनशीलपणा दिसून येतो. त्यामुळे त्यांच्यात संघर्ष दिसून येतो.

८) **जागतिकीकरण, खासगीकरण आणि उदारीकरणाचा विचार :** जागतिक व्यापाराची रचना आणि दिशा समजते. आंतरराष्ट्रीय व्यापारातील देणी-घेणी

समजतात. तसेच आर्थिक विकासात आंतरराष्ट्रीय व्यापाराचे महत्त्व समजते. परकीय चलन तसेच स्वत:च्या देशातील चलनाचे मूल्य समजते. व्यापारवाढीसाठी मार्गदर्शन मिळते.

१.३ आंतरप्रादेशिक आणि आंतरराष्ट्रीय व्यापार (Inter - Regional and International Trade)

देशांतर्गत अथवा आंतरप्रादेशिक व आंतरराष्ट्रीय व्यापार पुढीलप्रमाणे स्पष्ट करता येतो.

अ) आंतरप्रादेशिक व्यापार

देशांतर्गत अथवा आंतरप्रादेशिक व्यापार म्हणजे त्याच देशातील वेगवेगळ्या प्रदेशांमध्ये होणारा 'व्यापार' होय. **ओहलीन** यांच्या मते, 'आंतरप्रादेशिक व्यापार हा अंतर्गत स्थानिक व्यापार असतो; तसेच तो देशांतर्गत स्वरूपाचा आणि देशी व्यापार आहे.' आंतरप्रादेशिक व्यापारामागील कारणे म्हणजे सर्व घटकांचा सारखेपणा नसतो; तसेच त्यांची क्षमताही सारखी नसते. श्रमविभागणी आणि विशेषीकरणामुळे मोठ्या उत्पादनाचे अर्थव्यवस्थेला फायदे मिळतात; तसेच वेळेची बचत आणि कौशल्यात वाढ होते व उत्पादनात वाढ होते. देशातील वेगवेगळ्या भागातील प्रदेशांत नैसर्गिक साधनसंपत्ती वेगवेगळी असते. काही प्रदेशात वस्तू व सेवांच्या उत्पादनात विशेषता असते. उदा. पंजाबमध्ये पिकणारा गहू भारतात सर्वत्र विकला जातो; तसेच महाराष्ट्रातून साखर, कापड व तयार औद्योगिक उत्पादने भारताच्या इतर भागांमध्ये विकली जातात, तर आसामातील चहा सर्व भारतभर विकला जातो. थोडक्यात, एकाच देशाच्या भौगोलिक मर्यादेत असणाऱ्या व्यक्ती व संस्था तसेच राज्ये यांच्यातील परस्पर देवघेवीला 'अंतर्गत व्यापार' म्हणतात. राजकीय नियम, व्यापारी कायदे यामध्ये भेदाभेद आढळत नाही. आंतरप्रादेशिक व्यापाराचे स्वरूप एखाद्या देशापुरतेच मर्यादित असते.

ब) आंतरराष्ट्रीय व्यापार

आंतरप्रादेशिक व्यापारासारखाच आंतरराष्ट्रीय व्यापार आहे. मात्र, आंतरप्रादेशिक व्यापारापेक्षा आंतरराष्ट्रीय व्यापाराचे स्वरूप व्यापक असते. थोडक्यात, आंतरप्रादेशिक व्यापाराचे अधिक व्यापक स्वरूप म्हणजे आंतरराष्ट्रीय व्यापार होय.

आंतरराष्ट्रीय व्यापार म्हणजे निरनिराळी राष्ट्रे एकमेकांशी करत असलेला व्यापार होय. आंतरराष्ट्रीय व्यापारात निरनिराळ्या देशांमध्ये केल्या जाणाऱ्या वस्तू व सेवांच्या व्यापारांचा अंतर्भाव होतो. जगाच्या पाठीवर सर्व देश भौगोलिक, मानवीदृष्ट्या

एकरूप नसतात तर भिन्न असतात. त्यामुळेच आयात-निर्यात व्यापाराची निर्मिती होते.

जगातील वेगवेगळ्या देशांत नैसर्गिक घटकांची देणगी वेगवेगळी असते. काही देशांत मोठ्या प्रमाणात नैसर्गिक साधनसंपत्तीची देणगी असते तर काही देशांत मानवी साधनसंपत्ती उपलब्ध असते. त्यामुळे साधनांचा असमतोल दिसून येतो. संसाधनांच्या विभागणीत असमतोल असल्यामुळे उत्पादनाची क्षमता आणि कार्यक्षमता विविध देशांत वेगवेगळी दिसून येते. परिणामी, विशेषीकरण आणि श्रमविभागणीला महत्त्व प्राप्त होते, आंतरराष्ट्रीय व्यापारातून ते मिळतात; हे असे फायदे **ॲडम स्मिथ** यांनी सांगितलेले आहेतच.

आंतरप्रादेशिक आणि आंतरराष्ट्रीय व्यापारातील साम्य आणि भेद (Similarities and Differences between Inter-Regional and International Trade)

आंतर प्रादेशिक आणि आंतरराष्ट्रीय व्यापारातील साम्य

१) **मूल्य निश्चिती : बर्टिल ओहलिन** यांच्या मते, 'आंतरप्रादेशिक व्यापाराप्रमाणे आंतरराष्ट्रीय व्यापार असतो त्यामध्ये फारसा फरक नसतो, आंतरप्रादेशिक बाजारात ज्याप्रमाणे मूल्यनिश्चिती होते त्याच पद्धतीने आंतरराष्ट्रीय व्यापारात मूल्यनिश्चिती होते.'

२) **वस्तू उपलब्धता :** आंतरप्रादेशिक व्यापाराप्रमाणेच आंतरराष्ट्रीय व्यापारातही मुबलक उपलब्धता असलेल्या उत्पादन केंद्रापासून वस्तूची कमतरता असलेल्या बाजारपेठेत 'मुक्त स्थलांतर' होते.

३) **विशेषीकरण : ओहलिन** यांच्या मते, 'प्रत्येक प्रदेशांत आणि प्रत्येक देशांत व्यक्ती आपले कौशल्य दाखवून, विशेषीकरण करून उत्पादन करते. एकच काम अथवा उत्पादन दोन्ही ठिकाणी शक्य असले तरी एके ठिकाणी दुसऱ्या ठिकाणापेक्षा ते जास्त कार्यक्षमतेने होते.' याचाच अर्थ विशेषीकरणाचे फायदे स्पष्ट होतात. विशेषीकरण तत्त्वामध्ये हेच स्पष्ट केले आहे म्हणून तौलनिक खर्च तत्त्व फक्त आंतरराष्ट्रीय व्यापारालाच लागू होते असे नाही, तर आंतरप्रादेशिक व्यापारालाही लागू होते.

४) **सांस्कृतिकता :** आंतरप्रादेशिक आणि आंतरराष्ट्रीय व्यापारात फारसा फरक नसला तरी भाषा, जकाती, सवयी यांनुसार आणि व्यापार नियंत्रणे व चलनातील फरक यांनुसार भेद मान्य करावा लागतो.

५) **नफा :** आंतरप्रादेशिक आणि आंतरराष्ट्रीय व्यापारात नफा हे व्यापाराचे उद्दिष्ट असते.

६) **दोघांत व्यापार :** आंतरप्रादेशिक आणि आंतरराष्ट्रीय व्यापारात व्यक्ती व संस्था या दोहोंच्या दरम्यान व्यापार होतो.

७) **विनिमय :** आंतरप्रादेशिक आणि आंतरराष्ट्रीय व्यापारात वस्तू व सेवा यांचा विनिमय असतो.

८) **खरेदीसाठी चलन :** आंतरप्रादेशिक व आंतरराष्ट्रीय व्यापारात वस्तू व सेवांची खरेदी चलनाच्या माध्यमातून होते.

९) **खर्च कमी करण्याचा प्रयत्न :** या दोन्ही व्यापारात उत्पादन खर्च कमी करण्याचा प्रयत्न केला जातो.

१०) **सहभाग :** अंतर्गत आणि आंतरराष्ट्रीय व्यापारात व्यक्ती, संस्था आणि सरकारचा सहभाग असतो.

आंतर प्रादेशिक आणि आंतरराष्ट्रीय व्यापारातील भेद अथवा फरक

अभिमत अर्थशास्त्रज्ञांच्या मते, आंतरप्रादेशिक आणि आंतरराष्ट्रीय व्यापारात काही मूलभूत फरक आहे. त्यावरूनच आंतरराष्ट्रीय व्यापाराचा स्वतंत्र सिद्धान्त विकसित केला आहे. आधुनिक अर्थशास्त्रज्ञ **ओहलिन, हॅबरलर** यांच्या मते, 'आंतरराष्ट्रीय व्यापारात आणि आंतरप्रादेशिक व्यापारात स्थानाचा फरक आहे.'

१) नैसर्गिक साधनात फरक : निरनिराळ्या देशांत नैसर्गिक साधनसामग्रीत भिन्नता दिसून येते. प्रत्येक देशात नैसर्गिक देणग्या मिळालेल्या असल्याने त्या घटकांचा वापर आंतरराष्ट्रीय व्यापारात करतात. उदा. जमिनी, खनिजे, वनस्पती, पाणी इत्यादी; भारतातून शेतीतील उत्पादने निर्यात केली जातात. उदा. चहा, कॉफी, कापड इत्यादी. तर अरबदेशातून खनिजतेलांची निर्यात केली जाते; कारण नैसर्गिक भिन्नता असल्याने व्यापार केला जातो; तसेच श्रम आणि भांडवलाच्या बाबतीतही विकसनशील देश व विकसित देशांत भिन्नता दिसून येते.

२) उत्पादन घटकांची गतिशीलता : उत्पादनांचे घटक देशांत गतिशील असतात. मात्र, देशादेशांत ते गतिशील नसतात; तसेच देशातील वेतनात आणि घटकांच्या किमतीत वेगवेगळ्या असण्याकडे कल असतो. देशादेशांतील वस्तूंच्या व्यवहारात किमती जास्त बदलतात. श्रम या घटकाचा विचार केल्यास धर्म, पंथ, भाषा, संस्कृती, चालीरीती, कायदेकानून, कौशल्य, हवापाणी, इत्यादींच्या भिन्नतेमुळे श्रमिकांची गतिशीलता कमी असते. श्रमाच्या तुलनेत भांडवल अधिक गतिशील आहे. भांडवलाबाबत व्याजदर, दोन देशांतील संबंध, सरकारी धोरणे, विकासाबाबत सरकारची भूमिका याबाबत मोठ्या प्रमाणावर फरक आहे.

३) भौगोलिक आणि हवामानाच्या स्थितीत फरक : समाजासाठी आवश्यक

असणाऱ्या सर्व वस्तूंसाठी प्रत्येक देशात भौगोलिक हवामानाची स्थिती वेगळी असते; म्हणून इतर देशांबरोबर व्यापारातील फायद्यासाठी वस्तूंच्या उत्पादनात विशेषीकरण केले जाते.

४) बाजारपेठांत तफावत : परदेशांत उत्पादन पाठविताना भाषा, चालीरीती, चव, प्राधान्य, फॅशन, सवय, आवड-निवड, कायदे इत्यादींत फरक दिसून येतो. त्यामुळे परकीय बाजारात वस्तू व सेवा विकताना देशांचे स्वरूप, पद्धतीप्रमाणेच निश्चितता करावी लागते तर देशांतर्गत कायदे, वजनमापे, चालीरीती, आवड-निवड, सवयी इत्यादीत समानता असते. त्यामुळे देशांतर्गत बाजारपेठेत मोठ्या प्रमाणात उत्पादन पाठविता येते.

५) चलनात तफावत : आंतरराष्ट्रीय व्यापारात निरनिराळी चलने वापरली जातात. प्रत्येक देशाचे चलन वेगवेगळे असते. आंतरराष्ट्रीय व्यापार हा विविध चलनांद्वारे चालतो. उदा. भारताचा रुपया, ब्रिटनचा पौंड, अमेरिकेचा डॉलर, जपानमध्ये येन इत्यादी.

देशांतर्गत व्यापारात मात्र देशातील चलनाच्या साहाय्याने व्यापार चालतो. उदा. भारतातील रुपया सर्व राज्यांत वापरला जातो.

चलनाच्या मूल्याच्या संदर्भात एका चलनाचे मूल्य दुसऱ्या देशांत बदलावे लागते. एका व्यक्तीला दुसऱ्या देशात खरेदी करावयाची असेल तर प्रथम त्या देशाचे चलन मिळवावे लागते. उदा. एखाद्या भारतीयाला अमेरिकेत जाऊन काही खरेदी करावयाचे आहे; तर प्रथम भारतीय चलन अमेरिकन डॉलरमध्ये बदलून घ्यावे लागते. अशारीतीने वेगवेगळ्या देशांची चलने वेगवेगळी असल्याने चलन बदलण्याचा जो प्रश्न आंतरराष्ट्रीय व्यापारात निर्माण होतो तो देशांतर्गत व्यापारात होत नाही.

६) व्यवहारतोलाची समस्या : आंतरराष्ट्रीय व्यापारासाठी शांतता ही खरी समस्या आहे. देशांतर्गत म्हणजेच प्रदेश आणि देशांत भांडवलाची गतिमानता असते; ती आंतरराष्ट्रीय व्यापाराच्या बाबतीत पूर्णत: कमी असते. व्यवहारतोलाच्या समतोलासाठी धोरणांचा अवलंब केला जातो. उदा. अवमूल्यन किंवा आयातीवर निर्बंध; मात्र, त्यामुळे अनेक प्रश्न निर्माण होतात. आंतरप्रादेशिक व्यापारात असे प्रश्न निर्माण होत नाहीत.

७) वाहतूक खर्च : देशांतर्गत व्यापार, रस्ते, रेल्वे यांचा वापर मोठ्या प्रमाणात केला जातो. आंतरराष्ट्रीय व्यापारात हवाई व जल वाहतूक मोठ्या प्रमाणात केली जाते. त्यामुळे आंतरराष्ट्रीय व्यापाराचा खर्च जास्त येतो. तसेच आंतरराष्ट्रीय व्यापार दोन देशांत चालत असल्याने वाहतुकीचे अंतर प्रचंड असते व वाहतुकीच्या

धोक्याचे प्रमाणही अधिक असते. त्यामुळे वाहतुकीचा खर्च अधिक असतो. देशादेशांतील वाहतुकीचे अंतर, मार्ग, नियम व स्वरूप वेगवेगळे असल्याने खर्च वाढतो. देशांतर्गत व्यापारात मात्र वाहतूक खर्च कमी होतो. त्यामुळे वस्तू व सेवांच्या किमती आंतरराष्ट्रीय व्यापारातील किमतीपेक्षा कमी राहतात.

८) आर्थिक स्थितीत फरक : संस्थात्मक स्वरूप, कायद्याची चौकट, वित्तीय, राजकोषीय आणि व्यापारी धोरणे, घटकांची देणगी, उत्पादनाचे तंत्र, उत्पादनाचे स्वरूप इत्यादींमध्ये देशादेशांत फरक दिसून येतो. त्या फरकाचा परिणाम व्यापारावर व देशातील संबंधावर होतो. आंतरप्रादेशिक व्यापारात असे फरक आर्थिक स्थितीत नसतात.

९) राजकीय घटकांत फरक : वेगवेगळ्या देशांत वेगवेगळे राजकीय घटक असतात. देशादेशांत सारखेच लोक असले तरी त्यांच्यात धर्म, भाषा, अन्नपदार्थांच्या चवी इत्यादींत फरक असतो. देशांतर्गत व्यापारात लोकांचे कल्याण साधण्याचा सरकारचा प्रयत्न असतो. परंतु, आंतरराष्ट्रीय पातळीवर प्रत्येक देशाचे ध्येय म्हणजे जास्तीत जास्त व्यापार करून खर्च कमी करणे हे असते. आयातीपेक्षा निर्यात जास्त ठेवणे. आंतरराष्ट्रीय व्यापारात एकमेकांच्यात चांगले संबंध निर्माण करण्याचा प्रयत्न असतो; म्हणून **लिस्ट** यांच्या मते, 'अंतर्गत व्यापार आमच्या लोकांमध्ये असतो तर आंतरराष्ट्रीय व्यापार आमच्यात आणि तुमच्यात असतो.'

१०) आर्थिक धोरणात फरक : सर्व देशांत समान राष्ट्रीय धोरण नसते. कर, व्यावसायिक व्यापारातील धोरणे इत्यादींबाबत देशादेशांत फरक दिसून येतो. आंतरराष्ट्रीय पातळीवर कृत्रिम अडथळा निर्माण केला जातो. उदा. कोटा, आयात प्रशुल्क, जकाती, विनिमयनियंत्रण इत्यादी.

थोडक्यात, आर्थिक विकासासाठी प्रत्येक देशाची धोरणे वेगवेगळी असतात. उदा. भारताने पंचवार्षिक योजनांचा स्वीकार केला तर चीन व रशियाने समाजवादी, आर्थिक धोरणे स्वीकारली इत्यादी.

११) व्यापारापासून फायदा : आंतरराष्ट्रीय व्यापारापासून फायदा अधिक होतो. समग्रपातळीवर विचार केल्यास विविध लोकांमध्ये वस्तुविनिमय वाढला आहे. त्यामध्ये आंतरराष्ट्रीय व्यापाराचा महत्त्वाचा सहभाग आहे. व्यापारासाठी अटी आणि शर्ती हा महत्त्वाचा भाग आहे. नफा मिळविण्याच्या अपेक्षेने दुसऱ्या देशांची पिळवणूक केली जाते. त्यामुळे सनातनवादी अर्थशास्त्रज्ञ आणि आधुनिक अर्थशास्त्रज्ञात आंतरराष्ट्रीय व्यापाराबाबत मतभेद दिसून येतात.

१२) आंतरप्रादेशिक व्यापारात वस्तू व सेवा यांचा विनिमय तुलनेने कमी असतो तर आंतरराष्ट्रीय व्यापारात वस्तू व सेवांचा विनिमय प्रचंड असतो.

१३) आंतरप्रादेशिक व्यापारात स्वकीय देशवासियांशी संबंध येतो; तर आंतरराष्ट्रीय व्यापारात परकीय नागरिकांशी संबंध येतो.

१४) आंतरप्रादेशिक व्यापारात व्यापार प्रमाण सीमित असते तर आंतरराष्ट्रीय व्यापारात व्यापार प्रमाण प्रचंड असते.

१५) व्यापार निर्बंधाचे स्वरूप : आंतरप्रादेशिक व्यापारात शक्यतो सरकारी निर्बंध नसतात, परंतु आंतरराष्ट्रीय व्यापारात परकीय व्यापारावर कोणत्या ना कोणत्या स्वरूपात निर्बंध असतात. निर्यात अथवा आयातीवर निर्बंध असू शकतात. आयातीवर निर्बंध हे देशातील उद्योगांच्या परकीय स्पर्धेची तीव्रता कमी करण्यासाठी घेतले जातात. निर्यातीवरतीसुद्धा निर्बंध घातले जाऊ शकतात, कारण एखाद्या वस्तूचा तुटवडा निर्यातीमुळे निर्माण होऊ नये हा त्यामागील हेतू असतो. निर्यातीवर विशिष्ट परिस्थितीतच निर्बंध घातले जाऊ शकतात.

१६) राजकीय बाबतीत स्वतंत्र अस्तित्व : सध्या अनेक देशांनी कल्याणकारी राज्याची संकल्पना स्वीकारली, त्यामुळे आपल्या देशातील लोकांच्या कल्याणाच्या दृष्टिकोनातूनच आंतरराष्ट्रीय व्यापाराचे निर्णय घेतले जातात. अनेक देश राजकीयदृष्ट्या स्वतंत्र व सार्वभौम असतात. देशातील लोकांच्या हिताची धोरणे आंतरराष्ट्रीय व्यापाराची समीकरणे बदलू शकतात; त्यामुळे आंतरप्रादेशिक व आंतरराष्ट्रीय व्यापार वेगवेगळ्या बाबतीत स्वतंत्र अभ्यासावे लागतात. **लिस्ट** यांनी देशांतर्गत उद्योगांना परकीय व्यापारापासून संरक्षण मिळावे यासाठी प्रखर विचार व्यक्त केले.

अशा प्रकारे आंतरराष्ट्रीय व्यापाराला महत्त्व दर्शविणारे अनेक घटक दिसून येतात. देशाच्या आर्थिक व्यवस्थेपासून आंतरराष्ट्रीय राजकारण, अर्थकारण असे अनेक घटक यामध्ये समाविष्ट आहेत, जागतिक व्यापार संघटना (WTO) १९९५ मध्ये निर्माण झाल्याने आंतरराष्ट्रीय व्यापाराचे आणि त्यावरील निर्बंधाचे स्वरूप बदललेले दिसून येत आहे. विकसित आणि विकसनशील देश त्याकडे कशा पद्धतीने पाहातात व त्याचा वापर करतात, त्यावर ते अवलंबून आहे.

१.४ आंतरराष्ट्रीय व्यापाराचे महत्त्व (Importance of International Trade)

आंतरराष्ट्रीय व्यापाराचे महत्त्व पुढीलप्रमाणे सांगता येते –

१) **विकास आणि समृद्धी :** विकसित देश श्रम आणि भांडवलाचा वापर करून श्रीमंत झाले आहेत. श्रम विभागणी आणि विशेषीकरणाला प्रोत्साहन मिळाले आहे. विकसनशील देशांना विकसित देशांकडून भांडवलाचा प्रवाह मोठ्या

प्रमाणात सुरू झाल्याने आर्थिक विकासाचा वेग वाढला आहे; तसेच आंतरराष्ट्रीय व्यापाराने लोकांना वस्तुसेवा उपलब्ध होतात.

२) **सहकार्यात वाढ :** मुक्त व्यापार, प्रत्यक्ष गुंतवणूक, इत्यादींद्वारे देशादेशातील एकमेकांत गुंतलेले हितसंबंध, आपोआपच प्रत्येक देशाला इतर देशांशी सहकार्य करण्यास उत्तेजित करतात. युद्धासारखे अरिष्ट टाळण्यासाठी परस्परांत आर्थिक व अन्य सहकार्य करण्याची प्रवृत्ती देशादेशांत वाढत जाते.

३) **कार्यक्षमतेत वाढ :** कार्यक्षमता वाढविण्यासाठी मुक्त व्यापाराचे फायदे, सामाजिक लाभ इत्यादी दृष्टीने आंतरराष्ट्रीय व्यापाराचे महत्त्व आहे.

४) **श्रमविभागणी :** प्रत्येक देशाला लोकांच्या गरजा भागविण्यासाठी उपलब्ध असलेल्या नैसर्गिक साधनसामग्रीद्वारे शक्य नसते. नैसर्गिक साधन संपत्तीचा विचार करता, विशिष्ट प्रकारच्या वस्तूंच्या उत्पादनात विशेषीकरण साधणे व त्या वस्तूंचे अधिक उत्पादन करून त्या मोबदल्यात परकीय वस्तू आयात करणे फायदेशीर ठरते.

५) **तंत्रज्ञानात वाढ :** विकसनशील देशांत यंत्रसामग्री व तंत्रज्ञानाचा अभाव असल्याने एकूण उत्पादनक्षमता कमी असते. परकीय व्यापारामुळे भांडवली यंत्रसामग्री तसेच तंत्रज्ञानाची आयात करणे सुलभ होते.

६) **सांस्कृतिक देवाणघेवाण :** परकीय व्यापारामुळे विविध देशांतील सांस्कृतिक देवाणघेवाण होऊन आर्थिकसंबंध व स्नेहाचेसंबंध निर्माण होतात.

७) **किंमत स्थैर्य :** आंतरराष्ट्रीय व्यापारामुळे वस्तूंच्या किमती अल्प काळात कमी-जास्त होण्याची प्रवृत्ती टाळता येते.

८) **नैसर्गिक सामग्रीचा योग्य वापर :** श्रम विभागणी व विशेषीकरणाचा लाभ सर्व देशांना होऊन देशातील नैसर्गिक साधन-संपत्तीचा पुरेपूर उपभोग घेता येतो.

९) **उपभोग पातळीत वाढ :** आंतरराष्ट्रीय व्यापारामुळे देशदेशांतील उपभोग पातळीत वाढ होते; कारण वस्तू व सेवांची उपलब्धता होते.

१०) **उत्पादन क्षमतेत वाढ :** श्रमविभागणी व विशेषीकरणामुळे वस्तू कमी किमतीत उपलब्ध होतात; तसेच कामगारांची कार्यक्षमता वाढते. उत्पादनाची क्षमता वाढते आणि जागतिक उत्पादनात वाढ होते.

११) **रोजगार व आर्थिक विकासात वाढ :** आंतरराष्ट्रीय व्यापारामुळे रोजगारात मोठ्या प्रमाणात वाढ होते; तसेच देशांना आपला आर्थिक विकास साध्य करता येतो. नवीन शोध व नवीन तंत्रज्ञानाचा लाभ जागतिक पातळीवरून सर्वांना घेता येतो.

१२) **समाजाच्या उपभोग पातळीत वाढ :** ज्या देशात पुरेसे उत्पादन होत नाही अशा देशाला आंतरराष्ट्रीय व्यापारामुळे वस्तूंची उपलब्धता होते व समाजाची उपभोग पातळी वाढून समाजातील समाधान अथवा कल्याणात वाढ होते.

१३) **विशेषीकरणाकडे वाटचाल :** एखादी वस्तू देशात उपलब्ध असली आणि ती वस्तू कमी उत्पादन खर्चात उपलब्ध होत असली तरी ती वस्तू आयात केली जाते. कारण, त्या देशातील उपभोक्त्यांना ती वस्तू आंतरराष्ट्रीय व्यापारामुळे कमी खर्चात मिळते. त्यामुळे इतर वस्तूंचा उपभोग त्या देशातील लोकांना वाढविता येतो व कल्याण पातळीत वाढ करता येते. त्यातूनच विशेषीकरणाकडे वाटचाल सुरू होते.

थोडक्यात, आंतरराष्ट्रीय व्यापारामुळे अनेक प्रश्न सुटण्याला मदत होते. लोकांच्या आवडी-निवडीनुसार वस्तू मिळतात व समाजाच्या राहणीमानात व कल्याणात वाढ होते. वरीलप्रमाणे आंतरराष्ट्रीय व्यापाराचे महत्त्व लक्षात घेता आज प्रत्येक देशाला आंतरराष्ट्रीय व्यापार करण्याशिवाय पर्याय उरलेला नाही.

प्रश्न

प्र. १ एका वाक्यात उत्तरे लिहा.

१) आंतरराष्ट्रीय अर्थशास्त्र म्हणजे काय?
२) आंतरराष्ट्रीय अर्थशास्त्राचे महत्त्वाचे दोन मुद्दे सांगा.
३) आंतरराष्ट्रीय व्याप्तीचे दोन मुद्दे सांगा.
४) आंतरप्रादेशिक व्यापार म्हणजे काय?
५) आंतरराष्ट्रीय व्यापार म्हणजे काय?
६) आंतरप्रादेशिक व आंतरराष्ट्रीय व्यापारातील एक फरक सांगा.

प्र. २ टिपा लिहा.

१) आंतरराष्ट्रीय अर्थशास्त्राचे महत्त्व
२) आंतरराष्ट्रीय अर्थशास्त्राची व्याप्ती
३) आंतरप्रादेशिक व्यापार
४) आंतरराष्ट्रीय व्यापार

प्र. ३ थोडक्यात उत्तरे लिहा.

१) आंतरराष्ट्रीय अर्थशास्त्राची व्याप्ती थोडक्यात सांगा.
२) आंतरराष्ट्रीय अर्थशास्त्राचे महत्त्व थोडक्यात सांगा.

३) आंतरप्रादेशिक व्यापार स्पष्ट करा.
४) आंतरराष्ट्रीय व्यापाराचे महत्त्व सांगा.

प्र. ४ सविस्तर उत्तरे लिहा.

१) आंतरराष्ट्रीय अर्थशास्त्राचे अर्थ सांगून महत्त्व आणि व्याप्ती विशद करा.
२) आंतरप्रादेशिक आणि आंतरराष्ट्रीय व्यापार स्पष्ट करा.
३) आंतरराष्ट्रीय व्यापाराचे महत्त्व सांगा.

प्रकरण – २

आंतरराष्ट्रीय व्यापाराचे सिद्धान्त

(Theories of International Trade)

२.१ प्रास्ताविक (Introduction)

कोणत्याही देशातील नैसर्गिक साधनसामग्रीची देणगी ही वेगवेगळ्या देशात वेगवेगळी असते. त्यामुळे काही वस्तू व सेवांच्या बाबतीत विशेषीकरणाकडे कल असतो. त्यामुळे त्यांचे उत्पादन (निर्मिती) कमी खर्चात होते. वस्तूंचा व्यापार हा विनिमयाबरोबरच उत्पादन खर्चावर अवलंबून असतो. आंतरराष्ट्रीय व्यापारात श्रमविभागणीमुळे वाढ होते. दुसऱ्या घटकाच्या उभारणीत आणि वाढीत आंतरराष्ट्रीय व्यापाराचा आधार असतो. एक देश दुसऱ्या देशाबरोबर फायदेशीर व्यापार करण्यावर भर देतो. **ॲडम स्मिथने** देशाच्या जास्तीत जास्त फायद्याच्या विचाराला आंतरराष्ट्रीय व्यापारात महत्त्व दिले. **ॲडम–स्मिथच्या** सिद्धान्तात त्याच्या अनुयायांनी, विशेषत: **टॉरेन्स आणि रिकार्डो** यांनी सुधारणा केली; तर नवसनातन सिद्धान्त **हेक्श्चर–ओहलिन, लिऑटिफचा** विरोधाभास; इत्यादींनी सिद्धान्ताचे विश्लेषण केले आहे.

२.२ निरपेक्ष खर्च–लाभ सिद्धान्त (Theory of Absolute Cost-Advantage)

ॲडम स्मिथने सनातनवादी अर्थशास्त्राचा पाया रचला. सनातनवादी विचारसरणी

व सिद्धान्त पुढे बराच काळ अर्थशास्त्रात मान्यता पावले. **स्मिथने** मुक्त अर्थव्यवस्थेचा स्वीकार केला. शासनाची भूमिका व कार्ये मर्यादित स्वरूपाची असावीत असे **स्मिथने** म्हटले आहे. कुठलीही अर्थव्यवस्था पूर्णत: स्वयंनिर्भर असू शकत नाही; हा विचार **स्मिथला** मान्य होता व म्हणून त्याने मुक्त अर्थव्यवस्थेचा पुरस्कार केला. त्यासाठी आजही सर्वमान्य असणाऱ्या श्रमविभाजन, आंतरराष्ट्रीय विशेषीकरण या संकल्पना **स्मिथने** मांडल्या. जगाला या संकल्पना देणाऱ्या दूरदर्शी **स्मिथने** आंतरराष्ट्रीय व्यापारासाठी 'निरपेक्ष लाभाचे' तत्त्व सांगितले. श्रममूल्य सिद्धान्ताचा आधार घेऊन ज्या वस्तूंच्या उत्पादन अथवा निर्यातीतून निरपेक्ष लाभ प्राप्त होईल, अशा वस्तूंच्या उत्पादनात विशेषीकरण करावे व अशा वस्तूच केवळ निर्यात कराव्यात असा सिद्धान्त **स्मिथने** मांडला. या सिद्धान्तासाठी **स्मिथने** पूर्ण स्पर्धा, श्रममूल्य सिद्धान्त, श्रमविभाजन, वाहतूक खर्चाचा अभाव इत्यादी तत्त्वे गृहीत धरली.

ॲडम स्मिथचे 'निरपेक्ष लाभाचे' तत्त्व अर्थ विचारात बराच काळ मान्यता पावले व ते तत्त्व आंतरराष्ट्रीय व्यापार सिद्धान्ताचा पाया म्हणून गणले गेले.

स्मिथ यांच्या मते, देशाची नैसर्गिक मक्तेदारी काही वस्तूंच्या उत्पादनात असते. इतर देशांच्या तुलनेने निरपेक्ष खर्च खूप कमी असतो, इतर देशांच्या वस्तूंसाठी आणि निर्यातीसाठी उत्पादनात विशेषीकरणाला प्राधान्य दिले जाते. प्रत्येक देश ज्या वस्तूंच्या उत्पादनाच्या बाबतीत निरपेक्ष खर्चात लाभ असतो ती वस्तू निर्यात करते व ज्या वस्तूच्या बाबतीत निरपेक्ष तोट्याची स्थिती असते ती वस्तू आयात करते.

स्मिथ यांच्या मते, प्रत्येक देशात एका वस्तूचे उत्पादन दुसऱ्या देशापेक्षा निरपेक्षरीत्या कमी खर्चात करता येते. वस्तूच्या मूल्याचा विचार तिच्या उत्पादनासाठी येणाऱ्या श्रम-खर्चाच्या संदर्भात **स्मिथ** यांनी केला आहे. एखाद्या वस्तूचे मूल्य तिच्या उत्पादनासाठी खर्ची पडलेल्या श्रमाने ठरते, असे श्रम-मूल्य सिद्धान्त सांगतो. म्हणजेच दोन वस्तूंचा परस्परांमधील विनिमयाचा दर त्या वस्तूंच्या उत्पादनासाठी खर्च झालेल्या श्रममात्रांच्या प्रमाणात ठरतो.

वेगवेगळ्या देशातील श्रमिकांची उत्पादकता सारखी नसल्याने देशादेशांमधील वस्तूंचे सापेक्ष मूल्य वेगळे असते आणि वस्तूंच्या सापेक्ष मूल्यातील फरकामुळे आंतरराष्ट्रीय व्यापार लाभप्रद ठरतो.

स्मिथच्या मते, देशाला नैसर्गिक साधन सामग्रीच्या आधारे विशेषीकरणामुळे अन्य देशांपेक्षा कमी खर्चात वस्तूंचे उत्पादन करणे शक्य असते. एखाद्या देशांत विशिष्ट वस्तूचे उत्पादन करण्यास अनुकूल परिस्थिती असेल तर तो देश अशा वस्तूंचे उत्पादन करतो. त्या देशातील लोकांच्या त्या वस्तूंच्या गरजा भागवून उरलेले उत्पादन

अन्य देशाला निर्यात केले जाते. एखाद्या देशात खनिज संपत्तीची विपुलता असते तर दुसऱ्या एखाद्या देशातील जमीन, हवामान, पर्जन्यमान इत्यादींमुळे अन्नधान्याचे उत्पादन करण्यास अनुकूल असते. अशा स्थितीत पहिल्या देशाला खनिजांचे उत्पादन करण्यासाठी कमी खर्च येतो, तर दुसऱ्या देशाला अन्नधान्यांचे उत्पादन करण्यास कमी खर्च येतो. त्यामुळे हे दोन देश आपले उत्पादन इतरांना निर्यात करून त्याच्या मोबदल्यात दुसऱ्या वस्तूची आयात करतात व त्यामधून आयात-निर्यात व्यापार अस्तित्वात येतो.

ॲडम स्मिथचा सिद्धान्त पुढील काल्पनिक उदाहरणाच्या साहाय्याने स्पष्ट करता येतो. उदा. भारत आणि पाकिस्तान या दोन देशांत गहू आणि तांदूळ या दोन वस्तूंच्या उत्पादन खर्चात निरपेक्ष फरक आहे. समजा, भारतातील तांदूळ उत्पादनाचा खर्च कमी आहे आणि पाकिस्तानमध्ये गहू उत्पादनाचा खर्च कमी आहे. उत्पादन खर्च श्रम परिणामांमध्ये व्यक्त केला आहे. समजा, या दोन्ही वस्तू दोन्ही देशांत उत्पादन केल्यास एक दिवसाच्या श्रम खर्चात होणारे उत्पादन पुढील तक्त्यात दाखविले आहे.

तक्ता २.१ : निरपेक्ष खर्चातील फरक

देश	**उत्पादन खर्च**	**तांदूळ (किलोग्रॅम)**	**गहू (किलोग्रॅम)**
भारत	एक दिवसाचा श्रम खर्च	१०	५
पाकिस्तान	एक दिवसाचा श्रम खर्च	५	१०

वरील तक्त्यावरून असे दिसून येते की, भारत एका दिवसाच्या श्रम युनिट (एकक) मध्ये १० किलोग्रॅम तांदूळ अथवा ५ किलोग्रॅम गहू उत्पादन करतो, तर पाकिस्तानमध्ये एक दिवसाच्या श्रम युनिट (एकक) मध्ये ५ किलोग्रॅम तांदूळ किंवा १० किलोग्रॅम गहू उत्पादन करू शकतो. तक्त्यावरून भारताला तांदूळ उत्पादनात निरपेक्ष लाभ मिळतो कारण १० किलोग्रॅम तांदूळ हा ५ किलोग्रॅम तांदळाच्या दुप्पट आहे. याउलट पाकिस्तानला गहू उत्पादनात निरपेक्ष लाभ मिळतो कारण १० किलोग्रॅम गहू हा ५ किलोग्रॅम गव्हापेक्षा जास्त आहे. जर या दोन देशांत उत्पादनाचे विशेषीकरण झाले आणि भारताने तांदूळ उत्पादनासाठी सर्व श्रम वापरले तर एकूण २० किलोग्रॅम तांदळाचे उत्पादन होईल. उलट, पाकिस्तानने गहू उत्पादनात विशेषीकरण करून सर्व श्रम गहू उत्पादनासाठी वापरले तर एकूण २० किलोग्रॅम गहू उत्पादन होईल. समजा, या दोन देशांनी दोन्ही वस्तूंचे उत्पादन केले असते तर एकूण १५ किलोग्रॅम (१०+५)

तांदळाचे उत्पादन झाले असते; तसेच एकूण १५ किलोग्रॅम (५+१०) गव्हाचे उत्पादन झाले असते. म्हणजेच विशेषीकरणामुळे ५ किलोग्रॅम तांदळाचे व ५ किलोग्रॅम गव्हाचे जादा उत्पादन झाले. हे जादाचे उत्पादन दोन्ही देशांना लाभदायक ठरते म्हणून आंतरराष्ट्रीय व्यापार अस्तित्वात येतो.

अशा प्रकारे दोन देश दोन वस्तूंचे साधे प्रतिमान घेऊन त्या आधारे **स्मिथ** यांनी आंतरराष्ट्रीय व्यापारापासून होणारे लाभ स्पष्ट केले व मुक्त व्यापाराची आवश्यकता दाखवून दिली. थोडक्यात, एखाद्या देशाला वस्तूच्या उत्पादनात निरपेक्ष खर्च, लाभ जास्त असेल तर दोन्ही देश व्यापारापासून लाभ प्राप्त करून घेऊ शकतात.

स्मिथच्या सिद्धान्ताची गृहीते

निरपेक्ष लाभाचा सिद्धान्त **स्मिथ** यांनी विकसित केला. त्याची गृहीते खालीलप्रमाणे आहेत –

१) श्रम मात्रा (units) च्या शर्तीत परिमाण फक्त उत्पादनाच्या खर्चाचे आहे; म्हणून उत्पादनाच्या मात्रा फक्त श्रमिक विचारात घेतलेले आहेत.
२) उत्पादनाची आवश्यकता श्रमिक मात्रांची संख्या वस्तूंमधील विनिमयात ठरवतो.
३) अर्थव्यवस्थेत पूर्ण रोजगार आहे.
४) श्रमिक देशात गतिमान असतात; परंतु, अंतरराष्ट्रीय पातळीवर अगतिमान असतात.
५) अनुमाप प्रत्यय कृतीत स्थिर किंवा कायम (Constant) तत्त्व दिसून येते.
६) आंतरराष्ट्रीय व्यापारात दोन देश, दोन वस्तू सहभागी होतात.

ॲडम स्मिथच्या सिद्धान्तावर टीका

ॲडम स्मिथ यांच्या गृहीतांवर टीका होते. **स्मिथ** यांनी आपला सिद्धान्त दोन वस्तू दोन देश या आधारे स्पष्ट केला. प्रत्यक्षात एकाच वेळी अनेक देशांशी व्यापार होत असतो. दोन देशांत व्यापारांमध्ये दोनापेक्षा जास्त वस्तूंची आयात-निर्यात होत असते. **स्मिथ** यांनी श्रम हा उत्पादनाचा एकमेव घटक मानला. प्रत्यक्षात श्रमाबरोबर भांडवल, संयोजक, भूमी इत्यादी घटकांची गरज असते, त्याकडे त्याने दुर्लक्ष केले आहे. 'श्रम' हा घटक आंतरराष्ट्रीय पातळीवर एकजिनशी मानला ही एक कल्पनाशक्ती दिसून येते. प्रत्यक्षात एका देशात श्रम एकजिनसी नसतात. अशा प्रकारे **स्मिथ** यांचा 'निरपेक्ष खर्च लाभ' सिद्धान्त हा सदोष पायावर उभा आहे

स्मिथ यांनी विशेषीकरण ही संकल्पना वापरली. दोन देश दोन वस्तूंच्या उत्पादनात विशेषीकरण करील, हे फक्त उत्पादन खर्चाच्या फरकावरून निश्चित होते.

परंतु, एक प्रकारच्या उत्पादनातून दुसऱ्या प्रकारच्या उत्पादनाकडे श्रमिकांना वळविणे हे शक्य आहे का? त्यातील अडचणी काय असतील, याचा विचार **स्मिथने** केलेला नाही. ही एक **स्मिथच्या** सिद्धान्ताची मर्यादा आहे.

दुसरी एक टीका केली जाते, ती म्हणजे दोन देशांतील व्यापाराचा निर्णय उत्पादन खर्चातील फरकावरून ठरविला जातो. परंतु हे एकमेव कारण, नाही तर दोन देशांतील भौगोलिक अंतरसुद्धा एक कारण असू शकते. बऱ्याचदा वाहतूक खर्चाचा विचार करता, उत्पादन खर्चात केवळ स्वरूपाचा फरक असूनही आंतरराष्ट्रीय व्यापार फायद्याचा ठरू शकत नाही. वाहतूक खर्चाकडे **स्मिथने** दुर्लक्ष केले आहे हे स्पष्ट होते.

एल्स्वर्थ (Ellsworth) यांनी **स्मिथच्या** गृहीतांवर टीका केली आहे. ती म्हणजे, निरपेक्ष खर्च-लाभ; देशाचा महत्त्वाचा आंतरराष्ट्रीय व्यापाराचा हेतू असतो. परंतु ते वास्तविक बरोबर नाही, कारण काही विकसनशील देश आंतरराष्ट्रीय व्यापारात प्रवेश करतात. कोणत्याही वस्तूंच्या उत्पादनात त्यांची निरपेक्ष खर्च-लाभ प्रक्रिया किंवा प्रवृत्ती बरोबरच नसते; म्हणून **स्मिथच्या** विश्लेषणाचा कल वस्तुस्थितीला धरून आणि समाधानकारक नाही.

२.३ तुलनात्मक खर्च लाभाचा सिद्धान्त (Theory of Comparative Cost Advantage)

डेव्हिड रिकार्डो यांनी १८१७ मध्ये 'प्रिन्सिपल ऑफ पॉलिटिकल इकॉनॉमी अँड टॅक्सेशन' या ग्रंथामध्ये 'ऑन फॉरेन ट्रेड' या प्रकरणात आंतरराष्ट्रीय व्यापार फायद्याचा होण्यासाठी उत्पादन खर्चातील तुलनात्मक फरक महत्त्वाचा असतो हे स्पष्ट केले. **रिकार्डोने स्मिथ** यांच्या सिद्धान्ताचा संदर्भ देत त्याने आपल्या सिद्धान्ताची तर्कसंगत सैद्धांतिक विश्लेषणाची मांडणी केली.

डेव्हिड रिकार्डोने स्मिथच्या विचारांनी प्रभावित होऊन अर्थशास्त्रीय विचारांना आणखी गती देण्याचा प्रयत्न केला. आंतरराष्ट्रीय व्यापार सिद्धान्ताबाबत **रिकार्डोने** तुलनात्मक खर्च-लाभाचा सिद्धान्त मांडून एक इतिहास रचला. **रिकार्डोच्या** मते, आंतरराष्ट्रीय व्यापार हा तुलनात्मक खर्च-लाभांवर अवलंबून असतो. **रिकार्डोने** विविध देश विविध प्रकारच्या वस्तूंच्या उत्पादनात विशेषीकरण का करतात, याचे स्पष्टीकरण करण्याचा प्रयत्न केला. दोन देश, दोन उत्पादने, उत्पादन घटक - श्रम या सर्वांचा आधार घेऊन त्याने अंकगणितीय उदाहरण देऊन 'तुलनात्मक खर्च-लाभाचे' विश्लेषण केले, तर्कदृष्ट्या निरपेक्ष लाभापेक्षा तुलनात्मक लाभाचे तत्त्व निःसंशय

सरस ठरले व जवळजवळ त्यानंतर शतकभर आंतरराष्ट्रीय व्यापाराच्या बाबतीत 'तुलनात्मक लाभाचे' तत्त्वच ग्राह्य धरण्यात आहे.

आंतरराष्ट्रीय व्यापार चालू राहतो, कारण दोन देशांमध्ये निर्माण होणाऱ्या वस्तूंच्या उत्पादनखर्चात फरक असतो. असा फरक - (अ) निरपेक्ष फरक, (ब) तुलनात्मक फरक, (क) समान फरक या तीन प्रकारचा असतो. **ॲडम स्मिथ** यांनी फक्त त्यातील निरपेक्ष फरकाचा विचार केला तर **रिकार्डो** यांनी आपल्या सिद्धान्तात तौलनिक फरकही विचारात घेतला आहे व सिद्धान्ताची मांडणी केली. उत्पादन खर्चात निरपेक्ष फरक व तुलनात्मक फरक असला तर आंतरराष्ट्रीय व्यापार फायद्याचा ठरतो.

रिकार्डोच्या मते, देशादेशांमधील आंतरराष्ट्रीय व्यापाराचा पाया तुलनात्मक खर्च-लाभ हा आहे. त्यांच्या मते, इतर घटक सारखे असतील तर देशाचा कल विशेषीकरण करून निर्यातीचा असेल. तुलनात्मक खर्च-लाभ हा वस्तूचे उत्पादन फायदेशीर होत असेल तर मिळतो व तेच उत्पादन केले जाते. देश आयात करीत असलेल्या वस्तूंच्या बाबतीत कमी तुलनात्मक खर्च फायदेशीर ठरतो. **रिकार्डोने** विकसित केलेल्या सिद्धान्ताचे विश्लेषण करताना दोन देश, दोन वस्तू आणि एक मात्रा प्रतिमानाबरोबर खालील गृहीते आधारभूत आहेत-

१) श्रम हा फक्त उत्पादन घटक आहे.
२) उत्पादन खर्च श्रमाच्या संदर्भात मोजला जातो.
३) दोन्ही वस्तूंच्या बाजारात आणि श्रमाच्या बाजारात पूर्ण स्पर्धा आहे.
४) श्रमाचे सर्व नग एकजिनसी असतात.
५) देशांतर्गत उत्पादन घटक पूर्णपणे गतिक्षम असले तरी दोन देशांमध्ये ते गतिक्षम होऊ शकत नाहीत.
६) अनियंत्रित मुक्त व्यापार आहे.
७) दोन्ही देशांत पूर्ण रोजगार आहे.
८) वाहतूक खर्च विचारात घेत नाही.
९) दोन्ही देशांत स्थिर उत्पादन खर्चाचा अगर स्थिर उत्पादन फलाचा सिद्धान्त व्यवहारात दिसत आहे.
१०) दोन्ही देशात तांत्रिक बदल होत नाही.

तुलनात्मक खर्चाची तत्त्वे :

तुलनात्मक लाभाच्या तत्त्वाबाबतीत असे म्हणता येते की, दोन्ही देशांना लाभ मिळतो. दोन वस्तूंच्या उत्पादनात त्यांपैकी दुसऱ्यापेक्षा जास्त कार्यक्षम अशा एकाच

पासून व्यापारात त्यांना फायदे मिळतात. तुलनात्मक खर्चाचा कल वेगवेगळ्या देशांत वेगवगळा असतो. कारण निर्मित उत्पादन आवश्यक उत्पादनाच्या घटकांची उपलब्धता हे असते. परंतु, घटकांची देणगी उत्पन्नासारखी संबंधित नसते. प्रत्येक वस्तूची मागणी वेगवेगळ्या देशांत असते. विशेषीकरणाचा तुलनात्मक खर्च-लाभाचा फायदा व्यापारी देशांना होतो. निर्मित उत्पादनाची कमी किंमत असते. विपुल प्रमाणात घटक उपलब्ध असणाऱ्या देशांत उपलब्ध होतात त्यामुळे आंतरराष्ट्रीय व्यापारात त्या वस्तू स्वस्त मिळतात. **रिकार्डोच्या** मुक्त व्यापाराच्या शिफारशीची आवश्यकता म्हणजे जास्त फायदे आणि वाढते कल्याण हे आंतरराष्ट्रीय पातळीवर आहे.

रिकार्डो यांच्या सिद्धान्ताने असे स्पष्ट केले आहे की, एखाद्या देशाला काही वस्तू जरी दुसऱ्या देशापेक्षा कमी खर्चात तयार करता येत असली तरीही त्या देशाने त्यांपैकी एकावर आपले लक्ष केंद्रित करावे व आंतरराष्ट्रीय व्यापार चालू ठेवावा. त्यात त्या देशाचे व दुसऱ्या देशाचे हित आहे.

तुलनात्मक खर्च-लाभ

उदाहरणाच्या साहाय्याने स्पष्ट करता येईल.

तुलनात्मकदृष्ट्या ज्या वस्तूच्या उत्पादनात उत्पादनखर्च कमी येतो, त्या वस्तूंचे उत्पादन त्या देशाने करावे. त्याची निर्यात करावी आणि त्या वस्तूच्या मोबदल्यात उत्पादन खर्च जास्त येणाऱ्या वस्तूंची दुसऱ्या देशाकडून आयात करावी. वस्तू उत्पादनातील सापेक्ष फरकाने आंतरराष्ट्रीय व्यापार सुरू होतो व दोन्ही देशांना लाभ होतो.

देश	उत्पादन खर्च	तांदूळ (किलोग्रॅम)		गहू (किलोग्रॅम)
भारत	२० श्रम दिवस	१५०	किंवा	१५०
बांगलादेश	२० श्रम दिवस	६०	किंवा	१२०

वरील उदाहरणांवरून दोन्ही वस्तूंच्या उत्पादनात भारत हा बांगलादेशापेक्षा कार्यक्षम आहे असे दिसून येते. दोन्ही वस्तू बांगलादेशाच्या मानाने तो कमी खर्चात निर्माण करतो. मात्र, तुलनात्मकदृष्ट्या पाहिल्यास भारताची उत्पादनक्षमता तांदळाच्या बाबतीत गव्हापेक्षा जास्त आहे; म्हणून भारताने तांदळाच्या उत्पादनात विशेषीकरण करावे व बांगला देशाने गव्हाच्या उत्पादनात विशेषीकरण करावे. आता व्यापारापूर्वी

या दोन देशांत या दोन वस्तूंमधील विनिमय दर भारतात १ किलो तांदूळ = १ किलो गहू व बांगला देशांत १ किलो तांदूळ = २ किलो गहू असा आहे. अर्थात्‌च, आंतरराष्ट्रीय व्यापारात भारत १ किलो तांदळाच्या मोबदल्यात १ किलो गव्हापेक्षा जास्त गहू मिळवा अशी अपेक्षा धरेल तर बांगलादेश १ किलो तांदळाच्या मोबदल्यात २ किलोपेक्षा थोडा कमी गहू देण्यास तयार होईल. प्रत्यक्षात विनिमय दर १ किलो तांदूळ = १ ते २ किलो गहू या दरम्यान निश्चित होईल व हा व्यापार दोन्ही देशांना फायदेशीर ठरेल.

रिकार्डोच्या सिद्धान्ताचे मूल्यमापन (Critical Evaluation of Ricardo's Theory)

रिकार्डो यांनी आंतरराष्ट्रीय व्यापाराच्या तुलनात्मक खर्चाच्या सिद्धान्तात अतिशय चांगले स्पष्टीकरण केले आहे. आधुनिक लेखकांनी त्यात काही दुरुस्त्या सुचविल्या आहेत. त्यांचा सिद्धान्त तार्किक पायांवर उभा आहे. मात्र, काही मर्यादा दिसून येतात. **ओहलिन, ग्रॅहम** या अर्थशास्त्रज्ञांनी सिद्धान्तावर पुढीलप्रमाणे टीका केली आहे.

१) **सिद्धान्तात श्रम-खर्च ही मुख्य अट : रिकार्डोचा** सिद्धान्त मुख्यत: श्रम सिद्धान्ताच्या मूल्यावर आहे. त्याने फक्त श्रमिक खर्च मान्य केला; इतर खर्च धरला नाही. त्या सिद्धान्तात वास्तव दृष्टिकोन दिसून येत नाही. श्रम खर्च दृष्टिकोनात श्रमिक एकजिनसी असतात असे गृहीत धरले. परंतु, श्रमिकांचे स्वरूप भिन्न असते म्हणून श्रमखर्चाचा दृष्टिकोन वस्तुस्थितीला धरून नाही.

२) **स्थिर उत्पादन पातळीचे गृहीत :** दोन्ही देशांत उत्पादनाचा स्थिर खर्च हा पाया धरला, परंतु तो अपूर्ण आहे. तो एक तर वाढता खर्च किंवा घटता खर्च असेल. जेव्हा उत्पादन मोठ्या पातळीवर घेतले जाते तेव्हा खर्च कमी आणि तुलनात्मक फायदे वाढतात. परंतु, वाढत्या एकत्रित उत्पादनाबरोबर खर्चात वाढच होते. नंतर मात्र तुलनात्मक फायदे कमी होण्याकडे कल असतो किंवा ते कमी होतात.

३) **स्थिर प्रमाणात श्रमिकांच्या वापराचे गृहीत :** तुलनात्मक खर्च सिद्धान्तात मुख्यत: सर्व वस्तूंच्या उत्पादनासाठी श्रमिकांचा उपयोग केला जातो. हे सांख्यिकीय अनुमान आहे, ते वास्तव स्वरूपात नाही. व्यवहारात वस्तुनिर्मितीसाठी वेगवेगळ्या भागांमध्ये श्रमिकांचा उपयोग केला जातो.

४) **वाहतूक खर्चाकडे दुर्लक्ष :** सिद्धान्तात वेगवेगळे वाहतूक खर्च वगळले

आहेत. तुलनात्मक खर्च दरातील फरक रद्द केला आहे. वाहतूक खर्च वाढला म्हणून त्या वस्तू आंतरराष्ट्रीय व्यापाराच्या होत नाहीत.

५) **उत्पादन घटक पूर्ण गतिमान अंतर्गत नसतात : रिकार्डोच्या** सिद्धान्तात उत्पादनाचे घटक देशांत पूर्णपणे गतिमान असतात असे गृहीत धरले. परंतु, आंतरराष्ट्रीय दृष्टिकोनातून ते पूर्णपणे अगतिमान असतात हे वस्तुस्थितीला धरून नाही. कारण एक तर देशात घटक पूर्णपणे एका प्रदेशातून दुसऱ्या प्रदेशात गतिमान नसतात किंवा एका उद्योगातून दुसऱ्या उद्योगात गतिमान नसतात.

६) **उच्च बंधनात्मक प्रतिमानांचा वापर : रिकार्डोच्या** प्रतिमानात दोन देशांत दोन वस्तूंसाठी व्यवहार केले जातात असे गृहीत धरले ते अवास्तव आहे. व्यवहारात आंतरराष्ट्रीय व्यापारात काही वस्तू आणि काही देश व्यवहार करतात.

७) **मुक्त व्यापाराचे गृहीत अवास्तव : रिकार्डोचा** सिद्धान्त मुख्यत: पूर्ण आणि मुक्त व्यापाराच्या गृहीतांवर आधारित आहे. परंतु, जागतिक व्यापार मुक्त नाही. इतर देशांत वस्तूंच्या आयात-निर्यातीत अनेक बंधने येतात. उत्पादनाच्या बाबतीत एकजिनसीपणाकडे कल असतो; हे सर्व घटक हा सिद्धान्त नाकारतो.

८) **तंत्रज्ञानाच्या भूमिकेला नकार :** तंत्रज्ञानाचे महत्त्व **रिकार्डोच्या** सिद्धान्तात नाकारले आहे. परंतु, जगाचे वैशिष्ट्य म्हणजे जलद तांत्रिक प्रगती आहे. निरीक्षणावरून असे दिसून येते की, उत्पादन खर्च तांत्रिक प्रगतीमुळे कमी होतो आणि वस्तूंच्या पुरवठ्यात वाढसुद्धा होते. देशांतर्गत आणि आंतरराष्ट्रीय बाजार या दोन्हीतही वाढ होते. वस्तुस्थिती अशी आहे की, जागतिक व्यापाराचा फायदा मुख्यत्वे सहभागित्व आणि संशोधन व विकासाचे उपक्रम यात आहे.

९) **पूर्ण रोजगाराचे गृहीत :** या सिद्धान्तात पूर्ण रोजगार हे गृहीत वास्तव नाही त्यामुळे तो सिद्धान्त अवास्तव वाटतो.

१०) **फक्त पुरवठ्याच्या बाजूचा सिद्धान्त : रिकार्डोचा** सिद्धान्त फक्त आंतरराष्ट्रीय व्यापाराच्या बाजूच्या पुरवठ्यावर लक्ष वेधून घेतो. त्याचे विश्लेषण त्या वस्तूंची निर्यात व आयातीचे आहे. व्यापाराबाबत स्पष्टीकरण व त्यामधील विनिमय दर काय आणि दोन्ही देशांमधील व्यापाराच्या अटी दिलेल्या नाहीत.

११) **ओहलिनची** (Ohlin) **टीका : हेक्श्चर-ओहलिन** यांनी या सिद्धान्तावर पुढीलप्रमाणे टीका केली.

दोन देश, दोन वस्तू प्रतिमानाच्या पायावर श्रम सिद्धान्ताचे मूल्य आधारित

आहे. मात्र काही देश, काही वस्तू आंतरराष्ट्रीय व्यापारात असतात. त्यामुळे **रिकार्डोचा** सिद्धान्त अवास्तव आहे. निरीक्षण केल्यास असे दिसून येते की, तो धोकादायक आणि त्रुटी असणारा आहे.

आंतरराष्ट्रीय व्यापारावर **रिकार्डोच्या** सिद्धान्तामुळे मर्यादा येतात. मात्र, तरीसुद्धा विश्लेषणासाठी, तुलनात्मक लाभासाठी त्याचा उपयोग होऊ शकतो, त्यामुळे आंतरराष्ट्रीय व्यापार विस्तारासाठी फायदेशीर ठरतो.

२.४ हेक्श्चर – ओहलिन सिद्धान्त (Heckcher-Ohlin Theory)

रिकार्डोच्या तुलनात्मक खर्च सिद्धान्तावर टीका करण्याचे मुख्य कारण म्हणजे 'श्रममूल्य सिद्धान्त' होय. श्रममूल्याच्या सिद्धान्तानुसार वस्तूच्या उत्पादनात श्रमिकांच्या सहभागामुळे वस्तूचे मूल्य ठरते. त्यामुळे उत्पादनाचा मुख्य घटक 'श्रमिक' हाच आहे. वस्तू उत्पादनात श्रमिकांव्यतिरिक्त इतर घटकांचा विचार केला जात नाही. गृहीतांमध्येसुद्धा श्रम हा घटक एकजिनसी व त्याचा उपयोग सर्व वस्तूंच्या उत्पादनात सारखाच केला जातो. या गृहीतांचे अवलोकन केल्यास ही गृहीते अवास्तव वाटतात. म्हणून आधुनिक अर्थशास्त्रज्ञ **हेक्श्चर–ओहलिन, रायबेगनस्की** इत्यादींनी पर्यायी सिद्धान्त मांडले त्यामुळे **रिकार्डोच्या** सिद्धान्तावर मर्यादा येतात.

इलि फिलीप हेक्श्चर (१८७९–१९५२) तर **बर्टिल ओहलिन** (१८९९–१९७९) हे **हेक्श्चर** यांचे विद्यार्थी या स्वीडिश अर्थशास्त्रज्ञांनी **रिकार्डोनंतर रिकार्डोच्या** सिद्धान्ताची पुढची साखळी म्हणून आपला सिद्धान्त मांडला. या सिद्धान्तानुसार आंतरराष्ट्रीय व्यापाराचा मुख्य पाया म्हणजे 'तुलनात्मक घटकांची उपलब्धता'असल्याचे त्यांचे मत होते. त्यांच्या मते घटकांची उपलब्धता (Factor Endowment) म्हणजे प्रत्येक देशाकडे असणारे उत्पादन घटकांचे विशिष्ट प्रमाण होय. ज्या देशात जो घटक विपुलतेने उपलब्ध असतो तो घटक वस्तुच्या उत्पादनात अधिक वापरला जातो अशाच वस्तूच्या बाबतीत तौलनिक लाभ दिसून येतो. जसे उदा. भारत, कोरिया, तैवान हे श्रमाचे प्रमाण अधिक असलेले देश, श्रम हा घटक़ अधिक वापरून वस्तूंची उदा. कापड, पादत्राणे इत्यादी निर्यात करतात तर भूमी या घटकाची विपुलता असणारे देश उदा. ऑस्ट्रेलिया, कॅनडा हे देश मांस व गहू यांची भूमी या घटकाची उपलब्धता असल्याने त्या वस्तूंची निर्यात करतील.

उदा. (२) 'अ' देशाकडे भांडवलापेक्षा श्रम अधिक प्रमाणात असतील तर तो देश श्रमाचा अधिकाधिक वापर करून श्रमप्रधान उत्पादनतंत्राद्वारे वस्तूंचे उत्पादन, त्या वस्तूंच्या उत्पादनात विशेषीकरण करेल व अशा वस्तूंच्या निर्मितीतून त्या देशाला लाभ प्राप्त होईल.

बर्टिल–ओहलिन यांच्या साधारण समतोलाचे परीक्षण केल्यास आंतरराष्ट्रीय व्यापाराच्या समस्यांबरोबर व्यवहारातील उपयोग आंतरराष्ट्रीय व्यापारात दिसून येतो. देशात उत्पादन घटकांच्या किमती आणि घटकांच्या देणग्यांसंबंधी उपलब्धतेवरून प्रादेशिक व्यापार आणि उत्पादनाच्या विशेषीकरणाची पद्धत मुख्यत: ठरविली जाते. घटकांच्या देणग्या वेगवेगळ्या असतात म्हणून श्रीमंत देशांचा भांडवलाचा उपयोग करण्याकडे कल असतो आणि श्रमिकांचा पुरवठा श्रीमंत देशात केला जातो. तसेच श्रमप्रधान वस्तूंची निर्यात केली जाते. आंतरराष्ट्रीय व्यापाराचे मुख्य कारण म्हणजे इतर प्रदेशातून कमी किमतीत वस्तू खरेदी केल्या जातात. विशेषीकरणामुळे आणि घटकांच्या देणगीमुळे उत्पादन खर्च कमी येतो. त्यामुळे वस्तूंच्या किमतीत फरक दिसून येतो. हे आंतरराष्ट्रीय व्यापाराचे मुख्य कारण आहे.

हेक्श्चर–ओहलिन सिद्धान्ताची गृहीते (Assumptions of the Theory)

हेक्श्चर–ओहलिन सिद्धान्त पुढील गृहीतांवर आधारित आहे.

१) सिद्धान्तात दोन देश, दोन वस्तू, दोन उत्पादन घटक (श्रम व भांडवल) गृहीत धरले आहे; हा सिद्धान्त २ × २ × २ प्रतिमान आहे.

२) अर्थव्यवस्थेत संसाधनांमध्ये पूर्ण रोजगार असतो.

३) वस्तू बाजार व घटक बाजारात पूर्ण स्पर्धा आस्तत्वात आहे.

४) दोन वेगवेगळ्या वस्तूंच्या उत्पादन घटकांची तीव्रता वेगवेगळी असते. काहीवेळा ती श्रमप्रधान तर काहीवेळा भांडवलप्रधान असते.

५) वेगवेगळ्या प्रदेशात उत्पादन घटकांच्या उपलब्धतेत संख्यात्मक स्वरूपाचे भेद असतात; परंतु, गुणात्मकदृष्ट्या ते एकजिनसी असतात.

६) एकाच प्रदेशात उत्पादन घटक पूर्ण गतिशील असतात. परंतु, आंतरराष्ट्रीय पातळीवर ते पूर्ण अगतिशील असतात.

७) दोन देशांत 'मुक्त व्यापार' असतो.

८) वस्तूंच्या बाबतीत प्रत्येक देशात स्थिर उत्पादनफलाची स्थिती असते.

९) वाहतूक खर्चाचा अभाव.

१०) वेगवेगळ्या वस्तूंसाठी उत्पादन फलने वेगवेगळी असतात. परंतु, एकाच वस्तूसाठी वेगवेगळ्या देशांत ती समान असतात.

११) तंत्रज्ञानात कोणताही बदल होत नाही.

१२) दोन्ही देशांत ग्राहकांची पसंती आणि मागणीची रचना विशिष्ट असते.

१३) फक्त एका वस्तूच्या उत्पादनात विशेषीकरण देशात होत नाही किंवा पूर्णत: विशेषीकरण होत नाही.

१४) आंतरराष्ट्रीय व्यापारात फक्त वस्तूंच्या व्यापारांचा समावेश होतो.

हेक्श्चर–ओहलिन सिद्धान्तात दोन पायाभूत प्रमेय (Theorem) आहेत.

१) व्यापाराचे प्रमेय (Theorem) : या सिद्धान्तानुसार आंतरराष्ट्रीय व्यापाराचा पाया वेगवेगळ्या देशांत वेगवेगळ्या घटकांच्या देणग्यांवर आहे. विशेषीकरण आणि निर्यात वस्तू देणगीच्या विपुलतेबरोबर साधनांवरही अवलंबून असते. देशात निर्यात वस्तूंची मुबलकता असेल आणि देशात स्वस्त साधने असतील, तसेच ज्यांना आयात वस्तूंच्या उत्पादनाची गरज असेल, तेव्हा तुलनात्मकदृष्ट्या दुर्मीळ आणि खर्चीक साधनांचा उपयोग हेतूपूर्वक उत्पादनाच्या गरजेसाठी केला जातो.

२) घटकांची किंमत समानता (Equalization) : आंतरराष्ट्रीय व्यापाराचा कल दोन देशांत घटकांच्या किमती समानतेवर असतो. म्हणून सिद्धान्ताचे विश्लेषण घटक देणगी आणि व्यापारविषयक बोलणी पद्धत वेगवेगळ्या अटीत तुलनात्मक फायद्याच्या कारणांचे विश्लेषण केले आहे. दुसऱ्या प्रमेयात (Theorem II) किंमत घटकांच्या सारखेपणाची प्रक्रिया या बाबतीत आंतरराष्ट्रीय व्यापाराचे परिणाम स्पष्ट केले आहेत.

ओहलिन यांनी भांडवल – श्रीमंत देशाच्या बाबत असे स्पष्ट केले की, जर एखाद्या देशात भांडवलाला मिळणाऱ्या मोबदल्याच्या श्रमाला मिळणाऱ्या मोबदल्याशी असलेला दर हा दुसऱ्या देशात भांडवलाला मिळणाऱ्या मोबदल्याच्या श्रमाला मिळणाऱ्या मोबदल्याशी असलेल्या दरापाशी कमी असेल तर पहिला देश दुसऱ्या देशाच्या तुलनेत भांडवल–श्रीमंत असेल.

हेक्श्चर–ओहलिन दृष्टिकोनानुसार भांडवलाची विपुलता असलेला देश श्रमाची विपुलता असलेल्या देशाशी व्यापार करतो. श्रमाची विपुलता असणारा देश श्रमप्रधान वस्तूंची निर्यात करतो तर भांडवल विपुलता असलेला देश भांडवलप्रधान वस्तूंची निर्यात करतो; तसेच दोन्ही देशात आयात–स्पर्धक उत्पादनसुद्धा केले जाते.

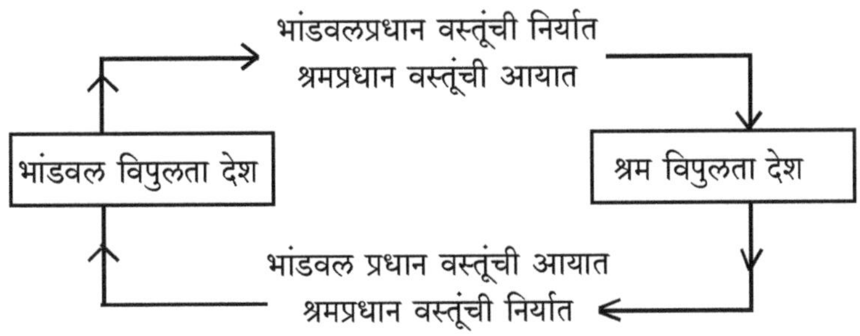

हेक्श्चर – ओहलिनचा आंतरराष्ट्रीय व्यापार वरीलप्रमाणे सांगता येतो.

उत्पादन घटकांची प्रत्यक्षातील विपुलता

हेक्श्चर–ओहलिन प्रतिमानानुसार स्पष्ट करता येते. ‘अ’ देशाकडे इतर देशांच्या तुलनेने भांडवलाचे प्रमाण मोठे असेल तर भांडवली संख्येच्यादृष्टीने ‘अ’ देशात विपुलता आहे असे म्हणता येते. ‘अ’ देश तुलनात्मकदृष्ट्या भांडवलसंपन्नतेच्या बाबतीत सरस ठरतो, तर ‘ब’ देशाकडे श्रमिकसंख्या जास्त असते. अशा वेळी पुढील सूत्राचा वापर करून उत्पादन घटकांची त्या देशातील विपुलता मोजता येते.

$$\frac{\text{कअ}}{\text{लअ}} > \frac{\text{कब}}{\text{लब}}$$

येथे कअ = ‘अ’ देशात भांडवलाची एकूण रक्कम.

कब = ‘ब’ देशात भांडवलाची एकूण रक्कम.

लअ = ‘अ’ देशात श्रमाची एकूण रक्कम.

लब = ‘ब’ देशात श्रमाची एकूण रक्कम.

आता दोन्ही देशांमध्ये विशेषीकरण आणि उत्पादनाची प्रक्रिया स्पष्ट केली आहे.

या सिद्धान्ताचे आकृतीच्या साहाय्याने स्पष्टीकरण पुढीलप्रमाणे –

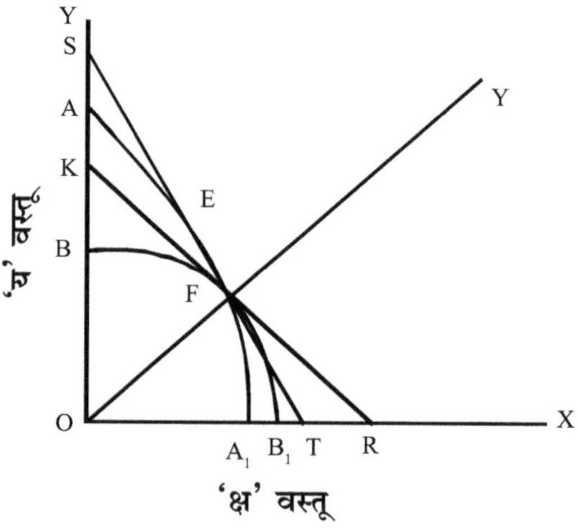

आकृती क्र. २.१

‘अ’ देशाचा उत्पादन शक्यता वक्र 'AA_1' दिला आहे; तर ‘ब’ देशाची उत्पादन शक्यता वक्र 'BB_1' दिला आहे. उत्पादन शक्यता वक्रांचा अभ्यास करताना हे स्पष्ट होते

की, ‘य’ वस्तू भांडवलप्रधान उत्पादन प्रक्रियेतून आणि ‘क्ष’ वस्तू श्रमप्रधान उत्पादन प्रक्रियेतील आहेत. जर दोन्ही देशांनी दोन्ही वस्तूंचे सारख्याच प्रमाणात उत्पादन केले तर 'OY' एवढे उत्पादन निर्माण करतील. जर त्या प्रत्येक देशांनी उत्पादन विशिष्ट बिंदूपर्यंत केले तर ‘अ’ देशात ‘E’ बिंदू इतके उत्पादन होऊ शकते. कारण त्या ठिकाणी ‘ST’ ही उत्पादन घटक किंमत रेषा 'AA_1' या उत्पादनक्षमता वक्रास स्पर्श करते. त्यात ‘य’च्या 'OS' इतक्या वस्तू निर्माण करता येतील व त्या तुलनेने स्वस्त असतील. पण ‘क्ष’ वस्तूच्या संख्येत घट होते. कारण; 'OT' इतके उत्पादन देशात खर्चीक असते. 'B' देश 'F' बिंदूपर्यंत उत्पादन वाढवेल तेथे 'KR' उत्पादन घटक किंमतरेषा उत्पादन शक्यता वक्रास म्हणजे 'BB_1' वक्रास स्पर्श करते. 'B' देश ‘क्ष’च्या वर इतक्या संख्येने उत्पादन तौलनिकदृष्ट्या कमी खर्चात करू शकतो. मात्र, `OK' इतके ‘य’ चे उत्पादन घटते. यावरून निष्कर्ष असा की, उत्पादन घटक मूल्यरेषा 'A' देशात अधिक उभी आहे; तर 'B' देशातील 'KR' ही उत्पादन घटक मूल्यरेषा जास्त पसरट आहे; कारण 'KR'चा उतार 'ST' च्या उतारापेक्षा मोठा आहे.

'X' अक्षावरील दोन किंमतरेषेतील फरक असे सूचित करतो की, 'B' देशात 'X'चे 'OR' इतके उत्पादन केले जाते; कारण ते 'A' देशातील ‘क्ष’ वस्तूच्या 'OT' उत्पादनाहून मोठे आहे. (OR > OT) तसेच ‘य’ वस्तूच्या 'Y' अक्षावरील किंमतरेषांमधील फरक असे सुचवितो की, 'A' देशात ‘य’ वस्तूचे ‘व स’ एवढे उत्पादन होते. ते 'B' देशाने 'Y' संख्येपर्यंत केलेले 'Y' उत्पादनापेक्षा मोठे आहे. (OS < OK). थोडक्यात, निष्कर्ष असा की, 'A' देशात भांडवल विपुलतेमुळे भांडवलप्रधान ‘य’ वस्तूचे उत्पादन होते तर 'B' देशात श्रमप्रधान असलेले ‘क्ष’चे उत्पादन होते.

यावरून असेही सूचित होते की, भांडवलाची विपुलता असणारा देश भांडवलप्रधान ‘य’ वस्तूचे उत्पादन अपेक्षा करेल आणि श्रमप्रधान देशात उत्पादन वाढविले जाईल.

प्रा. झिंगन (Prof. Jhingan) यांच्या मते, ‘अ’ देशाचा 'AA_1' हा उत्पादनशक्यता वक्र आहे आणि ‘ब’ देशाचा 'BB_1' हा उत्पादनशक्यता वक्र आहे. 'AA_1' या वक्रास उत्पादन घटक किंमत वक्र 'S' बिंदूपाशी वक्र करतो. त्यावरून त्या देशाचे भांडवलातील कौशल्य वाढविता येते व त्या देशातील वस्तूंच्या उत्पादनांपेक्षा आयातीची मागणी जास्त असते. तसेच ‘ब’ देश 'OB_1' इतके श्रम आधारित वस्तूंचे उत्पादन करेल ते ‘अ’ देशाला 'OA_1' पेक्षा जास्त असेल. अशा रीतीने प्रत्येक देश आपल्या उत्पादनाची उत्पादनक्षमता नियंत्रित ठेवत असतो.

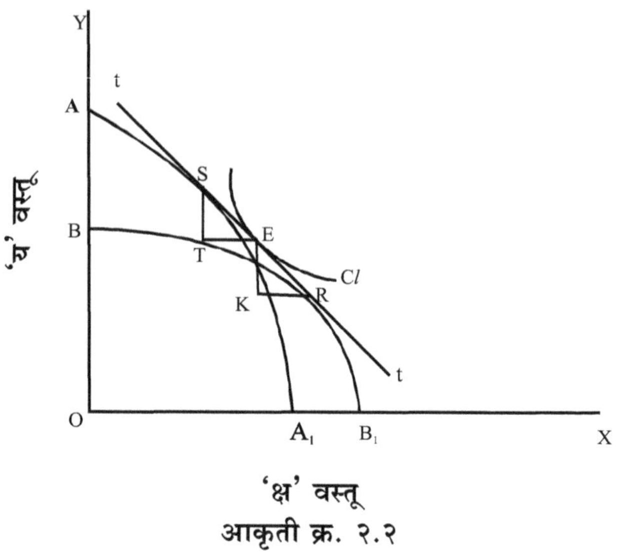

'क्ष' वस्तू
आकृती क्र. २.२

अशा बाबतीत भांडवली खर्च सारखाच असतो. मागणी किंवा ग्राहकाच्या आवडीनिवडी या बाबतीत दोन्ही देशांत समान स्थिती अपेक्षिली असून त्यामध्ये उत्पादनाची मतबंधने घालता येत नाहीत.

व्यापारविषयक अटी संदर्भात दोन देशांत त्रिकोणाने स्पष्टीकरण देता येते. 'EKR' या त्रिकोणाने ते दाखविले जाते. 'अ' देशाने 'TS' इतकी 'Y' वस्तू निर्यात केली; तर 'TE' इतक्या मालाची आयात केली जाते. 'ब' देश 'क्ष'च्या 'KR' वस्तूची निर्यात करतो आणि 'य'च्या 'KE' वस्तूंची आयात करतो.

उदाहरणाच्या साहाय्याने स्पष्टीकरण –

हेक्श्चर – ओहलिन यांनी आंतरराष्ट्रीय व्यापाराच्या स्पष्टीकरणासाठी ऑस्ट्रेलिया आणि इंग्लंड या दोन देशांतील प्रत्येकी लोकर आणि लोखंड, पोलाद ही उत्पादने विचारात घेतली. या दोन उत्पादनांसाठी श्रमप्रधान व भांडवलप्रधान उत्पादन तंत्रे वापरली जातात. इंग्लंड हा भांडवलप्रधान उत्पादनतंत्राच्या साहाय्याने लोखंड आणि पोलादाचे उत्पादन घेतो; कारण इंग्लंडमध्ये भांडवल मोठ्या प्रमाणात उपलब्ध आहे. ऑस्ट्रेलियामध्ये उपलब्ध असणारी जमीन आणि मेंढ्यापासून मिळणारी लोकर यांची विपुलता आहे; त्यामुळे ऑस्ट्रेलिया लोकरीचे उत्पादन घेतो. देशात उपलब्ध असलेल्या नैसर्गिक घटकांची विपुलता विचारात घेतल्यामुळे या दोन्ही देशांमध्ये विशेषीकरण करता येते. या दोन्ही देशांनी जर प्रत्येकी लोखंड, पोलाद आणि लोकर

या दोन उत्पादनावर लक्ष केंद्रित केले तर या दोन्ही देशांना आंतरराष्ट्रीय व्यापारापासून लाभ होऊ शकतो. **हेक्श्चर–ओहलिन** सिद्धान्तानुसार कोणताही देश ज्या उत्पादनासाठी त्या देशामध्ये उपलब्ध असणारे उत्पादन घटक मोठ्या प्रमाणावर वापरतो व त्यातून लाभ मिळवतो.

हेक्श्चर – ओहलिन यांचा सिद्धान्त काल्पनिक उदाहरणाच्या साहाय्याने स्पष्ट करता येतो.

'अ' देश आणि 'ब' देश असे दोन देश प्रत्येक यंत्रसामग्री व कापड यांचे उत्पादन घेतात व दोन्ही देशांत उत्पादन खर्च भिन्न स्वरूपाचा आहे.

तक्ता २.२

उत्पादन घटक	घटकांची विपुलता		घटक प्रमाण	उत्पादन खर्च कापड उत्पादन		घटक प्रमाण	उत्पादन खर्च यंत्रसामग्री उत्पादन	
	अ	ब		अ	ब		अ	ब
श्रम भांडवल	६ २	२ ५	४ २	२४ ४	८ १०	२ ४	१२ ८	४ २०
एकूण				२८	१८		२०	२४

कापड उत्पादनासाठी श्रमाचे ४ घटक आणि भांडवलाचे दोन घटक लागतात. भारतात श्रमाचा दर २ रुपये आहे आणि भांडवलाचा ५ रुपये आहे. इंग्लंडमध्ये श्रमासाठी ६ रुपये तर भांडवलाचा दर २ रुपये आहे. भूमीचा दर दोन्ही देशांत समान आहे. भारत श्रमप्रधान तंत्राच्या साहाय्याने उत्पादन करतो तर इंग्लंड उत्पादनासाठी भांडवलप्रधान उत्पादनतंत्राचा वापर करते. तक्त्यात 'अ' आणि 'ब' देशाच्या उत्पादन खर्चाची तुलना करण्यात आली आहे. 'अ' देश म्हणजे इंग्लंड आणि 'ब' देश म्हणजे भारत होय. तक्त्यावरून असे दिसून येते की, इंग्लंडने भांडवलाचा विचार करून यंत्रसामग्रीचे उत्पादन घेणे फायदेशीर ठरेल तर भारताने उत्पादनासाठी श्रम, भांडवल या घटकांच्या साहाय्याने कापड उत्पादन करणे फायदेशीर ठरेल. इंग्लंडच्या तुलनेत भारताच्या कापडाच्या एककासाठी १८ रुपये खर्च येतो तर इंग्लंडमध्ये २८रुपये खर्च येतो. म्हणजेच कापडाचे उत्पादन भारताने करावे. तसेच भारताच्या तुलनेत इंग्लंडमध्ये एक एकक यंत्रसामग्रीचा खर्च २० रुपये होतो तर भारतात २४रुपये खर्च येतो. म्हणजे यंत्रसामग्रीचे उत्पादन इंग्लंडने करणे फायदेशीर ठरेल. यावरून असे स्पष्ट होते की,

इंग्लंडने यंत्रसामग्री उत्पादनास प्राधान्य द्यावे तर भारताने कापड उत्पादनास प्राधान्य द्यावे.

आंतरराष्ट्रीय व्यापारात हेक्श्चर–ओहलिन सिद्धान्ताचे सनातन सिद्धान्तावरील श्रेष्ठत्व (Superiority of Hecksher-Ohlin's Theory over Classical Theory of International Trade)

आंतरराष्ट्रीय व्यापाराच्या हेक्श्चर–ओहलिन सिद्धान्तात महत्त्वपूर्ण सुधारणा सनातनवादी सिद्धान्तात खालील कारणांनी सुचविल्या आहेत –

१) **आंतरप्रादेशिक व्यापारापेक्षा विशेष असा आंतरराष्ट्रीय व्यापार : हेक्श्चर–ओहलिन** दृष्टिकोन हा सनातनवादी सिद्धान्तापेक्षा श्रेष्ठ आहे. कारण हे मान्य केले पाहिजे की, आंतरप्रादेशिक व्यापाराचा किंवा स्थानिक व्यापाराचा एक विशेष प्रकार म्हणजे 'आंतरराष्ट्रीय व्यापार' होय. सनातनवाद्यांचा आंतरराष्ट्रीय व्यापार सिद्धान्त हा आंतरप्रादेशिक व्यापारापासून पूर्णत: भिन्न आहे असे आपण मानतो.

२) **सर्वसाधारण समान सिद्धान्त : हेक्श्चर–ओहलिन** प्रतिमान अधिक वस्तुस्थितीदर्शक आहे. मूल्यसिद्धान्ताचा सर्वसाधारण समतोल विकसित केला आहे. त्यामुळे श्रम–मूल्य सिद्धान्ताच्या संकल्पनेतून सनातन सिद्धान्ताची सुटका केली आहे.

३) **उत्पादनाचे दोन घटक :** सनातन सिद्धान्तामध्ये 'श्रम' या एकाच उत्पादन घटकाचा विचार केला. **हेक्श्चर–ओहलिन** प्रतिमानात श्रम आणि भांडवल या दोन उत्पादन घटकांचा विचार केला आहे; म्हणून सनातन दृष्टिकोनापेक्षा त्यांचे श्रेष्ठत्व व वस्तुस्थिती मान्य करावी लागते.

४) **घटकांच्या देणगीत फरक :** उत्पादन घटकांच्या देणगीत प्रत्येक देशात फरक असतो, हा पाया **हेक्श्चर–ओहलिन** यांनी घालून दिला. सनातन सिद्धान्तात फक्त श्रमाची कार्यक्षमता या एकाच घटकाला पाया मानले आहे. एका घटकाचा दर्जा मान्य केला. परंतु **हेक्श्चर–ओहलिन** दृष्टिकोनाने दर्जा आणि संख्या दोन्ही घटकांना श्रमिक आणि भांडवलाला महत्त्व दिले. म्हणून **हेश्क्चर–ओहलिन** सिद्धान्त सनातनवादींपेक्षा जास्त वस्तुस्थितीदर्शक आणि श्रेष्ठ ठरतो.

५) **घटकांच्या किमती संबंधात : हेक्श्चर–ओहलिन** सिद्धान्तात उत्पादन घटकांच्या तुलनात्मक किमतीच्या फरकामुळे वस्तूंच्या किमतीमध्ये तुलनात्मक फरक निर्माण होतो. मात्र, सनातन सिद्धान्तात फक्त वस्तूंच्या तुलनात्मक किमतीचा विचार केला आहे.

६) **घटकांच्या उत्पादनात फरक : हेक्श्चर–ओहलिन** सिद्धान्त आंतरराष्ट्रीय व्यापारामध्ये उत्पादकतेतील तुलनात्मक फरकाचा विचार करतो तर सनातन सिद्धान्त फक्त श्रमाची उत्पादकता विचारात घेतो.

७) **तुलनात्मक खर्चातील फरकांच्या कारणांचे स्पष्टीकरण : सॅम्युअलसन (Samuelson)** यांनी असे नमूद केले आहे की, सनातन सिद्धान्त तुलनात्मक खर्चात किंवा फायद्यातील फरकांचे कारणांचे स्पष्टीकरण करण्यात अपयशी ठरला. येथे **हेक्श्चर–ओहलिन** सिद्धान्ताने समाधानकारकरीतीने स्पष्टीकरण केले आहे.

८) **उत्पादन कार्याचा उपयोग : हेक्श्चर–ओहलिन** सिद्धान्तात दोन्ही देशांच्या उत्पादन कार्याची गृहीते पायाभूत आहेत; तर सनातन सिद्धान्तात व्यापारी देशांच्या उत्पादनात वेगवेगळेपणा हा पाया आहे.

९) **स्थानिय सिद्धान्त : हॅबरलर (Haberler)** यांच्या मते, **हेक्श्चर–ओहलिन** सिद्धान्ताचे स्थानिय स्पष्टीकरण आंतरराष्ट्रीय व्यापारात महत्त्वाच्या घटकांच्या जागी (Space) स्पष्टीकरण केले आहे. सनातन सिद्धान्ताने वेगवेगळ्या देशात जागा (Space) अभावी बाजार असे म्हटले आहे. मात्र, ते वस्तुस्थितीला धरून नाही.

१०) **सकारात्मक सिद्धान्त :** सनातन सिद्धान्ताचा भर आंतरराष्ट्रीय व्यापारामुळे काय लाभ मिळतात याच्या स्पष्टीकरणावर आहे. म्हणून तो कल्याणकारी सिद्धान्ताशी निगडित आहे. परंतु, **हेक्श्चर–ओहलिन** सिद्धान्त व्यापार का निर्माण होतो यावर अधिक भर देतो. म्हणून तो शास्त्रीय आणि आंतरराष्ट्रीय व्यापाराचा शुद्ध सिद्धान्त आहे.

११) **पूर्ण विशेषीकरण : हेक्श्चर–ओहलिन** सिद्धान्तामध्ये जेव्हा दोन्ही देश आंतरराष्ट्रीय व्यापारात सहभागी होतात तेव्हा त्यांचा कल एका वस्तूसाठी एका देशात पूर्ण विशेषीकरणावर भर आहे. त्यात तुलनात्मक खर्चाचे फायदे आणि घटक देणग्या सोईस्कर असतात. परंतु, सनातन सिद्धान्तात आंतरराष्ट्रीय व्यापाराच्या मार्गात किंवा देशात पूर्ण विशेषीकरणास प्राधान्य देत नाही.

१२) **व्यापाराचे स्वरूप : लँकेस्टर (Lancaster)** यांनी असे नमूद केले आहे की, **हेक्श्चर–ओहलिन** सिद्धान्त भविष्यकालीन स्थितीबद्दल स्पष्टीकरण करतो. सनातन सिद्धान्तामध्ये श्रमिकांचे कौशल्य व कार्यक्षमतेमध्ये असलेल्या फरकामुळे तुलनात्मक खर्च निर्माण होतो, असे म्हटले आहे. परंतु, **हेक्श्चर–ओहलिन** सिद्धान्त घटकांच्या किमतीमधील तुलनात्मक फरक म्हणजे वेगवेगळ्या

वस्तूंसाठी वेगवेगळ्या प्रमाणात घटकांची आवश्यकता असते. त्यामुळे उत्पादन खर्चामध्ये तुलनात्मक फरक निर्माण होतो. म्हणून जर दोन देशातील श्रमिक सारखेच कार्यक्षम झाले तर व्यापार सतत त्या ठिकाणी चालू राहील.

हेक्श्चर–ओहलिन सिद्धान्तावर टीका

सनातन सिद्धान्तापेक्षा श्रेष्ठ असणाऱ्या **हेक्श्चर–ओहलिन** सिद्धान्तावर पुढील आक्षेप घेण्यात आले आहेत.

१) **स्थितिशील सिद्धान्त :** सनातन सिद्धान्ताप्रमाणेच **हेक्श्चर–ओहलिन** सिद्धान्त स्थितिशील आहे. तो फक्त एका विशिष्ट वेळेला अर्थव्यवस्थेची वैशिष्ट्ये सांगतो. परंतु, उत्पादन स्थितीमध्ये होणाऱ्या बदलानुसार अर्थव्यवस्था कशी विकसित होईल, याचे कोणतेही निर्देश हा सिद्धान्त देत नाही.

२) **२ × २ × २ प्रतिमान : हेक्श्चर–ओहलिन** सिद्धान्तात दोन वस्तू, दोन घटक, दोन देश यामध्ये व्यवहार केले जातात. ते साध्या गृहीतावर आधारित आहेत. परंतु, **ओहलिन** यांनी असे दाखवून दिले आहे की, हे प्रतिमान अनेक वस्तू, अनेक देश व अनेक उत्पादन घटकांसाठी गणिती शर्तीवर वापरता येते.

३) **घटक आणि उत्पादन तंत्र एकजिनसी नसणे : हेक्श्चर–ओहलिन** सिद्धान्त असे गृहीत धरतो की, दोन्ही देशांत उत्पादनाचे तंत्र आणि उत्पादन घटक एकजिनसी असतात. हे वास्तवतेला धरून नाही. श्रम हा एकजिनसी नसतो. वेगवेगळ्या देशात उपयोग करताना उत्पादनतंत्रात फरक असतो.

४) **स्थिर प्रत्याय : हेक्श्चर–ओहलिन** सिद्धान्त स्थिर अनुमाप प्रत्येक गृहीतावर आधारलेला आहे, ते वास्तवात बरोबर नाही. देशातील घटकांच्या जास्त विपुलतेवर निर्यात आणि अर्थव्यवस्थेचे फायदे असतात. म्हणून स्थिर अनुमाप प्रत्ययापेक्षा प्रत्याय अनुमापात वाढीवर कृती करणे महत्त्वाचे असते.

५) **मागणी पद्धत आणि आवक एकसारखी नसणे : हेक्श्चर–ओहलिन** सिद्धान्त असे गृहीत धरतो की, दोन्ही देशात मागणी पद्धत आणि उपभोक्त्याची आवड आणि प्राधान्य ही विशेष ओळख असते. परंतु, हे गृहीत अवास्तव आहे. ग्राहकांच्या आवडीत आणि मागणी पद्धतीत महत्त्वपूर्ण बदल तांत्रिक प्रगती आणि सुधारणेमुळे होतात. म्हणून मागणी पद्धत आणि आवड दोन्ही देशात सारखी नसते.

६) **व्यापारावर वाहतूक खर्चाचा परिणाम : हेक्श्चर–ओहलिन** सिद्धान्तात दोन्ही देशांदरम्यान होणाऱ्या व्यापारात वाहतूक खर्च गृहीत धरला नाही. परंतु,

वस्तुस्थिती अशी आहे की, व्यापारावर फक्त वाहतूक खर्चाचाच परिणाम होत नाही तर दोन्ही देशात निर्माण होणाऱ्या वस्तूंच्या किमतीवर इतर प्रशुल्क आणि वस्तूंच्या पूर्ण आणि अपूर्णक्षमता निर्मितीचा परिणामसुद्धा होतो. वाहतूक खर्च हा मान्य केला पाहिजे. सारख्याच वस्तूंच्या किमतीत दोन्ही देशात फरक असतो; त्याचा परिणाम व्यापार संबंधावर होतो.

७) **पूर्ण स्पर्धा आणि पूर्ण रोजगाराची गृहीते : हेक्श्चर–ओहलिन** सिद्धान्तातील पूर्ण स्पर्धा आणि पूर्ण रोजगार ही गृहीते अवास्तव आहेत. व्यवहारात पूर्ण रोजगार मुक्तव्यापारात कोणत्याही देशामध्ये दिसून येत नाही.

८) **काही प्रमाणात समतोल दृष्टिकोन : हेक्श्चर–ओहलिन** सिद्धान्ताने मुख्य भर साधारण समतोल प्रतिमानावर दिला नाही. काही प्रमाणात पृथक्करणाचे प्रतिमान दिसून येते.

९) **घटक किंमत समान होत नाही :** आंतरराष्ट्रीय व्यापारात घटक किंमत समान होते हा या सिद्धान्ताचा चुकीचा निष्कर्ष आहे. प्रत्यक्षात वेगवेगळ्या देशात वेतनासारख्या घटक किमती समान नसतात. आपण असे म्हणू शकतो की, घटक किमतीतील कमी फरकामुळे आंतरराष्ट्रीय व्यापार होऊ शकतो.

१०) **अनिश्चित आणि अटींचा सिद्धान्त :** हॅबरलर यांनी **हेक्श्चर–ओहलिन** सिद्धान्तावर अनिश्चित आणि अटींचा सिद्धान्त अशी टीका केली आहे. उत्पादनाच्या अनेक घटकांबरोबर त्यातील काही घटक दर्जात्मक योग्यतेचे वेगवेगळ्या देशांमध्ये सर्वसाधारण दिसून येतात. त्याचबरोबर वेगवेगळ्या देशांत उत्पादनाचे घटक सारखे नसतात. व्यापार शक्यतेच्या संबंधी परिस्थितीला सर्वसाधारणपणे प्राधान्य नसते.

हेक्श्चर–ओहलिन सिद्धान्तावर अनेक टीका केल्या असल्या तरी सनातन सिद्धान्तापेक्षा तो एक चांगला सिद्धान्त आहे. सामान्य समतोलाशी संबंध जोडून आंतरराष्ट्रीय व्यापाराच्या पायाचे विश्लेषण करण्याचा प्रयत्न या सिद्धान्तामध्ये केला आहे.

हेक्श्चर–ओहलिनचा सिद्धान्त १९७० पर्यंत आंतरराष्ट्रीय व्यापाराच्या बाबतीत सर्वमान्य होता. परंतु, या सिद्धान्तातून काही समस्यांची समाधानकारक उत्तरे मिळू शकली नव्हती. जसे–

१) अनेक देश दुहेरी व्यापार करतात म्हणजे अनेक देश स्वयंचलित वाहने निर्यात करतात व त्यांचीच आयात सुद्धा करतात.

२) अनेक विकसित देश (युरोपीय देश – अमेरिका) यांच्याकडे समान घटक

उपलब्ध असताना भिन्न उत्पादन घटकांच्या व्यापारापेक्षाही समान उत्पादन घटकांच्या साहाय्याने व्यापार करताना दिसून येतात.

या प्रश्नांच्या उत्तरासाठी अनेक स्पष्टीकरणे दिली गेली. परंतु, एका निश्चित अशा सिद्धातांचा अभाव होता.

लिऑँटिफ यांनी हेक्श्चर–ओहलिन सिद्धान्ताचे परीक्षण करून या सिद्धातांशी विसंगत अशी आकडेवारी मिळवली. त्यांचे कार्य व विश्लेषण आंतरराष्ट्रीय व्यापार सिद्धान्तात 'लिऑँटिफ विरोधाभास' म्हणून प्रसिद्ध आहे.

हेक्श्चर–ओहलिन सिद्धान्ताची काही पृथक्करणे वैशिष्टपूर्ण अशी आहेत. जसे–

१) विविध देशांमध्ये घडणारा व्यापार हा प्रामुख्याने भिन्न असणाऱ्या उत्पादन घटकांच्या साहाय्याने चालतो.

२) मुक्त व्यापारातून अथवा उदारीकरणामुळे उत्पादन घटकांच्या मालकी हक्काबाबत संघर्ष निर्माण होतो. कारण भांडवलप्रधान तंत्राची निर्यात व श्रमप्रधान वस्तूंची आयात म्हणजे शेवटी भांडवलाची निर्यात व श्रमाची आयात होय. यातून देशांतर्गत श्रमाला असणारी स्पर्धा वाढते व शेवटी श्रमिकांचे शोषण होते.

३) मुक्त व्यापारक्षेत्र अथवा व्यापार संघटना यांच्या माध्यमातून व्यापार उदारीकरण केले जाते व या गटबाजीतून अधिक नफा मिळविण्याचा प्रयत्न केला जातो.

युरोपीय संघ हे याचे उत्तम उदाहरण आहे. कोणत्याही प्रकारचा तुलनात्मक लाभ नसताना तसेच घटक उपलब्धतेच्या बाबतीत समानता असतानाही व्यापार घडून येऊ शकतो व त्यातून नफासुद्धा मिळविता येतो हे यातून सिद्ध झाले आहे. पुढील काळात **हेक्श्चर–ओहलिन** सिद्धान्ताशी विसंगत अशी अनेक निरीक्षणे समोर येणार आहेत.

२.५ लिऑँटिफचा विरोधाभास (Leontief's paradox)

१९५४मध्ये **वॅसिली लिऑँटिफ** यांनी 'डॉमेस्टिक प्रॉडक्शन ऑफ फॉरेन ट्रेड' या आपल्या लेखातून **हेक्श्चर–ओहलिन** सिध्दान्ताची संख्याशास्त्रीय चाचणी घेण्यासाठी १९४७ या वर्षातील अमेरिकन अर्थव्यवस्थेतील निर्यात आणि आयात उद्योगातील उत्पादन घटकांच्या आकडेवारीचा आधार घेतला. त्यांना या अभ्यासात अमेरिका हा देश आयात पर्यायी वस्तूंच्या उत्पादनात निर्यात वस्तूंच्या उत्पादनापेक्षा ३० टक्के जास्त भांडवलाचा वापर करते असे दिसून आले. **हेक्श्चर ओहलिन** यांच्या सिद्धान्ताच्या विरुद्ध हा निष्कर्ष असल्याने त्याला **लिऑँटिफचा** विरोधाभास असे म्हटले जाते.

लिऑंटिफ यांनी भांडवल आणि श्रम हे दोन घटक विचारात घेतले. अमेरिकेत निर्यात १ दशलक्ष डॉलरने कमी करण्यासाठी आणि आयात पर्यायी वस्तू १ दशलक्ष डॉलरने वाढवण्यासाठी लागणाऱ्या उत्पादन घटकांच्या वापरावर होणाऱ्या परिणामांचे मोजमाप केले. त्यामध्ये त्यांना असे दिसून आले, की निर्यात उद्योगात दर श्रमाच्या वर्षामागे चौदाहजार डॉलर तर आयात पर्यायी उद्योगात त्यापेक्षा जास्त म्हणजे दर श्रमाच्या वर्षामागे अठरा हजार डॉलर एवढे भांडवल गुंतविले गेले. **लिऑंटिफच्या** विरोधाभासाच्या निष्कर्षांवर अनेकांनी आक्षेप घेतले. काहींनी असे स्पष्ट केले की, १९४७ हे सर्वसाधारण वर्ष नव्हते. त्यासाठी पुन्हा १९५६ मध्ये पूर्वीच्याच पद्धतीने अमेरिकेतील निर्यात व आयात पर्यायी उद्योगातील भांडवल श्रम उद्योगाचा अभ्यास केला. त्या अभ्यासासाठी त्यांनी १९५१ हे वर्ष निवडले व त्या वर्षातील आकडेवारीचा आधार घेतला. त्या अभ्यासात त्यांना असे दिसून आले की, अमेरिकेत आयात पर्यायी उत्पादनात श्रमाच्या दरवर्षामागे तेरा हजार सातशे डॉलर आणि निर्यात उत्पादनात श्रमाच्या दर वर्षामागे तेरा हजार डॉलर इतके भांडवल गुंतविले जाते. त्यामध्ये त्यांना पूर्वी सारखाच विरोधाभास दिसून आला.

हेक्श्चर–ओहलिन सिध्दान्त विपुल उत्पादन घटकांच्या साहाय्याने उत्पादित केलेल्या वस्तूंची देश निर्यात करतो आणि दुर्मीळ उत्पादन घटकांच्या साहाय्याने उत्पादित होणाऱ्या वस्तूंची देश आयात करतो असे दिसून येते. **लिऑंटिफच्या** अभ्यासाच्या काळात अमेरिकेत मोठ्या प्रमाणात भांडवल होते, त्यामुळे अमेरिका भांडवलप्रवण वस्तूंची निर्यात करेल आणि श्रमप्रधान वस्तूंची आयात करेल असे निष्कर्ष मांडले गेले. त्याच्या बरोबर विरुद्ध निष्कर्ष **लिऑंटिफने** गणितीय विश्लेषणाच्या आधारे स्पष्ट केले. अमेरिकेच्या निर्यात उद्योगात आयात उद्योगाच्या तुलनेने अधिक श्रमिक वापरले जातात म्हणजेच अमेरिका श्रमप्रधान वस्तू निर्यात करते व भांडवल प्रधान वस्तूंची आयात करते.

तक्ता २.३

	निर्यात	**आयात पर्यायी वस्तू**
१) भांडवल (000 डॉलर)	२५५१	३०९१
२) १९४७च्या किमतीनुसार	–	–
३) श्रम (श्रम वर्ष)	१८२	१७०
४) भांडवल–श्रम गुणोत्तर	१३.९९	१८.१८

वरील तक्त्यात असे दिसून येते की, आयात पर्यायी उद्योगात उत्पादनात वाढ

करण्यासाठी अधिक भांडवल आणि श्रम लागतात. म्हणजे अमेरिका श्रमप्रधान वस्तूंची निर्यात करते व भांडवलप्रधान वस्तुंची आयात करते. अशा प्रकारे विरोधाभासाच्या प्रश्नाचे विश्लेषण केले जाते.

लिऑटिफच्या विरोधाभासाची स्पष्टीकरणे

हेक्श्चर – ओहलिन सिद्धान्ताला **लिऑटिफच्या** विरोधाभासाने चालना दिली. आत्तापर्यंतच्या अभ्यासातून लिऑटिफच्या विरोधाभासाला पुष्टी मिळाली. लिऑटिफच्या विरोधाभासासंदर्भात विविध मतप्रवाह दिसून येतो.

१) अमेरिकेतील श्रम : लिऑटिफ यांनी स्वत: असे स्पष्ट केले की, अमेरिकेत दर श्रमिकामागे भांडवलाची अधिक उपलब्धता असते, हा एक आभास आहे. वास्तविक अमेरिका हा श्रम विपुल देश आहे. कारण अमेरिकेतील श्रमिक परकीय श्रमिकांच्या मानाने अधिक उत्पादक आहेत. परकीय श्रमिकांच्या तीन वर्षांबरोबर अमेरिकन श्रमाचे एक वर्ष आहे. त्यामुळे विपुलता मोजताना अमेरिकेच्या श्रमिकांच्या संख्येला तीनने गुणले पाहिजे. अमेरिकेत दर श्रमिकामागे असलेले भांडवलाचे प्रमाण हे कारण नसून, अधिक चांगले संघटन, उद्योजक वृत्ती, अनुकूल वातावरण हे आहे. परंतु, श्रमाची उत्पादकता वाढण्याला हे घटक जसे असतात तसेच भांडवलाची उत्पादकता वाढविण्यालासुद्धा हे घटक कारणीभूत ठरतात. त्यामुळे भांडवलालासुध्दा तीनने गुणले पाहिजे आणि तसे केले तर अमेरिका 'भांडवल प्रधान' आहे असे म्हणता येते–

२) मानवी भांडवल : श्रम हा घटक एकजिनसी नाही; त्यामुळे सर्व श्रमिक एकासारखेच असतात असे नाही. जसे ऊस तोडणी करणारा श्रमिक आणि आय.टी. कंपनीत काम करणारा श्रमिक दोघांचे श्रम एकत्र मोजणे योग्य नाही. त्यामुळे **किसिंग** यांच्या मते, कौशल्य विपुल असलेला देश म्हणून अमेरिकेला म्हणावे लागेल. अमेरिका निर्यात उद्योगात आयात पर्यायी उद्योगापेक्षा अधिक चांगल्या प्रकारे कुशल श्रमिकांचा वापर करते. त्यामुळे अमेरिका श्रमप्रधान वस्तूंची निर्यात करतो व भांडवलप्रधान वस्तूंची आयात करतो असे दिसून येते. त्यामुळे **लिऑटिफच्या** विरोधाभासाची आठवण येते.

३) कर : व्यापारातील कर आणि करेत्तर निर्बंधामुळे **लिऑटिफचा** विरोधाभास दिसून येतो, असे ट्राविस यांचे मत होते. अमेरिकेत आयात कर धोरणामुळे आयातदार स्पर्धक श्रमप्रधान उद्योगांना संरक्षण मिळाले. त्यामुळे अमेरिकेमधील आयातीत भांडवलप्रधान वस्तूंचा वाटा वाढला. आयात कर अधिक आकारल्यास आयात वस्तू महाग होते व आयात स्पर्धक उद्योगांना परकीय स्पर्धेपासून संरक्षण मिळते. त्यामुळे

अमेरिकेच्या आयातीत भांडवलप्रधान वस्तू दिसून येतात.

४) उपभोग : अमेरिकेतील लोकांच्या आवडीनिवडी अथवा पसंती भांडवल प्रधान वस्तूंच्या उपभोगाची आहे. परिणामी, अमेरिकेचा श्रमाचा सापेक्ष मोबदला इतर देशांपेक्षा कमी आहे. त्यामुळे अमेरिका श्रमप्रधान वस्तूंची निर्यात करतो, असा नवीन विचार पुढे आला.

तसेच अमेरिकेचे दरडोई उत्पन्न जास्त आहे. त्यामुळे उत्पन्न जसे वाढते तसे उपभोग पातळीसुद्धा वाढत जाते. एका मर्यादेच्या पुढे उत्पन्न वाढले की, सेवांचा उपभोगावरील खर्च वाढतो. सेवा या श्रमप्रधान असल्याने अमेरिकेतील अधिक उत्पन्न पातळीचा विचार करता, उपभोग भांडवलप्रधान वस्तूंच्या बाजूने असण्यापेक्षा श्रमप्रधान उपभोगाच्या बाजूने असण्याची शक्यता आहे म्हणून अमेरिकेतील लोकांची पसंती श्रमप्रधान सेवानांच असणे हे नैतिक आहे.

५) घटक समानता : जर एखादी वस्तू भांडवल प्रधान जसे पोलाद असेल तर ती कायम दुसऱ्या वस्तूच्या तसे कापड तुलनेत भांडवल प्रधान राहते, असे **हेक्श्चर- ओहलिन** सिद्धान्तात गृहीत धरले आहे. मात्र जर एखाद्या देशात श्रमप्रधान असलेले कापडाचे उत्पादन दुसऱ्या देशात भांडवल प्रधान असू शकते. पूर्वी भारतात हातमागावर कापडाचे उत्पादन होत असे, तेव्हा इंग्लंडमधून भारतात यंत्रमागावरील कापड आयात होत होते. त्यामुळे या दोन्ही देशांपैकी एका देशात **लिऑंटिफचा** विरोधाभास दिसून येतो.

६) साधनसामग्री : अमेरिकेतून पूर्वी अनेक धातू आणि खनिजांची निर्यात केली जात होती. मात्र, तेथे सध्या नैसर्गिक साधनसामग्री पूर्वीएवढी राहीली नाही. खनिज निर्मितीसाठी अमेरिकेत भांडवल मोठ्या प्रमाणात वापरले जात होते. आता अमेरिका मोठ्ठ्या प्रमाणात खनिजांची आयात करीत आहे. त्यामुळे अमेरिका भांडवल प्रधान वस्तूंची आयात करीत आहे असे स्पष्ट होते.

थोडक्यात, **लिऑंटिफ** यांनी केलेल्या आदान-प्रदान तक्त्याच्या विश्लेषणावरून त्यांना १९७३ मध्ये नोबेल पारितोषिक मिळाले. लिऑंटिफ यांना १९४७ आणि १९५१ या वर्षातील केलेल्या अभ्यासावरून असे दिसून आले की, अमेरिका निर्यातीत श्रम हा घटक अधिक वापरला जातो तर आयातीत भांडवल घटक अधिक वापरला जातो; तोच **लिऑंटिफचा** विरोधाभास म्हणून ओळखला जातो.

लिऑंटिफ यांनी स्पष्टीकरणासाठी अमेरिकन श्रमिकांची श्रेष्ठ कार्यक्षमता भांडवलप्रधान वस्तू उपभोगांकडील कल; कर आणि इतर व्यापार निर्बंध, खनिजांची करावी लागणारी आयात, कौशल्य विपुलता, दोन वस्तू घटकांतील फरक या घटकांचा

वापर केला जातो. सध्या मानवी भांडवल गुंतवणुकीला असणाऱ्या स्थानाचा विचार करता, अमेरिका मानवी भांडवल घनतेचा वापर करून उत्पादनाची निर्यात करते आणि अकुशल श्रमाचा वापर करून केल्या जाणाऱ्या वस्तूंची आयात करते. परंतु, मानवी भांडवलाचा विचार न केल्यामुळे **हेक्श्चर–ओहलिन** सिद्धान्तास विरोधाभास निर्माण होतो.

लिऑंटिफच्या सिद्धान्तावरील टीका

अनेक अर्थशास्त्रज्ञांनी **लिऑंटिफच्या** सिद्धान्ताची सांख्यकीय माहिती, योग्यता, बिनचूकपणा तसेच पाहणी पद्धतीतील प्रश्नासंदर्भात टीका केली आहे.

१) **बुकाननी (Buchanan)** यांनी **लिऑंटिफच्या** भांडवलाच्या मापनावर टीका केली आहे. त्यांच्या मते, **लिऑंटिफ** यांनी भांडवलाचा टिकाऊपणा विचारात घेतला नाही.

२) **लोब (Loeb)** यांनी असे नमूद केले आहे की, निर्यात आणि आयात क्षेत्रातील भांडवल उपलब्धतेतील फरक सांख्यिकीय दृष्टिकोनातून अर्थपूर्ण नाही.

३) **स्वेरलिंग (Swerling)** यांनी असे नमूद केले आहे की, १९४७ हे वर्ष असाधारण वर्ष होते.

४) **आर. जोन्स (R. Jones)** यांनी असे नमूद केले आहे की, अमेरिका निर्यात आणि आयात वस्तू इतर देशांच्या तुलनेने अधिक भांडवलप्रधान तंत्राने उत्पादित केल्या जातात; म्हणून ओहलीनचा सिद्धान्त चुकीचा ठरत नाही. त्यांच्या मते, **लिऑंटिफ** यांनी अमेरिकेतील आणि इतर देशातील घटक देणग्यांचे मापन तसेच त्यांची व्यापाराची रचना यांचे मापन केले नाही तर त्याने फक्त अमेरिकेचा विचार केला आहे.

५) **लिऑंटिफ** यांनीसुद्धा देशातील जकात पद्धती नाकारल्या. त्याचासुद्धा आंतरराष्ट्रीय व्यापारावर परिणाम होतो.

६) **लिऑंटिफच्या** अभ्यासावरून असे दिसून येते की, नैसर्गिक साधनांचे महत्त्व नाकारले आहे; त्याचे आंतरराष्ट्रीय व्यापारात महत्त्व आहे.

७) **लिऑंटिफच्या** परिणामांचे विश्लेषण असे सांगितले जाते की, अमेरिकेत त्यासारखे वातावरण आणि चांगले संघटन, आंतरसंबंध आणि तुलनात्मक श्रमाच्या तीन पटीने जास्त अमेरिकन श्रमाची उत्पादकता आहे. अमेरिकेत श्रमाची विपुलता इतर देशांच्या मानाने जास्त आहे. हे विश्लेषण मन वळविण्यासारखे नाही आणि वैशिष्ट्यपूर्ण संकल्पना झोपेतून उठल्यासारखी आहे.

८) **लिऑंटिफने** मानवी संपत्तीचे महत्त्व नाकारले आहे. त्याने फक्त पैसारूपी भांडवलाला महत्त्व दिले. **केनेने (Kenen)** ने असे म्हटले आहे की, त्याच्या अभ्यासात मानवी संपत्तीला स्थान द्यावयास हवे होते. **लिऑंटिफच्या** विरोधाभासात अनेकविध चुका आहेत.

९) **लेमर** यांच्या मते, लिऑंटिफचा विरोधाभास चुकीचा ठरतो; जेव्हा व्यापार असमतोल होतो.

१०) **लिऑंटिफ** यांनी फक्त अमेरिका या एकाच देशाचा विचार केला आहे. जर (जसे जपान) दुसऱ्या देशाला सहभागी करून घेतले असते तर अमेरिकन भांडवलप्रधान वस्तूंची निर्यातीची तुलना जपानच्या निर्यातीशी करता आली असती.

अशा रीतीने टीकात्मक अभ्यास केल्यानंतर परिणामी, असे दिसून येते की, **लिऑंटिफच्या** विरोधाभासाचा अमेरिकेत आजही उपयोग केला जातो किंवा होतो.

२.६ आंतरउद्योग व्यापार (Intra Industry Trade)

भेद निर्माण केल्या जाणाऱ्या वस्तूंचा व्यापार १९५० ते १९७० या काळात मोठ्या प्रमाणात वाढला. हा व्यापार विकसित देशातील होता. सारख्याच प्रकारच्या वस्तूंची आयात-निर्यात करणाऱ्या व्यापाराला 'आंतर उद्योग व्यापार' असे म्हणतात. जसे युरोपियन समुदाय अमेरिकेकडून गव्हाची आयात करतात त्याच वेळेला ते गरीब देशांना गव्हाची निर्यात करतात.

आंतरउद्योग व्यापार निर्माण करणारे घटक पुढीलप्रमाणे सांगता येतात-

१) हंगामानंतर शेती उत्पादने देशातून निर्यात केली जातात तर हंगामापूर्वी ती आयात केली जातात.

२) अनेकदा काही देश निर्यात करण्यासाठी काही वस्तूंची आयात करतात; जसे जपानकडून सिंगापूर आणि हाँगकाँग इलेक्ट्रॉनिक वस्तूंची आयात करतात आणि त्या वस्तू इंडोनेशिया, मलेशिया व थायलंडला निर्यात करतात.

३) भारत मोटरसायकल व मोटर कारची निर्यात करतो तसेच तो आयातसुद्धा करतो; कारण काही वस्तू सारख्या असल्या तरी त्यांचा स्वतंत्र एक ग्राहक वर्ग तयार होतो. त्यांना त्याच वस्तू पाहिजे असतात.

४) वाहतूक खर्च वाचविण्यासाठी काटकसर म्हणून आंतरउद्योग निर्माण होतो. जसे पंजाबचा तांदूळ पाकिस्तानला पाठवणे कमी खर्चाचे असते, तसेच मद्रासला लागणारा तांदूळ बांगलादेशातून कमी खर्चात आयात करता येतो.

म्हणजेच एकाच वेळी भारत निर्यात व आयातही करतो; जेव्हा विकासाची समान पातळी व समान घटक असणाऱ्या विकसित देशात आंतरउद्योग निर्माण होतो.

आंतरउद्योग मोजमापाचे सूत्र

$$IITj = 100\left[\frac{(xj + Mj) - (Xj - Mj)}{(Xj + Mj)}\right]$$

IITj = वस्तूंमधील आंतरउद्योग व्यापार.

Xj = वस्तूंच्या निर्यातीचे मूल्य.

Mj = वस्तूंच्या आयातीचे मूल्य.

समजा, देशातील मोटरकारच्या निर्यातीचे मूल्य ३० दशलक्ष डॉलर आहे. मोटरकारच्या आयातीचे मूल्य २० दशलक्ष असेल तर अशा वेळी आंतरउद्योग व्यापार पुढीलप्रमाणे असेल–

$$IITj = १००\left[\frac{(३०+२०)-(३०-२०)}{(३०+२०)}\right]$$

$$= १००\left[\frac{५०-१०}{५०}\right]$$

$$= १००\left[\frac{४०}{५०}\right] = ८० \text{ टक्के}$$

८० टक्के व्यापार असेल.

१९५९ ते १९६७ या काळात युरोपियन समुदायाच्या सदस्य देशातील आंतरउद्योग व्यापार ७१ टक्के होता असे ग्रुबेल यांना संशोधनातून दिसून आले.

प्रश्न

प्र. १ एका वाक्यात उत्तरे लिहा.

१) हेक्चर–ओहलिन सिद्धान्तात कशावर भर दिला आहे.
२) निरपेक्ष खर्च लाभ सिद्धान्त कोणी मांडला.
३) तुलनात्मक खर्च लाभ सिद्धान्त कोणी मांडला.
४) निरपेक्ष खर्च लाभाची दोन गृहिते सांगा.

५) तुलनात्मक खर्च लाभाची दोन गृहिते सांगा.

६) लिऑटिफचा विरोधाभास म्हणजे काय?

७) आंतर उद्योग म्हणजे काय?

प्र. २ टिपा लिहा.

१) निरपेक्ष खर्च लाभ सिद्धान्त

२) हेक्चर ओहलिन सिद्धान्त

३) लिऑटिफचा विरोधाभास

४) आंतरउद्योग व्यापार

प्र. ३ थोडक्यात उत्तरे लिहा.

१) आंतरराष्ट्रीय व्यापाराचा निरपेक्ष लाभ सिद्धान्ताची गृहिते सांगा.

२) तुलनात्मक खर्च लाभाची गृहिते सांगा.

३) आंतरउद्योग व्यापार स्पष्ट करा.

४) हेक्चर ओहलिन सिद्धान्ताची गृहिते सांगा.

प्र. ४ सविस्तर उत्तरे लिहा.

१) तुलनात्मक खर्च लाभाचा सिद्धान्त स्पष्ट करा.

२) निरपेक्ष लाभ खर्च सिद्धान्त स्पष्ट करा.

३) लिऑटिंकचा विरोधाभास स्पष्ट करा.

४) आंतर उद्योग व्यापार विवेचन करा.

५) हेक्चर ओहलिन सिद्धान्त स्पष्ट करा.

प्रकरण – ३

व्यापाराच्या शर्ती
(Terms of Trade)

३.१ प्रास्ताविक (Introduction)

व्यापारशर्तींचा अभ्यास सनातनपंथीय व्यापार सिद्धान्तापासून सुरू झाला. व्यापारशर्तींद्वारे व्यापारातील अनुकूलता अथवा प्रतिकूलता मोजली जाते. स्मिथने निरपेक्ष खर्च-लाभ घटकांद्वारे लाभ ठरविला तर रिकार्डोने तुलनात्मक खर्च-लाभ सिद्धान्ताद्वारे उत्पादन खर्चातील तुलनात्मक फरक हा आंतरराष्ट्रीय व्यापारातील लाभ ठरविणारा घटक आहे, हे स्पष्ट केले. **जॉन स्टुअर्टमिल** यांनी उपभोक्त्यांच्या दुसऱ्या देशातल्या वस्तूला असलेल्या मागणीच्या लवचिकतेवर व्यापारशर्ती अवलंबून असतात असे स्पष्ट केले तर मार्शल यांनी व्यापारशर्ती या मागणीबरोबरच पुरवठ्यावरसुद्धा अवलंबून असतात, हे स्पष्ट केले. पूर्वी सांख्यिकी तंत्र फार विकसित झालेले नव्हते. मात्र, आज सांख्यिकी तंत्र फार विकसित झाले आहे. त्यामुळे विविध सूत्रांचा व्यापारशर्ती मोजण्यासाठी उपयोग होताना दिसून येतो.

३.२ व्यापारशर्तींचा अर्थ (Meaning of Terms of Trade)

'देशातील निर्यात वस्तूच्या किमतीचे आयात वस्तूच्या किमतीशी असलेले प्रमाण म्हणजे व्यापारशर्ती होय.'

ज्या दराने एका देशातील वस्तूंचा दुसऱ्या देशातील वस्तूंबरोबर विनिमय होतो त्या विनिमय दराला 'व्यापारशर्ती' असे म्हणतात. व्यापारशर्ती दोन देशाला अनुकूल किंवा प्रतिकूल असतात. व्यापारशर्ती अनुकूल असतील तर व्यापार लाभाचे आकारमान अधिक राहील व जर व्यापारशर्ती प्रतिकूल असतील तर व्यापारलाभाचे आकारमान कमी राहील. आंतरराष्ट्रीय व्यापारापासून देशाच्या लाभाचे आकारमान ठरते. व्यापारशर्तींचा अभ्यास, व्यापारशर्ती ठरविणे हे आंतरराष्ट्रीय व्यापाराचे महत्त्वाचे घटक आहेत.

व्यापारशर्तींची अशी व्याख्या केली जाते की, दोन देशांतील वस्तूंमधील आयात-निर्यातीच्या विनिमय दरास 'व्यापारशर्ती' असे म्हणतात. व्यापारशर्ती निर्यात किंमत आणि आयात किंमत यांच्या संबंधाने ठरतात. व्यापारशर्ती देशाला अनुकूल किंवा प्रतिकूल असतात. जर व्यापारशर्ती अनुकूल असतील तर व्यापारलाभाचे आकारमान अधिक राहते आणि जर व्यापारशर्ती प्रतिकूल असतील तर व्यापारलाभाचे आकारमान कमी राहते.

आयात-निर्यातीच्या स्वरूपावरून व्यापारशर्तींचे अनुकूल-प्रतिकूल अशा दोन भागात वर्गीकरण केले जाते.

अनुकूल व्यापारशर्ती : जेव्हा देशाला कमी निर्यातीच्या बदल्यात जास्त वस्तू आयात करता येतात किंवा देशाला आयात वस्तूंसाठी कमी वस्तूंची निर्यात करावी लागते; तेव्हा त्याला 'अनुकूल व्यापारशर्ती' असे म्हणतात.

प्रतिकूल व्यापारशर्ती : जेव्हा निर्यात वस्तूच्या बदल्यात कमी प्रमाणात आयात वस्तू प्राप्त होतात. तेव्हा त्याला 'प्रतिकूल व्यापारशर्ती' म्हणतात.

३.३ व्यापारशर्तींचे प्रकार (Types of Terms of Trade)

व्यापारशर्तींच्या वेगवेगळ्या संकल्पना सध्या विकसित झाल्या आहेत.

व्यापारशर्तींचे दोन गटांत वर्गीकरण करता येते.

अ) वस्तुविनिमयासंबंधी व्यापारशर्ती

ब) उत्पादन घटकांशी संबंधित व्यापारशर्ती

अ) वस्तुविनिमयासंबंधी व्यापारशर्ती :

निर्यात वस्तूंच्या आयात किंमत निर्देशांकाशी आयात वस्तूंच्या किंमत निर्देशांचा

दर, या आधारे व्यापारशर्ती माहीत करून घेतल्या जातात, त्या आधारावर एक देश अनेक देशांशी व्यापार करीत असतो. आंतरराष्ट्रीय नाणेनिधी या आधारावरच सर्व देशांच्या व्यापारशर्ती प्रसिद्ध करीत असते.

वस्तुविनिमय व्यापारशर्तींचे तीन प्रकार आहेत :

१) निव्वळ वस्तू व्यापारशर्ती (Net Barter or Commodity Terms of Trade)

'निव्वळ वस्तू व्यापारशर्ती' ही संकल्पना जेराल्ड मियर यांनी विकसित केली. त्यांच्या मते, निव्वळ वस्तू व्यापारशर्ती म्हणजे निर्यात किंमत निर्देशांक व आयात किंमत निर्देशांक यांच्यातील गुणोत्तर अथवा दर होय. निव्वळ वस्तू व्यापारशर्ती या अनुकूल अथवा प्रतिकूलता ठरविण्यासाठी पुरेशा ठरत नाहीत तर त्यासाठी स्थूल वस्तू व्यापारशर्ती व उत्पन्न व्यापारशर्ती हे तिनही प्रकार महत्त्वाचे असतात.

जेव्हा आयात वस्तूंच्या किमती घटतात व निर्यात वस्तूंच्या किमती वाढतात अथवा स्थिर राहतात, तेव्हा निव्वळ वस्तू व्यापारशर्ती अनुकूल ठरतात, कारण पूर्वी इतकीच निर्यात करून पूर्वीपेक्षा जास्त आयात त्या बदल्यात करता येते -

निव्वळ वस्तू व्यापारशर्ती पुढीलप्रमाणे मांडता येते -

$$\underset{(N)}{\text{निव्वळ वस्तू व्यापारशर्ती}} = \frac{\text{निर्यात किंमत निर्देशांक}}{\text{आयात किंमत निर्देशांक}} \times १००$$

उदा. १९९९-२००० हे पायाभूत वर्षं मानले (त्याचा निर्देशांक १०० मानला जातो) सन२००९-१० या वर्षाचा भारताचा निर्यात किंमत निर्देशांक १९९ आहे असे मानू, यात किंमत निर्देशांक २४४ आहे तर२००८-०९ या वर्षाचा निर्यात किंमत निर्देशांक १७१ अणि आयात किंमत निर्देशांक २१५ आहे तर

$$N = \frac{\text{निर्यात किंमत निर्देशांक}}{\text{आयात किंमत निर्देशांक}} \times १००$$

$$N\,(२००८\text{-}०९) = \left[\frac{१७१}{२१५}\right] \times १००$$

$$= ७९.५३$$

२००८-०९ या वर्षी निव्वळ वस्तू व्यापार शर्तींचे N मूल्य ७९.५३ होते.

$$N(२००९-१०) = \left[\frac{१९९}{२४४}\right] \times १००$$

$$= \left[\frac{१९९}{२४४}\right] \times १००$$

$$= ८१.५५$$

२००९-१० निव्वळ वस्तू व्यापारशर्तींचे मूल्य ८१.५५ असे झाले; म्हणजेच २००९-१० च्या भारताच्या निव्वळ वस्तू व्यापार शर्ती आधीच्या वर्षापेक्षा सुधारल्या आहेत; कारण निर्यात किंमत निर्देशांकातील वाढ आयात किमतीच्या निर्देशांकाच्या वाढीपेक्षा जास्त आहे.

जर आयात किंमत निर्देशांकामध्ये निर्यात किंमत निर्देशांकाच्या तुलनेने अधिक वाढ होत असेल तर व्यापारशर्ती देशाला प्रतिकूल बनतील.

मर्यादा (Limitations)

निव्वळ वस्तू व्यापारशर्तींचा उपयोग लाभात्मक बदल मोजण्यासाठी होत असला तरी या संकल्पनेला काही मर्यादा येतात; त्या पुढीलप्रमाणे-

१) **निर्देशांक मापनाची समस्या :** वस्तू व्यापारशर्तींत काळानुसार निर्देशांक मापनात बदल उपयोगात आणला जातो. निर्देशांक मापनाच्या एकत्रित बांधणीची समस्या येते. जसे मूळ वर्ष, मापन पद्धती इत्यादी समस्या व्यापारतशर्तींत आपोआप येतात.

२) **कालखंड निवडीची समस्या :** योग्य कालखंडाची निवड करण्याची समस्या निर्माण होते. ठरावीक कालखंड कोणता घ्यावयाचा ही समस्या असते. जर कालखंड खूप लहान असेल तर फारसा महत्त्वपूर्ण बदल झालेला नसेल आणि जर कालावधी खूप दीर्घ असेल तर व्यापाराची रचना सहभागी होणाऱ्या वस्तूंबाबत बदललेल्या असतील. त्यामुळे परकीय व्यापाराची तुलना करणे योग्य ठरणार नाही.

३) **दर्जा आणि वस्तूच्या स्पर्धेत बदल :** वस्तू व्यापारशर्तींमध्ये आयात-निर्यात किंमत निर्देशांकातील बदलाचा विचार केला जातो. परंतु, वस्तूचा दर्जा आणि स्पर्धात्मक वस्तूंच्या बाबतीत होणारा बदल देशातील व्यापारात विचारात घेतला जात नाही.

४) **उत्पादनक्षमता दुर्लक्षित :** देशाच्या उत्पादन क्षमतेमध्ये होणाऱ्या बदलांमुळे

वस्तू व्यापारशर्ती दुर्लक्षित होतात व त्याचा व्यापारशर्तींवर परिणाम होतो.

५) **आयातक्षमतेच्या संदर्भात विचार नाही :** देशाच्या आयातक्षमतेचा परिणामसुद्धा व्यापारशर्तींवर होतो. त्याचा विचार वस्तू व्यापारशर्तींत केला जात नाही.

६) **व्यवहारतोल, असमतोल फरक नाही :** वस्तुव्यापार शर्ती ही संकल्पना फक्त व्यवहारतोलाच्या वस्तू व सेवांसंबंधी आहे. व्यवहारतोल हा एकाच बाजूने घडवून आणला तर वस्तू व्यापारशर्ती हा उपाय व्यापाराच्या लाभासाठी उपयोगात आणला जात नाही.

७) **व्यापारापासून लाभाला नकार :** परकीय व्यापारात वस्तू व्यापारशर्ती या संकल्पनेचे स्पष्टीकरण विकसित आणि विकसनशील देशातील फायद्याच्या विभागणीबाबत अपयशी ठरते.

८) जर निर्यात उद्योगाची उत्पादकता वाढली तर त्याचे अनुकूल परिणाम होतात, आणि हे परिणाम लक्षात घेण्यास वस्तू व्यापारशर्ती असमर्थ ठरतात.

९) वस्तू व्यापारशर्तींत किमतीतील बदलाचाच विचार केला आहे.

२) स्थूल/एकूण वस्तू व्यापारशर्ती (Gross Barter Terms of Trade)

देशाच्या आयात-निर्यात वस्तूंच्या परिणामांचे असलेले गुणोत्तर म्हणजे 'स्थूल वस्तू व्यापारशर्ती' होय. अथवा स्थूल व्यापारशर्ती म्हणजे 'आयातीच्या आकारमानाशी निर्यातीच्या आकारमानाचा दर' होय. हौसिंग यांनी स्थूल वस्तू व्यापारशर्तींची संकल्पना विकसित केली.

$$\underset{(G)}{\text{स्थूल वस्तू व्यापारशर्ती}} = \frac{\text{आयात आकारमान निर्देशांक}}{\text{निर्यात आकारमान निर्देशांक}} \times १००$$

समजा, भारताचा २००९-१० या वर्षाचा आयात वस्तूंचा आकारमान निर्देशांक २२३ आणि निर्यात वस्तूंचा निर्देशांक २५० होता असे मानू. २०१०-११ या वर्षाचा आयात आकारमान निर्देशांक २६७ आणि निर्यात आकारमान निर्देशांक २७२ झाला, तर

$$G = \frac{\text{आयात आकारमान निर्देशांक}}{\text{निर्यात आकारमान निर्देशांक}} \times १००$$

$$G\,(२००९\text{-}१०) = \left[\frac{२२३}{२५०}\right] \times १००$$

$$= ८९.२$$

२००९-१० या वर्षाचे भारताच्या स्थूल वस्तू व्यापारशर्तींचे मूल्य ८९.२ होते.

$$G\,(२०१०-११) = \left[\frac{२६७}{२७२}\right] \times १००$$

$$= ९८.१६$$

भारताचे २०१०-११ चे स्थूल वस्तू व्यापारशर्तींचे मूल्य ९८.१६ झाले म्हणजे भारताच्या स्थूल वस्तू व्यापार शर्ती २०१०-११ मध्ये २००९-१० पेक्षा सुधारल्या होत्या. निव्वळ वस्तू व्यापारशर्तींपेक्षा स्थूल वस्तू व्यापारशर्तीमध्ये अधिक सुधारणा झाली.

प्रतिकूलता

समजा भारताच्या२००२-०३ चा आयात वस्तूंचा आकारमान निर्देशांक १०८ आणि निर्यात वस्तूंचा आकारमान निर्देशांक १३१ होता असे मानू तर २००३-०४ या वर्षात आयात आकारमान निर्देशांक ११४ होता आणि निर्यात आकारमान निर्देशांक १५५ झाला, तर

$$G = \frac{\text{आयात आकारमान निर्देशांक}}{\text{निर्यात आकारमान निर्देशांक}} \times १००$$

$$G\,(२००२-०३) = \frac{१०८}{१३१} \times १००$$

$$= ८२.४४$$

भारताचा २००२-०३ या वर्षाचा स्थूल वस्तू व्यापार शर्ती मूल्य ८२.४४ होते.

भारताचा २००३-०४ चा विचार करता

$$G\,(२००३-०४) = \frac{११४}{१५५} \times १००$$

$$G = ७३.५४$$

भारताचे स्थूल व्यापारशर्तीचे २००३-०४ चे मूल्य ७३.५४ झाले म्हणजे स्थूल व्यापारशर्ती २००३-०४ मध्ये २००२-०३ पेक्षा प्रतिकूल झाल्या. स्थूल

व्यापारशर्ती या एखादा देश आयात करीत असलेल्या वस्तूंच्या आकारमानात निर्यात वस्तूंचे आकारमान स्थिर असताना वाढ झाली असता, स्थूल वस्तू व्यापारशर्ती त्या देशाला अनुकूल झाल्या आहेत असे मानले जाते.

स्थूल वस्तू व्यापारशर्तींवरील टीका

स्थूल वस्तू व्यापारशर्तींवर टीका पुढीलप्रमाणे केली जाते-

१) **सर्व वस्तू एकत्रित केल्या आहेत :** या निर्देशकांमध्ये सर्व प्रकारच्या वस्तू, भांडवली देणे-घेणे या सर्व घटकांचा एकत्रित विचार करण्यात आला आहे. त्यामुळे स्थूल वस्तू व्यापारशर्तींवर टीका केली जाते. या सर्वांचा एकत्रित विचार करणे योग्य ठरणार नाही. गहू, कापड, लोखंड, भांडवली देणे-घेणे या सर्वांचे एकत्रितपणे मापन करण्यासाठी एक सामाईक एकक उपलब्ध नाही. म्हणून **हॅबरलर, व्हायनर** आणि इतर अर्थशास्त्रज्ञांनी 'स्थूल वस्तू व्यापारशर्ती' ही संकल्पना अवास्तव आणि अव्यावहारिक मानली आहे.

२) **उत्पादक घटक दुर्लक्षित :** स्थूल वस्तू व्यापारशर्ती संकल्पना उत्पादकतेत सुधारणा करण्याकडे व्यापारशर्ती दुर्लक्ष करते; जेव्हा उत्पादक घटकात वाढ होते तेव्हा निर्यातदार देशाला लाभ होतो.

३) **व्यवहारतोलाकडे दुर्लक्ष :** स्थूल वस्तू व्यापारशर्ती संकल्पना व्यापार समतोलाशी फक्त संबंधित आहे. परंतु, आंतरराष्ट्रीय भांडवली उत्पन्न आणि देशाच्या व्यापाराच्या खर्चाकडे दुर्लक्ष करते.

४) **उत्पन्न सुधारण्यात नकार :** या संकल्पनेत फक्त निर्यात आणि आयात परिमाणांचा विचार केला आहे. परंतु, आयात आणि निर्यात वस्तूंच्या उत्पादनातील, दर्जातील बदल विचारात घेतला जात नाही.

५) **कल्याणाचा निर्देशांक उपलब्ध नाही :** जेव्हा स्थूल वस्तू व्यापारशर्तीत सुधारणा होते, तेव्हा व्यापारामध्ये कल्याणात वाढ मान्य केली जाते; कारण देशातून आयातीपेक्षा जास्तीत जास्त निर्यात केली जाते. स्थूल वस्तू व्यापारशर्ती लोकांच्या कल्याणाच्या वाढीसंदर्भात विचार केला जात नाही.

या मर्यादांचा या संकल्पनेत अर्थशास्त्रज्ञांनी विचार केला नाही.

३) उत्पन्न व्यापारशर्ती (Income Terms of Trade)

डॉरेन्स (Dorrance) आणि **स्टेले (Stalle)** यांनी, उत्पन्न व्यापारशर्ती ही संकल्पना मांडून निव्वळ वस्तू व्यापारशर्तींमध्ये सुधारणा केली. देशाच्या निर्यात क्षमतेच्या तुलनेने आयात क्षमतेमध्ये काय बदल होतो हे लक्षात येते; म्हणून नवीन

संकल्पना मांडली. ‘उत्पन्न व्यापारशर्ती’ म्हणजे निव्वळ वस्तू व्यापारशर्ती आणि निर्यात आकारमानाचा निर्देशांक यांचा गुणाकार होय. अथवा देशाचा निर्यात नगसंख्या निर्देशांक व आयात आणि निर्यात किमतीचा निर्देशांक या घटकांचा व्यापारशर्तीत समावेश केला आहे. निर्यातीतून मिळणाऱ्या उत्पन्नातून निर्माण होणारी देशाची आयात क्षमता समजते. जसे समजा, भारत साखरेची निर्यात करतो भारताची साखरेची परदेशातील मागणी लवचिक आहे. जर भारताने साखरेची निर्यात नगसंख्या वाढविली तर साखरेच्या किमती कमी होतील. त्यामुळे निव्वळ वस्तू व्यापारशर्ती प्रतिकूल होतील, मात्र साखरेची निर्यात वाढल्यामुळे उत्पन्न व्यापारशर्ती पूर्वीपेक्षा अनुकूल राहतील.

सूत्र

$$\text{उत्पन्न व्यापारशर्ती } y = \frac{(\text{निव्वळ वस्तू व्यापारशर्ती})}{१००} \times \text{निर्यात आकारमान निर्देशांक}$$

$$y = \frac{N}{१००} \times \text{निर्यात आकारमान निर्देशांक}$$

$$\text{अथवा, } Ty = \left[Tc \times Qx = \frac{PxQx}{Pm}\right]\left(\therefore Tc = \frac{Px}{Pm}\right)$$

$$= \frac{(\text{निव्वळ किंमत निर्देशांक})\ (\text{निर्यात परिणाम})}{\text{आयात किंमत निर्देशांक}}$$

येथे,

Ty = उत्पन्न व्यापारशर्ती.

Tc = वस्तू व्यापारशर्ती.

Qx = निर्यात परिणाम निर्देशांक.

जेव्हा उत्पन्न व्यापारशर्तींच्या निर्देशांकामध्ये वाढ होते, म्हणजे देशाची निर्यात वस्तूच्या बदल्यात वस्तू आयात करण्याची क्षमता वाढत आहे; म्हणून त्याला कधी कधी देशाची आयातक्षमता (Capacity of Import) असे म्हटले जाते.

जर देशाच्या आयातीची क्षमता वाढत असेल, तर

१) निर्यात किमतीत वाढ होते.

२) आयातीच्या किमतीत वाढ होते.

३) निर्यातीच्या प्रतिमानात वाढ होते.

उत्पन्न व्यापारशर्तींवर टीका

उत्पन्न व्यापारशर्तींवर पुढील मुद्यांच्या आधारे टीका केली जाते :

१) **व्यापारापासून तोटा किंवा लाभाचे मोजमाप अयोग्य :** उत्पन्न व्यापारशर्ती आंतरराष्ट्रीय व्यापारापासून होणारा लाभ किंवा तोटे यांचे अचूक मापन करण्यात अपयशी ठरल्या आहेत. जर देशाची आयातक्षमता वाढत असेल तर त्याचा अर्थ देशाची पूर्वीपेक्षा निर्यात करण्याची क्षमता वाढत आहे; वास्तव निर्यात म्हणजे वास्तव संसाधनांची निर्यात. ही निर्यात केल्यास त्याचा उपयोग लोकांचे जीवनमान उंचावण्यासाठी करता येतो.

२) **एकूण आयात क्षमतेच्या निर्देशांकाकडे दुर्लक्ष :** उत्पन्न व्यापारशर्ती निर्देशांक हा देशाच्या निर्यातक्षमतेवर आधारलेला आहे.

या संकल्पनेत देशातील एकूण आयातक्षमता किती आहे, याकडे दुर्लक्ष केले आहे. आयातक्षमता केवळ निर्यातीवरच अवलंबून असते असे नाही तर एकूण परकीय चलनातील उत्पन्नावर अवलंबून असते.

३) **वस्तू व्यापारशर्तींला महत्त्व दिले नाही :** 'उत्पन्न व्यापारशर्ती' हा वस्तू व्यापारशर्तीचा पाया आहे. मात्र, ही संकल्पना देशाच्या आयातीचे खरे स्वरूप स्पष्ट करू शकत नाही. आंतरराष्ट्रीय लाभाचे मोजमाप करण्यासाठी उत्पन्नशर्तींपेक्षा वस्तू व्यापारशर्तींला जास्त प्राधान्य दिले जाते.

ब) उत्पादन घटकांशी संबंधित व्यापारशर्ती (Factoral Terms of Trade)

आपल्याला किती आयात करावयाची त्यासाठी निर्यातीत उत्पादन घटकांची किती एककांनी वाढ करावयाची हे घटक व्यापारशर्तींतून समजतात.

१) एक घटकी व्यापारशर्ती (Single Factoral Term of Trade)

जेव्हा उत्पादक घटक बदलतात, निव्वळ वस्तू व्यापारशर्तींचा उपयोग व्यापाराच्या लाभाच्या मोजमापासाठी होत नाही म्हणून प्रा. व्हायनर यांनी वस्तूंचा तांत्रिक सहसंबंध निर्देश एकघटकी आणि द्विघटकी व्यापारशर्ती विकसित केल्या.

एक घटकी व्यापारशर्ती प्रकारात निर्यात वस्तूंच्या किमतीचा निर्देशांक व आयात वस्तूंच्या किमतीचा निर्देशांक यांची तुलना केली जाते. निर्यात वस्तूंसाठी वापरल्या जाणाऱ्या उत्पादन घटकांच्या उत्पादन शक्तीतील बदलांचाही विचार केला जातो.

एक घटकी व्यापारशर्ती (sf) = निव्वळ वस्तू व्यापारशर्ती × निर्यात वस्तू उत्पादकता निर्देशांक

$sf = n \times$ निर्यात वस्तू उत्पादकता निर्देशांक

निर्यात वस्तू उत्पादकता निर्देशांक; म्हणजे निर्यात वस्तूतील सर्व उत्पादन घटकांच्या उत्पादकतेचा निर्देशांक वास्तवात असा निर्देशांक काढणे शक्य होत नाही त्यामुळे ही संकल्पना प्रत्यक्षात वापरता येत नाही.

एक घटकी व्यापारशर्तींच्या मुख्य मर्यादा म्हणजे आयात उत्पादनाचा अंतर्गत खर्च नाकारला किंवा धरला नाही म्हणून **व्हायनर** यांनी द्विघटकी व्यापारशर्ती ही संकल्पना विकसित केली.

२) द्विघटकी व्यापारशर्ती (Double Factoral of Terms of Trade)

द्विघटकी व्यापारशर्ती संकल्पनेत निर्यात वस्तूंच्या किमतीचा निर्देशांक व आयात वस्तूंच्या किमतीचा निर्देशांक यांची तुलना केली जाते व निर्यात वस्तूंसाठी वापरल्या जाणाऱ्या व दुसऱ्या देशात आयात वस्तूंसाठी वापरल्या जणाऱ्या उत्पादन घटकांच्या उत्पादन शक्तीतील बदलांचा विचार केला जातो.

अथवा,

$$\text{सूत्र विघटकी व्यापार शर्ती} = n \times \frac{\text{निर्यात उद्योगांची उत्पादकता निर्देशांक}}{\text{आयात स्पर्धकांचा उत्पादकता निर्देशांक}}$$

जसे निर्यात उद्योगांची उत्पादकता निर्देशांक काढणे अवघड आहे तसेच आयात स्पर्धक वस्तूंचा निर्देशांक काढणे अवघड आहे.

आयात स्पर्धक देश म्हणजे ज्या वस्तूंची आयात करणे त्या वस्तूला पर्यायी अशा देशी वस्तूंचे उत्पादन होय. या आयात पर्यायी वस्तू उत्पादन करणाऱ्या उद्योगांना 'स्पर्धक उद्योग' म्हणतात.

व्यवहारात एक-घटकी आणि द्वि-घटकी व्यापारशर्तींचा अतिशय कमी उपयोग होतो. कारण घटक उत्पादकतेतील बदलाचे मोजमाप करणे अवघड आहे. म्हणून या संकल्पनेचा उपयोग अर्थशास्त्रज्ञ क्वचितच करतात.

याशिवाय व्यापार शर्तींचे पुढील प्रकार आहेत-

३) वास्तवखर्च व्यापारशर्ती (Real Cost Terms of Trade)

वास्तवखर्च व्यापारशर्ती खालीलप्रमाणे,

$$Tr = Ts \,.\, Rx = \frac{Px}{Pm} \,.\, Zx \,.\, Rx$$

येथे, Tr = वास्तवखर्च व्यापारशर्ती.

Ts = एक घटक व्यापारशर्ती.

Rx = उत्पादन निर्यातीत काम करणाऱ्या साधनांची उत्पादकतेचा एक घटक ऋण उपयोगिता (Disutility) रकमेचा निर्देशांक.

आंतरराष्ट्रीय व्यापारापासून देशाचे आर्थिक कल्याण साध्य करण्यात वास्तव लाभ मोजण्यासाठी वास्तवखर्च व्यापारशर्तींचा उपयोग होतो. परंतु, वास्तवखर्चाने निर्मितीच्या उत्पादनाचा विचार केला नाही यावरून त्याची मर्यादा दिसून येते. या मर्यादेमुळे प्रा. व्हायनर यांनी उपयोगिता व्यापारशर्ती संकल्पना विकसित केली.

४) उपयोगिता व्यापारशर्ती (Utility Terms of Trade)

वास्तवखर्च व्यापारशर्तींपेक्षा उपयोगिता व्यापारशर्तींपासून अनेकविध फायदे होतात. उपयोगी आयातीच्या तुलनेत अंतर्गत उपभोगाच्या वस्तूंच्या उत्पादनाबरोबर उत्पादन घटकांचा उपयोग होतो.

आता उत्पादित वस्तू निर्यात (Um)

$$Tu = Tr\,.\,Um = \frac{Px}{Pm}\;Zx\,.\,Um$$

उपयोगिता व्यापारशर्ती या वास्तवखर्च व्यापारशर्तींप्रमाणे आहेत, असे रॉबर्टसन यांनी म्हटले आहे. उपयोगिता व्यापारशर्ती संबंधित खर्चाशी निगडित आहेत; त्याचे मोजमाप अचूक करता येत नाही. म्हणून व्यवहारात ही संकल्पना कमी उपयोगाची आहे.

३.४ व्यापारशर्तींचे महत्त्व (Importance of Terms of Trade)

व्यापारशर्तींबाबत सतातनपंथीय अर्थशास्त्रज्ञांनी **प्रो. जे. एस. मिल., डेव्हिड रिकार्डो** तसेच **लॉर्ड केन्स, प्रो. रॉबर्टसन** इत्यादी आधुनिक अर्थशास्त्रज्ञांनी अनन्यसाधारण महत्त्व दिले आहे. तसेच आर्थिक व्यवहाराच्या दृष्टीने आणि जागतिकीकरणाच्या दृष्टीने व्यापारशर्तींचे महत्त्व पुढीलप्रमाणे सांगता येते –

१) एखाद्या देशाचा विकास करावयाचा असेल तर अनुकूल व्यापारशर्ती महत्त्वाच्या ठरतात. एखाद्या देशाकडून अर्थसाहाय्य घेतले आणि त्याचा व्यापारशर्तींवर प्रतिकूल परिणाम झाला तर अशा देशाकडून अर्थसाहाय्य थांबविण्यात येते.

२) व्यापारशर्ती या लाभमापनाचे अचूक अंदाज करण्यासाठी निदर्शक असते. एखाद्या देशाला कोणत्या देशाबरोबर व्यापार केला तर हानिकारक असेल आणि कोणत्या देशाबरोबर व्यापार केल्यास फायदेशीर होईल याविषयी पूर्वसूचना म्हणून व्यापारशर्तींना महत्त्व प्राप्त होते.

३) आंतरराष्ट्रीय व्यापाराबरोबरच आचारविचार आणि संस्कृती यामधील सकारात्मक

बदलांचाही व्यापारशर्ती अनुकूल ठेवण्यात महत्त्वाचा वाटा असतो. त्यामुळे व्यापारशर्ती अनुकूल असतील तर त्याचा सकरात्मक परिणाम लोकांच्या राहणीमानावर दिसून येईल.

४) ज्यावेळेस व्यापारशर्ती सतत अनुकूल असतात त्यावेळेस देशाची आर्थिकक्षमता वाढते; तसेच देशाच्या चलनाचे परकीय चलनाबरोबर असणारे मूल्य वाढते, यासाठी व्यापारशर्तींची मदत होते.

५) व्यापारशर्ती अनुकूल असतात तेव्हा लाभ वाढतो. याउलट, व्यापारशर्ती प्रतिकूल होतातच तेव्हा लाभाचे प्रमाण घटते म्हणजे, व्यापारशर्ती लाभमापनाचे अचूक अंदाजाचे एक निर्देशक आहे. व्यापारशर्ती करून कोणत्या देशाबरोबर व्यापार फायदेशीर ठरेल आणि कोणत्या देशाबरोबर केला तर हानिकारक ठरेल यासाठी व्यापारशर्ती महत्त्वाच्या ठरतात.

६) आंतरराष्ट्रीय व्यापारात दोन देशांतील दोन चलनांचे मूल्य विचारात घेतले जाते. आयातमूल्य आणि निर्यातमूल्य चलनाच्याद्वारे योजले जाते. परकीय विनिमय दरावरून व्यापारशर्तींचा परिणाम मोजता येतो. जेव्हा चलनाचे मूल्य अधिक असते; तेव्हा त्या देशाला व्यापारशर्ती अनुकूल ठरतात.

३.५ व्यापारशर्ती ठरविणारे किंवा निश्चित करणारे घटक (Determinant of Terms of Trade)

दोन वस्तू, दोन देशांच्या बाबतीत वस्तूंच्या आयात किमती आणि निर्यात किमतीच्या गुणोत्तराला देशाच्या 'व्यापारशर्ती' म्हणतात.

$\therefore \frac{Px}{Pm}$ आहे.

व्यापारशर्ती अनुकूल किंवा प्रतिकूल असतात. 'व्यापारशर्तींवर परिणाम करणारे घटक' म्हणूनही त्यांचा उल्लेख करता येतो.

येथे हे नमूद केले पाहिजे की, विपर्यास पद्धतीने उलट-सुलट रितीने इतर देशांची आयात एका देशाची निर्यात असते. एका देशाच्या व्यापारशर्तींचा परिणाम इतर देशांच्या व्यापारशर्तींवर होतो. अन्योन्य मागणी लवचिकतेत बदल झाल्यास देशाच्या व्यापारशर्तींत बदल घडून येतो. अन्योन्य मागणी लवचीक वस्तूच्या मागणीची सापेक्ष तीव्रता किती आहे, त्यावर अवलंबून असते. मागणीच्या लवचिकतेच्या बदलाची जागा अनेक घटकांद्वारे घेतली जाते. जसे लोकसंख्या वाढ, व्यापारी वस्तूंचे स्वरूप, सरकारी व्यापार धोरण, लोकांची पसंती आणि राष्ट्राच्या आयातीची क्षमता

इत्यादी घटकांत बदल झाल्यास परिणामी व्यापाराच्या अटींचा देशाच्या आयातीच्या मागणीवर हेतुपूर्वक परिणाम होतो.

व्यापारशर्तींवर परिणाम करणारे घटक पुढीलप्रमाणे आहेत–

१) **आर्थिक वाढ :** जेव्हा देशाची आर्थिक वाढ होते; तेव्हा उत्पादन शक्यता वक्र वरती सरकतो; कारण देशाच्या उत्पादनक्षमतेत सुधारणा होते. परिणामी, राष्ट्राचे उत्पन्न आणि आर्थिक कल्याणात वाढ होते. जेव्हा आर्थिक वाढ होते त्यावेळेस आयातीच्या मागणीत वाढ होते किंवा एका बाजूस निर्यात वस्तूंचा पुरवठा आणि आयात पर्यायीकरणात वाढ होते. त्याचा पुरवठा आणि मागणी, स्थिती व्यापारशर्ती ठरविण्यासाठी होतो; जर आयात मागणी वाढली तर तुलनात्मक निर्यात वस्तूंच्या पुरवठ्याच्या देशाच्या दृष्टीने व्यापारशर्ती प्रतिकूल ठरतील. दुसऱ्या बाजूस निर्यात वस्तूचा पुरवठा वाढला तर तुलनात्मकदृष्ट्या आयातीच्या मागणीच्या दृष्टीने व्यापारशर्ती देशाला अनुकूल ठरतील.

२) **अन्योन्य मागणी आणि पुरवठा :** अन्योन्य किंवा परस्पर मागणी आणि पुरवठ्याच्या व्यापारशर्ती देशावर आधारित असतात किंवा आयात आणि निर्यातीचा पुरवठा आणि मागणी प्रत्येक देशाची लवचिकता आणि कार्यात्मकतेवर अवलंबून असते. जर अवलचिक संबंधित देशाची निर्यातीची मागणी आयातीच्या तुलनात्मकदृष्ट्या असेल तर व्यापारशर्तींचा कल देशाला अनुकूल असेल आणि दुसऱ्या बाजूस प्रतिकूल असेल. त्याचप्रमाणे निर्यातीचा पुरवठा आयातीच्या तुलनेत जास्त लवचीक असेल तर व्यापारशर्तींचा कल प्रतिकूल राहील. मात्र, अनुकूल व्यापारशर्ती असतील तर संबंधित देशाचा निर्यातीचा पुरवठा वाढतो.

३) **मागणीचे आकारमान :** मागणीचे आकारमान व्यापारशर्तींवर परिणाम करते. देश आयात आणि निर्यात करत असेल तर जर निर्यातीची मागणी वाढली, इतर वस्तू समतोल असतील असे मानल्यास निर्यात वस्तूंच्या किमती आयात वस्तूंच्या तुलनेत वाढतील. परंतु, जर आयात वस्तूंची मागणी वाढली तर त्यांच्या किमती निर्यात वस्तूंच्या तुलनेत वाढतील म्हणून देशाला व्यापारशर्ती प्रतिकूल ठरतील.

४) **पर्यायी वस्तूंची उपलब्धता :** देश ज्या वस्तूंची निर्यात करतो त्या वस्तूंना जवळच्या पर्यायी वस्तू उपलब्ध नसतील तर व्यापारशर्ती अनुकूल ठरतील. उदा. जर पेट्रोलला पर्याय सापडला तर भारताला अनुकूल व्यापारशर्ती राहतील.

५) **तंत्रज्ञानातील बदल :** उत्पादनतंत्रात बदल होत असेल तर व्यापारशर्तींवर

त्याचा परिणाम होतो. उत्पादन तंत्रज्ञानात सुधारणा झाली, तर आयात वस्तूंच्या तुलनेत किमती कमी होतील म्हणून व्यापारशर्ती देशाला प्रतिकूल ठरतील. दुसऱ्या बाजूस आयातीची मागणी स्पर्धात्मक वस्तूंच्या मानाने आयातीच्या उत्पादनात कमी झाली तर व्यापारशर्तींचा कल सुधारण्याकडे किंवा अनुकूल असेल.

६) **जकाती आणि कोटा :** जर देश आयात मालावर परिणामकारक जकाती लादत असेल, आयात कोटा ठरवून देत असेल किंवा अन्य प्रकरणी बंधने घालत असेल तर व्यापारशर्ती देशासाठी अनुकूल होतील आणि जर आयातवस्तूंना पर्यायी वस्तू पुरेशा प्रमाणात उपलब्ध नसतील आणि आयात वस्तूंची मागणी, लवचिकता कमी असेल तर व्यापारशर्ती प्रतिकूल होतील.

७) **लोकांच्या वस्तूंच्या पसंतीत बदल :** लोकांची वस्तूंबाबत आवड-निवड बदलत असेल तर त्याचाही परिणाम व्यापारशर्तींवर होतो. देश ज्या वस्तूंची निर्यात करतो त्यांची परदेशी ग्राहकांची आवड किंवा पसंती वाढत असेल तर व्यापारशर्ती देशाला अनुकूल होतील. याउलट, देशातील परकीय वस्तूंच्या आवडीत वाढ होत असेल तर व्यापारशर्ती देशास प्रतिकूल ठरतील.

८) **उत्पादन घटकांच्या देणगीत बदल :** जेव्हा निर्यात उद्योगाच्या पुरवठ्यात वाढ होते तेव्हा निर्यातक्षम वस्तूंच्या उत्पादनात मोठी निर्मिती होते. त्या वस्तू कमी किमतीत विकल्या जातात. परदेशातील लोकांची आवड आणि तंत्रज्ञानामुळे देशासाठी त्या प्रतिकूल बनतात. परंतु, पर्यायी आयातीसाठी उत्पादन पुरवठा घटक जास्त असेल, तर आयातीची मागणी कमी होईल आणि आयातीच्या शर्ती देशाला अनुकूल होतील.

९) **अवमूल्यन :** अवमूल्यन म्हणजे राष्ट्राच्या चलनाचे मूल्य परकीय चलनाच्या संदर्भात हेतुपूर्वक कमी करणे होय. जेव्हा देश त्याच्या चलनाचे अवमूल्यन करतो तेव्हा दुसऱ्या देशाला पहिल्या देशाचे चलन स्वस्तदरात खरेदी करता येते. परकीय चलनाच्या शर्तीत देशांतर्गत चलनाच्या मूल्यात घट होते. अवमूल्यनाच्या परिणामी परकीय बाजारात आयात खर्चीक बनते आणि निर्यात स्वस्त होते, म्हणून व्यापारशर्ती देशाला अनुकूल ठरतील. आयात खर्च कमी आणि निर्यातीची उभारणी चांगली होते. परंतु, देशाच्या व्यापारशर्ती ठरविण्यात मागणी आणि पुरवठ्याच्या लवचिकतेची भूमिका महत्त्वाची असते; जर निर्यातीची परकीय मागणी आणि आयातीची देशातील मागणी किंमत बदलाची अलवचिकता अधिक असेल. उलट, व्यापाराच्या शर्ती सुधारण्यासाठी अवमूल्यन मदत करते.

१०) **बाजारस्थिती :** देश ज्या वस्तूची निर्यात करतो त्यात मक्तेदारी किंवा अल्पविक्रेताधिकार शक्ती असेल आणि ज्या वस्तूंची आयात केली जाते त्या बाबतीत अनेक पर्याय उपलब्ध असतील तर देशाच्या बाबतीत व्यापारशर्ती अनुकूल राहतील. परंतु, दुसऱ्या देशाला प्रतिकूल राहतील. उदा. आखाती देशांचा पेट्रोलियम पदार्थात अल्पाधिकार असल्याने त्यांना व्यापारशर्ती अनुकूल राहतात.

११) **व्यवहारतोल :** व्यवहारतोलाकडे कल असेल तर व्यापारशर्तीत सुधारणा होते. व्यापारतोल अधिक्याचा असेल तर चलनाचा विनिमयातील दर व्यापारशर्तीत वाढतो.

१२) **वृद्धी आणि घट :** देशांतर्गत किमती वाढून वृद्धीची स्थिती असेल आणि आयात वाढून निर्यात घटली असेल तर व्यापारशर्तीचा कल प्रतिकूल राहील.

दुसऱ्या बाजूस घटीचा कल असेल, निर्यातीत वाढ होत असेल. अंतर्गत किमती कमी होत असतील आणि आयात कमी होत असेल तर देशास आयातशर्ती अनुकूल राहतील.

१३) **भांडवलाची आवक-जावक :** जेव्हा एखादा देश आपल्याला लागणारे भांडवल दुसऱ्या देशाकडून घेतो तेव्हा त्या देशाला त्याच चलनात पैसे परत करावे लागतात. त्यासाठी कर्ज घेतलेल्या देशाला निर्यात वाढविणे आवश्यक असते. त्यामुळे व्यापारशर्ती अनुकूल होण्यास मदत होते. याउलट, कर्ज देणाऱ्या देशावर त्याचा वेगळा परिणाम होतो.

१४) **व्यापार चक्र :** आयात-निर्यात करणाऱ्या देशांमध्ये चलनवाढीची स्थिती कशी आहे त्यावर व्यापारशर्ती अवलंबून असतात. जर एखाद्या देशात चलन वाढ होत असेल तर त्या देशात आयातवस्तूंची मागणी वाढते. निर्यात करणाऱ्या देशाला चलनवाढीचा फायदा होतो व त्या देशाच्या व्यापारशर्ती अनुकूल होतात.

थोडक्यात, जसे व्यापारशर्तीची एखादी संकल्पना घेऊन व्यापारातील लाभ मोजता येत नाहीत तसेच वरील सर्व घटकांचा कोणत्याही एकाच कारणाद्वारे व्यापारशर्ती अनुकूल अथवा प्रतिकूल होतील हे विश्लेषणात्मकरीत्या सांगता येत नाही. या संदर्भातील विश्लेषणाबाबत अर्थमंत्री, अर्थतज्ज्ञ, वाणिज्य मंत्री आणि रिझर्व्ह बँकेसारख्या मध्यवर्ती बँकेच्या गव्हर्नरचा विनिमयदराबाबत सल्ला घेतला जातो. त्यामुळे व्यापारशर्तीबाबत व त्या घटकांच्या अनुकूल व प्रतिकूलतेबाबत आपण केलेल्या मुद्यांची चर्चा महत्त्वाची आहे.

३.६ विकसनशील देशांच्या व्यापारशर्ती प्रतिकूल असण्याची कारणे (Causes of Unfavourable Terms of Trade to Developing Countries)

विकसनशील देशांना विविध समस्यांना तोंड द्यावे लागते. उदा. दारिद्र्य, बेरोजगारी, तंत्रज्ञानाची कमतरता, भांडवलाची कमतरता त्यामुळे आंतरराष्ट्रीय व्यापाराला अर्थव्यवस्थेचे खत आणि जीवन मानले जाते. जलद आर्थिक विकासासाठी 'व्यापार' ही घोषणा तयार करण्यात आली. काही अर्थशास्त्रज्ञांनी विकसनशील आणि विकसित अशा दोन्ही देशांच्या आर्थिक इतिहासाचा अभ्यास केला. त्यांच्या मते, आंतरराष्ट्रीय व्यापार हे आर्थिक वृद्धीचे इंजिन आहे. १९ व्या शतकात विकसित देशांच्या मानाने विकसनशील देशांत आर्थिक वृद्धीचे इंजिन मोठ्या प्रमाणात नव्हते; कारण विकसनशील देश प्रतिकूल परिस्थितीला तोंड देत होते. म्हणून ते परकीय व्यापारात आर्थिकविकास करू शकले नाहीत.

विकसनशील देशांची व्यापारशर्ती प्रतिकूल असण्याची (बिघडण्याची) कारणे पुढील प्रमाणे आहेत –

१) **तंत्रज्ञानाच्या लाभाचे विभाजन : सिंगर** यांच्या मते, 'विकसनशील देशांनी तंत्रज्ञानाच्या साहाय्याने कमी किमतीत प्राथमिक वस्तूंची निर्यात करून प्रगती साधली. परंतु विकसित देशांनी उच्च उत्पादनाच्या साहाय्याने उत्पन्नात प्रगती केली. त्यामुळे विकसित देशांचे नियंत्रण निर्माण होऊन मक्तेदारी निर्माण झाली. विकसित देशांनी आकर्षक पद्धतीने उत्पादनांची निर्मिती केली. त्यामुळे विकसनशील देशांच्या व्यापारशर्ती प्रतिकूल राहण्याला मदत झाली.'

२) **व्यापारशर्तीत ऐहिक बिघाड : राऊल प्रेबिश** (Raul Prebisch) यांच्या मते, 'दीर्घकाळ प्राथमिक उत्पादनाच्या किमतीत उतरती कळा दिसून येत होती. विकसनशील देश प्राथमिक उत्पादनाची निर्मिती करतात. कॉफी, चहा, तांदूळ, साखर, तांबे इत्यादींबाबतीत उत्पादनाच्या दर्जात सारखेपणा अनेक दशके होता. दुसऱ्या बाजूस विकसित देशांत निर्मित वस्तू उत्पादनाच्या दर्जात सुधारणा होत होती. प्राथमिक उत्पादनाच्या किमतीपेक्षा संबंधित वस्तूंना उच्च किमती प्राप्त झाल्या; त्यामुळे विकसनशील देशांच्या व्यापारशर्ती प्रतिकूल ठरल्या.'

३) **उद्योगातील मक्तेदारी :** प्राथमिक वस्तूंच्या बाबतीत मक्तेदारी निर्माण करता येत नाही; उदा. तांदूळ, गहू, कापूस इत्यादींबाबत कोणत्याही देशाला मक्तेदारी निर्माण करता येत नाही. याउलट, उद्योग क्षेत्राला मक्तेदारी निर्माण करता येणे शक्य असते. उद्योगक्षेत्रातील वस्तू कृषी उत्पादनापेक्षा जास्त किंमतीला विकल्या

जातात. अशी मक्तेदारी विकसनशील देशाच्या व्यापारशर्ती अधिक प्रतिकूल करते. विकसनशील आशियायी देश प्राथमिक वस्तूंची निर्यात करत असल्याने निव्वळ वस्तू व्यापारशर्ती विकसित देशांच्या मानाने आजही प्रतिकूल दिसून येतात.

४) **खर्च प्रमाण अधिक :** विकसित देशांच्या तुलनेत विकसनशील देशांचे खर्च गुणोत्तर प्रमाण अधिक असते. कारण उत्पादन घटकांची उत्पादकता अल्प असते, तर विकसित देशांची उत्पादन घटकांची उत्पादकता अधिक असते. त्यामुळे विकसनशील देशांना व्यापारशर्ती प्रतिकूल बनतात.

५) **आर्थिक मागासलेपणा :** विकसनशील देशांचे दरडोई उत्पन्न आणि राष्ट्रीय उत्पन्न पातळी कमी असते त्यामुळे लोकांची खरेदीशक्ती कमी असते. त्यामुळे व्यापारशर्ती विकसनशील देशांना प्रतिकूल ठरतात.

६) **गतिशीलतेचा अभाव :** उत्पादनघटकांच्या गतिशीलतेच्या अभावामुळे देशातील उपलब्ध साधनसामग्रीचा योग्य वापर होत नाही त्यामुळे उत्पादन खर्च जास्त राहतो. विकसनशील देशात चालीरिती, रूढी-परंपरा, प्रांतिक भिन्नता, धर्म, भाषा, निरक्षरतेचे अधिक प्रमाण इत्यादींचा प्रभाव श्रमाच्या गतिशीलतेवर होतो त्यामुळे व्यापारशर्ती गरीब देशांना प्रतिकूल राहतात.

७) **स्पर्धेत वाढ :** विकसनशील देशातील ठराविक पद्धतीच्या उत्पादनासाठी इतर देशात बाजारपेठ शोधावी लागते. तसेच जागतिक बाजारपेठेत विकसनशील देशांचे संघटन अतिशय कमी आहे. शिवाय बाजारपेठेत निर्यातीत विकसनशील व विकसित देशांत स्पर्धा वाढत आहे. विकसित देशांची उत्पादने पर्यायाने बाहेर जातात. त्यामुळे प्राथमिक उत्पादनाच्या किमती कमी होतात; त्याचा परिणाम विकसनशील देशावर होतो.

८) **दारिद्र्यकारी वृद्धी : जगदीश भगवती (Jagdish Bhagwati)** यांच्या मते, 'विकसनशील देशांत व्यापारशर्तीत बिघाड किंवा अधोगती दिसून येते. त्यालाच 'दारिद्र्याची वृद्धी' म्हटले जाते. विकसनशील देशांची वाढ बिगरनिर्यात पायावर (Ultra Export baised) आहे. हे सर्व देशांना माहीत आहे. साधनांची पूर्णत: कमतरता तसेच साधनांसाठी संघर्ष करावा लागतो. विकसनशील देशात आयातीबाबतीत उद्योगस्पर्धा स्थिती निर्माण झाली आहे.'

९) **आयात कौशल्य व आयात स्पर्धात्मक उद्योग : लिंडर (Linder)** यांच्या मते, 'विकसनशील देशांच्या व्यापारशर्ती प्रतिकूल आहेत कारण त्यांच्यात आयात-कौशल्य नसणे, आयातीला पर्यायी स्पर्धात्मक उद्योग नसणे इत्यादी.

उदा. ब्रिटिशकाळात ब्रिटिश कापड निर्यातीमुळे भारतीय हस्तउद्योग पूर्णत: नाहीसा झाला.'

१०) **पायाभूत तंत्रज्ञानातील बदल आणि घटक वृद्धी :** विकसित देशांप्रमाणे तंत्रज्ञानात बदल आणि घटकवृद्धी ही विकसनशील देशात दिसून येत नाही. विकसित देशात भांडवल वृद्धीचा उच्च दर; लोकसंख्या आणि तंत्रज्ञानामुळे भांडवलाच्या साहाय्याने श्रमिकांचा आणि जमिनीचा वापर शक्य होतो. विकसित देशात प्लँटिंग केले जाते. उदा. कृत्रिम रबराचे उत्पादन, कृत्रिम रेशीम, कापूस उद्योग, खते इत्यादी. विकसनशील देशावर त्याचा परिणाम होऊन विकसनशील देशांच्या व्यापारशर्तीत अधोगती दिसून येते; कारण ते विकसित देशांवर अवलंबून असतात. विकसनशील देशांचा नवीन कच्चा माल कमी होत आहे.

११) **वस्तूंमधील दुर्मिळता : लिंडर (Linder)** यांनी विकसनशील देशांच्या वस्तूंमधील दुर्मीळतेवर भर दिला. दीर्घ काळ विकसनशील देशांच्या व्यापारशर्तीत अधोगती झाली. विभाग विभाजन, वस्तू वाहतुकीची कमतरता, विकसनशील देशांत होती; तर महत्त्वाचे उत्पादन उदा. लोखंड, पोलाद इत्यादी. विकसनशील देशांना आवश्यक होते. तसेच विकसनशील देशांच्या अंतर्गत साधनांचा पूर्णपणे उपयोग झाला नाही. आयात व पर्यायी अंतर्गत साधनांची शक्यता मर्यादित असल्याने लोकसंख्या वाढीमुळे आयातीची गरज दीर्घ काळ निर्माण झाली. परिणामी, व्यापारशर्ती विकसनशील देशांत प्रतिकूल राहिल्या.

१२) **विकसित देशांचा व्यापार आत्मकेंद्री :** विकसित देशांचा व्यापार आत्मकेंद्री राहिला. उदा. युरोपीय आर्थिक समुदायाने (EEC) अंतर्गत समझोत्यातून आर्थिक सहकाराची उभारणी केली. या संघटनेमुळे आयातीसाठी विकसनशील देशांवर बंधने आल्याने व्यापाराची उभारणी आत्मकेंद्री बनली.

१३) **व्यवसाय अवस्थांवर परिणाम आणि व्यवहारतोलाच्या समस्या: प्रेबिश (Prebish)** यांच्या मते, 'जागतिक बाजारात विकसनशील देशांचा सहभाग निर्यातीत वाढत आहे. परंतु, निर्यातक्षेत्रातील योगदान अल्प होते. मात्र, निर्यातीवर अवलंबित्व जास्त होते. विकसित देशात संघटित व्यापार अवस्था वाढली, त्याचा परिणाम विकसनशील देशांच्या व्यापारतोलाच्या स्थितीवर झाला.'

१४) **कर्ज समस्या : सिंगर (Singer)** यांच्या मते, 'विकसनशील देशांवर परकीय कर्जाचे मोठे ओझे असते. त्याचप्रमाणे त्यांना कर्जफेडीसाठी आणि आयातीसाठी–निर्यातीपासून मिळालेली रक्कम खर्च होते. दुसरे म्हणजे

विकसनशील देशाला निर्यात वाढविण्याची गरज असते, तसेच स्वतःचा विकासही करावयाचा असतो. परिणामी, व्यापारशर्तींत उतरती कळा लागते.'

१५) **सौदाशक्ती कमी :** विकसनशील देश प्राथमिक उत्पादनाची निर्यात करतात, ती नाशवंत असते तर विकसित देशांची त्या स्थितीत हुकूमशाही असते. विकसनशील देशांची सौदाशक्ती कमी असते. परिणामी, त्याच्या व्यापारशर्ती प्रतिकूल बनतात.

१६) **परकीय गुंतवणुकीचा परिणाम : सिंगर (Singer)** यांच्या मते, 'विकसनशील देशांच्या प्राथमिक क्षेत्रांत परकीय गुंतवणूक केली जाते. परिणामी, मोठ्या प्रमाणातील फायदा परदेशात जातो (Draining). त्यामुळे व्यक्ती, तांत्रिक प्रगती, व्यापारशर्ती यांना उतरती कळा लागते.'

१७) **उत्पादन स्वीकारण्याची असमर्थता :** विकसनशील देशांचे उत्पादन व निर्यात, खाणी आणि शेती उत्पादनाशी संबंधित असते. जागतिक बाजारात त्यांच्या किमती जुळवून घेतल्या जात नाहीत. त्यावेळेस त्यांच्या उत्पादनाच्या किमती कमी होण्यास सुरुवात होते; तर त्या वस्तूंचे उत्पादन दुसरीकडे घेतले जाऊ शकत नाही. त्यामुळे उत्पादनात वाढ होत नाही. परिणामी, व्यापारी शर्ती विकसनशील देशांना प्रतिकूल बनतात.

१८) **विकसित देशांवर मोठे अवलंबित्व :** विकसनशील देश भांडवलाच्या बाबतीत विकसित देशांवर अवलंबून असतात. विकसित देशांत भांडवली सामग्री, विकसित तंत्रज्ञान, आयात पर्यायी उद्योग, आवश्यक पायाभूत सुविधा उपलब्ध असतात. विकसित देश उच्च किमतीला वस्तूंचा पुरवठा करतात. त्यामुळे आपोआपच व्यापारशर्ती विकसनशील देशांना प्रतिकूल बनतात.

विकसनशील देशातील व्यापारशर्तींतील प्रतिकूलता शोधणे अवघड आहे. व्यापारशर्ती सुधारण्यासाठी आर्थिक विकासाचा दर जलद वाढविणे आवश्यक आहे.

१९) **लोकसंख्येचा उच्च दर :** विकसनशील देशात लोकसंख्या वाढीचा दर जास्त असल्यामुळे त्यांच्या गरजांची पूर्तता होऊ शकत नाहीत. त्यामुळे अन्नधान्य आयात करावे लागते. प्राथमिक उत्पादनाचीच निर्यात केली जाते. त्यामुळे व्यापारशर्ती प्रतिकूल बनतात.

२०) **व्यापारशर्ती प्रतिकूल** : भांडवल व तंत्रज्ञानाच्या अभावी मुबलक नैसर्गिक साधनसंपत्ती असूनही त्या साधनसामग्रीचा उपयोग करून घेणे अवघड असते. त्यामुळे व्यापारशर्ती प्रतिकूल होतात.

२१) **अपुरी निर्यातक्षमता** : विकसनशील देशांत शिक्षणसुविधा अपुऱ्या असल्याने तसेच सामाजिक, सांस्कृतिक, परंपरागत घटकांशी त्या संबंधित असल्याने विकसनशील देशातील निर्यातक्षमता वाढत नाही. त्यामुळे व्यापारशर्ती प्रतिकूल बनतात.

२२) **विकसित देशांकडे संपत्ती :** सद्य:स्थितीत बहुसंख्य बहुराष्ट्रीय कंपन्या विकसित देशांतील असल्याने मोठ्या प्रमाणात संपत्ती विकसित देशांकडे जात आहे. हा घटकसुद्धा व्यापारशर्ती प्रतिकूल बनण्याला कारणीभूत आहे.

भारताच्या व्यापारशर्ती

भारताच्या व्यापारशर्ती तीन सुत्रानुसार दाखविल्या जातात–

१) $\text{निव्वळ वस्तू व्यापारशर्ती} = \frac{\text{निर्यात किंमत निर्देशांक}}{\text{आयात किंमत निर्देशांक}} \times १००$

२) $\text{स्थूल वस्तू व्यापारशर्ती} = \frac{\text{आयात आकारमान (संख्या) निर्देशांक}}{\text{निर्यात आकार निर्देशांक}} \times १००$

३) $\text{उत्पन्न व्यापारशर्ती} = \frac{\text{निर्यात किंमत निर्देशांक}}{\text{आयात किंमत निर्देशांक}} \times १००$

१) **निव्वळ वस्तू व्यापारशर्ती :** २००८-०९ मध्ये भारताच्या निव्वळ वस्तू व्यापारशर्ती १९ टक्क्याने घटल्या असल्याचे दिसून येते.

२) **स्थूल वस्तू व्यापारशर्ती :** २००८-०९ मध्ये १९९९-२००० च्या तुलनेत भारताला निर्यातीच्या मोबदल्यात मिळणारी आयात नगसंख्या दोन टक्क्याने घटल्याचे दिसू येते.

३) **उत्पन्न व्यापारशर्ती :** भारताचे उत्पन्न व्यापारशर्तींचे मूल्य १९९९-२००० ते २००८-०९ याकाळात १०० वरून २१६ एवढे वाढलेले आहे. निव्वळ वस्तू व्यापार शर्तीत मूल्य घटले तरी निर्यात नगसंख्या वाढली तर उत्पन्न व्यापारशर्तींच्या सुधारणेत घट होईल.

भारताच्या बाबतीत असे म्हणता येते की, निव्वळ वस्तू व्यापारशर्ती प्रतिकूल असल्यातरी निर्यात आकारमानात (संख्येत) वाढ झाल्यामुळे भारताच्या व्यापारशर्तींत सुधारणा झाली आहे. (हे इकॉनॉमिक सर्व्हेच्या आकडेवारीवरून दिसून येते.)

प्रश्न

प्र. १. एका वाक्यात उत्तरे लिहा.

१) व्यापारशर्ती म्हणजे काय?

२) अनुकूल व्यापारशर्ती म्हणजे काय?

३) प्रतिकूल व्यापारशर्ती म्हणजे काय?

४) निव्वळ व्यापारशर्ती म्हणजे काय?

५) द्विघटकी व्यापारशर्ती म्हणजे काय?

६) व्यापारशर्तीचे एक महत्त्व सांगा.

७) व्यापारशर्ती प्रतिकूल असणाऱ्याचे एक कारण सांगा.

प्र. २. टिपा लिहा.

१) व्यापारशर्ती

२) व्यापारशर्तींचे प्रकार

३) व्यापारशर्ती ठरविणारे घटक

४) प्रतिकूल व्यापारशर्तींची कारणे

५) व्यापारशर्तींचे महत्त्व

प्र. ३. थोडक्यात उत्तरे लिहा.

१) व्यापारशर्ती म्हणजे काय?

२) वस्तूविनिमयासंबंधी व्यापारशर्ती म्हणजे काय?

३) निव्वळ व्यापारशक्ती थोडक्यात सांगा.

४) व्यापारशर्ती ठरवणारे घटक थोडक्यात विशद करा.

५) प्रतिकूल व्यापारशर्तींची थोडक्यात कारणे सांगा.

प्र. ४. सविस्तर उत्तरे लिहा.

१) व्यापारशर्ती म्हणजे काय? व्यापारशर्तींचे प्रकार विशद करा.

२) व्यापारशर्तींचे महत्त्व विशद करा.

३) व्यापारशर्ती ठरविणारे घटक विशद करा.

४) विकसनशील देशांच्या व्यापारशर्ती प्रतिकूल असण्याची कारणे स्पष्ट करा.

प्रकरण – ४

व्यवहारतोल
(Balance of Payments)

४.१ प्रास्ताविक (Introduction)

आंतरराष्ट्रीय व्यापारातील ताळेबंदाची सांख्यकीय नोंद व्यवहारतोलात असते. त्यामध्ये सर्व प्रकारची देणी-घेणी एक देश दुसऱ्या देशाबरोबर ठरावीक काळात (एक वर्षासाठी) करतो. या आंतरराष्ट्रीय व्यवहारामध्ये एक देश दुसऱ्या देशांतून वस्तू व सेवांची आयात करतो व दुसऱ्या देशातून वस्तू व सेवांची निर्यात करतो. निर्यातीमुळे देशाला इतर देशांपासून परकीय चलन मिळते. तर आयातीसाठी त्या देशाला इतर देशांना पैसे द्यावे लागतात व त्या देशाच्या चलनात आयातमूल्य द्यावे लागते.

आयात-निर्यातीत दोन प्रकारच्या बाबी असतात-

(१) दृश्य वस्तू, (२) अदृश्य वस्तू किंवा सेवा

दृश्य वस्तूंमध्ये अन्नधान्य, टी.व्ही., घड्याळे इत्यादी प्रकारच्या भांडवली व चैनीच्या, सुखद आणि उपभोग्य वस्तूंचा समावेश होतो. या सर्व वस्तूंना आपण स्पर्श करू शकतो; त्यांना पाहू शकतो. त्यामुळे अशा वस्तूंच्या व्यापाराला 'दृश्य वस्तूंचा व्यापार' असे म्हटले जाते. तर अदृश्य वस्तूंमध्ये मुख्यत: बँका, विमा कंपन्या, जहाज कंपन्या, वाहतूक संस्था यांनी आंतरराष्ट्रीय व्यापार सुलभ व्हावा म्हणून पुरविलेल्या सेवांचा समावेश होतो. याशिवाय अल्पकाळासाठी आणि दीर्घकाळासाठी दिली जाणारी भांडवली कर्जे, एका देशातील व्यक्तींनी दुसऱ्या देशात गुंतविलेले भांडवल, परकीयांकडून मिळालेल्या देणग्या किंवा परकीयांना दिलेल्या देणग्या किंवा हानिपूर्ती म्हणून दिलेल्या देण्या-घेण्याचा विचारही अदृश्य वस्तूंच्या व्यापारात केला जातो. अशा प्रकारे व्यवहार तोलात दृश्य आणि अदृश्य बाबींच्या देण्या-घेण्याचा समावेश केला जातो.

४.२ व्यापारतोल आणि व्यवहारतोल संकल्पना (Balance of Trade and Balance of Payments - Concepts)

आंतरराष्ट्रीय व्यापाराशी संबंधित व्यापारतोल आणि व्यवहारतोल या संकल्पना पुढीलप्रमाणे स्पष्ट करता येतात.

आंतरराष्ट्रीय व्यापारात दृश्य वस्तूंचे व अदृश्य सेवांचे व्यवहार केले जात असल्याने देण्या-घेण्याच्या व्यवहारांचे हिशेब दोन प्रकारांनी केले जातात-

(१) आंतरराष्ट्रीय व्यापारतोल, (२) आंतरराष्ट्रीय व्यवहारतोल

व्यापारतोल (Balance of Trade)

व्यापारतोलात प्रामुख्याने दृश्य वस्तूंच्या व्यापाराचा समावेश होतो. एखाद्या देशाने विशिष्ट कालावधीत (साधारण एक वर्ष) जेवढ्या दृश्य वस्तूंची आयात व निर्यात केली असेल त्याच्या हिशेबाला किंवा आढाव्याला 'व्यापारतोल' असे म्हटले जाते. म्हणजेच व्यापारतोलात वाणिज्य व्यवहारांचा समावेश होतो असे म्हणता येते.

व्याख्या

१) **प्रा. बेनॅहम यांच्या मते,** 'एका विशिष्ट कालावधीत (एक वर्षात) देशाच्या दृश्य आणि अदृश्य वस्तूंची आयात आणि निर्यात यांच्यातील संबंध म्हणजे व्यापारतोल होय.'

२) 'दृश्य वस्तूंच्या आयात निर्यातीच्या बाबत देण्या-घेण्याबाबतचा लेखा म्हणजे व्यापारतोल होय.'

एका वर्षातील देशाच्या आयात वस्तूंची किंमत आणि देशाच्या निर्यात वस्तूंची एकूण किंमत यामधील फरक म्हणजे 'व्यापारतोल' होय.

व्यापारतोलाची रचना आणि स्वरूप

व्यापारतोलात फक्त दृश्य वस्तूंचाच विचार केला जातो. व्यापारतोलात दृश्य वस्तूंची देणी-घेणी निर्माण झाली असतील तर तेवढीच नोंद केली जाते. अदृश्य वस्तूंच्या देण्या-घेण्यांचा विचार केला जात नाही. म्हणजेच दृश्य वस्तूंच्या देण्या-घेण्याचा आढावा व्यापारतोलात असतो. साधारणपणे एक वर्षाच्या काळात निर्यात केलेल्या दृश्य वस्तूंची किंमत आणि आयात केलेल्या दृश्य वस्तूंची किंमत विचारात घेतली जाते. फार वर्षांपासून अर्थशास्त्रात अनुकूल व प्रतिकूल व्यापारतोलाचा उल्लेख आढळून येतो. व्यापारतोलाचे दोन प्रकार दिसून येतात – अ) अनुकूल व्यापारतोल ब) प्रतिकूल व्यापारतोल.

अ) अनुकूल व्यापारतोल : दृश्य वस्तूंची निर्यात आयातीपेक्षा जास्त असली तर देशात सोन्या-चांदीसारख्या मौल्यवान धातूंचा ओघ मोठ्या प्रमाणात येत असल्याने व्यापारवादी विचारवंतांनी व्यापारतोल अनुकूल असावा असे मत मांडले. व्यापारतोलात जमा-खर्च या दोन बाजूंपैकी एका बाजूचे दुसऱ्या बाजूवर आधिक्य असू शकते. जमा बाजूचे खर्च बाजूवरील आधिक्य म्हणजे 'अनुकूल व्यापार तोल' होय. उदा. 'अ' या देशाने वेगवेगळ्या देशांकडून ३०० कोटी रुपयांच्या वस्तू आयात केल्या आणि वेगवेगळ्या देशांना ५०० कोटी रुपयांच्या वस्तू निर्यात केल्या तर त्या देशाला इतरांचे ३०० कोटी रुपये आयातमूल्य दिल्यानंतर २०० कोटी रुपये शिल्लक राहतील तेव्हा त्याला व्यापारतोल अनुकूल झाला, असे म्हटले जाते.

ब) प्रतिकूल व्यापारतोल : खर्च बाजूचे जमाबाजूंवरील आधिक्य म्हणजे प्रतिकूल व्यापारतोल होय. उदा. 'अ' देशाने वेगवेगळ्या देशांना ३०० कोटी रुपये किमतीच्या वस्तू निर्यात केल्या व वेगवेगळ्या देशांकडून ५०० कोटी रुपयांची आयात केली तर देशाला २०० कोटी रुपयांची तूट होईल; अशा स्थितीला 'प्रतिकूल व्यापारतोल' असे म्हटले जाते. म्हणजेच व्यापारतोलात दृश्य स्वरूपातील वस्तूंचा आयात-निर्यातीत समावेश होतो.

व्यापारतोलात फक्त दृश्य वस्तूंच्या आयात-निर्यातीचा विचार करून आंतरराष्ट्रीय व्यापार अनुकूल का प्रतिकूल आहे हे ठरविता येत नाही; तर दृश्य वस्तूंच्या आयात-निर्यातीबरोबर अदृश्य वस्तूंच्या आयात-निर्यातीचाही विचार करून एखाद्या देशाच्या परकीय व्यवहारांचा विचार केला जातो आणि या दृष्टिकोनातून व्यापारतोलापेक्षा

व्यापक स्वरूपात व्यवहारतोल संकल्पना मांडली जाते. व्यवहारतोलातील घटक - या खात्यावर वस्तूंच्या आयात-निर्यातीचे व्यवहार मांडले जातात.

व्यवहारतोल (Balance of Payments)

व्यवहारतोलामध्ये एखाद्या देशाचा इतर देशांना असलेल्या देण्या-घेण्याच्या सर्व व्यवहारांचा तपशील मांडलेला असतो. म्हणून व्यापारतोल हे त्या देशाचे, आंतरराष्ट्रीय व्यवहाराचे 'ताळेबंद पत्रक' असते.

व्यापारतोलात फक्त दृश्य वस्तूंचा समावेश असतो तर व्यवहारतोलात दृश्य वस्तूंबरोबर अदृश्य वस्तूंचा उदा. बँकसेवा, विमासेवा, जहाज सेवा, पर्यटनावरील खर्च इत्यादींचा समावेश होतो. थोडक्यात, व्यवहारतोल तयार करताना सर्व प्रकारची आयात-निर्यात म्हणजे दृश्य व अदृश्य बाबींपासून निर्माण होणारी एकूण देणी-घेणी विचारात घेतली जातात.

व्यवहारतोलाचा अर्थ आणि व्याख्या (Meaning and Definitions of Balance of Payments)

दृश्य वस्तूंच्या आयात-निर्यातीबरोबरच अदृश्य वस्तूंच्या आयात-निर्यातीचाही विचार देशाच्या परकीय व्यापारात केला जातो. त्या बाबींना आंतरराष्ट्रीय व्यापारात व्यवहारतोल संकल्पनेला महत्त्वाचे स्थान आहे. त्यानुसार आंतरराष्ट्रीय नाणेनिधीने व्यवहारतोलाची व्याख्या पुढीलप्रमाणे केली आहे-

'व्यवहारतोल म्हणजे एखाद्या देशातील रहिवाशांनी इतर देशांच्या रहिवाशांबरोबर एका विशिष्ट कालावधीत केलेल्या सर्व आर्थिक व्यवहारांचा व्यवस्थाबद्ध हिशेब होय.' (The balance of payment for a given period is defined as a systematic record of all economic transactions during the period between residents of the reporting country and residents of other country - IMF).

एल्सवर्थ (Ellsworth) यांच्या मते, 'एका विशिष्ट कालखंडात एखाद्या देशातील नागरिक व इतर जगाच्यामध्ये केलेल्या सर्व देण्या-घेण्याचे व्यवहार होय.'

(This is a summary statement of all the transactions between the residents of one country and the rest of the world. It covers a given period of time usually a year.)

व्यवहारतोल म्हणजे विशिष्ट काळातील देशातील रहिवासी आणि इतर देशांतील लोक यांच्यातील आर्थिक व्यवहाराचा तपशिलाने घेतला आढावा होय.

व्यवहारतोलात वस्तू आणि सेवांच्या देवाण-घेवाणीतून तसेच कर्जे आणि गुंतवणुकीच्या व्यवहारातून निर्माण होणारी येणी आणि देणी यांचा समावेश होतो.

आंतरराष्ट्रीय व्यवहार देणे (debits) आणि येणे (credits) अशा दोन गटांत वर्गीकरण केले जाते. परदेशातून उत्पन्न आपल्या देशात येते त्यावेळेस येणे बाजूला (Receipts Side) येते तर देश दुसऱ्या देशाचे देणे लागतो. त्या सर्व बाबी देणे बाजूला (Debits Side) येते. देशातील आंतरराष्ट्रीय व्यवहारांची केलेली नोंद द्विनोंदी पद्धतीने (Double Entry Book-Keeping System) केली जाते. म्हणजे 'आंतरराष्ट्रीय विनिमय व्यवहार' दोन वेळा नोंदविला जातो. एकदा 'येणे' (Credits) आणि दुसऱ्यांदा 'देणे' (Debit) म्हणून नोंदविला जातो.

देशाचे व्यवहार तोलाचे खाते

$$B = R_f - P_f$$

व्यवहारतोल = परकीय येणे - परकीय खर्च

B = व्यवहारतोल

R_f = परकीय येणे

P_f = परकीय खर्च

परिस्थिती ऋण फरकाची असेल तर तुटीचा व्यवहारतोल असे म्हटले जाते.

४.३ व्यवहार तोलात समाविष्ट असणारे घटक/बाबी (Balance of Payemts Components)

व्यवहारतोल दोन विभागात समाविष्ट केला जातो. (१) चालू खाते आणि (२) भांडवली खाते. त्या खात्यांची माहिती पुढीलप्रमाणे आहे -

व्यवहारतोल खाते – रचना आणि घटक

जमा (+) (येणे)	खर्च (-) (खर्च)
(१) चालू खाते	
आयात	**निर्यात**
१) वस्तू	१) वस्तू
२) सेवा उदा. बँकिंग, विमा, पर्यटन इत्यादी	२) सेवा उदा. बँकिंग, विमा, पर्यटन इत्यादी
३) हस्तांतरण देयता / व्यवहार (Transfer payments)	३) हस्तांतरण देयता (Transfer payments)
(२) भांडवली खाते	
अ) कर्जे	अ) कर्जे
१) इतर देशांपासून कर्ज बँकांकडील कर्जे, सरकारी कर्जे	१) इतर देशांना दिलेले कर्ज, परतफेड व्याज इत्यादी
२) परकीय देशांमधून प्रत्यक्ष गुंतवणूक	२) परकीय देशात प्रत्यक्ष गुंतवणूक
३) निधी इत्यादी	३) निधी इत्यादी
(३) समायोजन खाते	
१) परकीय सरकारने धारण केलेली वाढ	१) परकीय चलन आणि सोन्याची सरकारकडे वाढती ठेव
(४) चूकभूल खाते	

अ) चालू खाते –

चालू खात्यात दृश्य बाबी आणि अदृश्य बाबी असतात.

दृश्य वस्तूंची आयात व निर्यात यांची नोंद असते; तर अदृश्य आयात-निर्यातीमध्ये सेवांचे मोबदले किंवा देणग्या यांचा समावेश होतो. अदृश्य बाबींमध्ये जहाज सेवा, बँकिंग, विमा, कर्जावरील व्याज, पर्यटकांचा खर्च, परकीय मदत

इत्यादी तसेच हस्तांतरण व्यवहारात व्यक्तींनी व सरकारांनी परकीयांना दिलेल्या भेटी/मदत.

खर्चाच्या बाजूस देशात आयात होणाऱ्या सोन्याचे मूल्य, जहाज वाहतूक, बँका, विमा कंपन्यांच्या सेवांचे मूल्य, देशातील रहिवाशांनी परदेशात जाऊन केलेला खर्च यांचा समावेश होतो तर जमेच्या बाजूस देशातून निर्यात होणाऱ्या दृश्य वस्तूंचे मूल्य, देशातून निर्यात होणारे सोने, देशातील बँका, विमा कंपन्या, जहाज कंपन्या इत्यादी सेवांचे मूल्य, परकीय प्रवाशांचा खर्च इत्यादींचा समावेश होतो.

चालू खात्यातील व्यवहारतोल संतुलित असतोच असे नाही; तर तो अनुकूलही असतो अथवा प्रतिकूलही असू शकतो. चालू खात्यातील हे असंतुलन व्यवहारतोलातील भांडवली खात्यातील देण्या-घेण्याच्या व्यवहारामुळे दूर होऊन पुन्हा समतोल साधला जातो.

ब) भांडवली खाते

चालू खात्यावरील व्यवहारावर भांडवली खात्यावर परिणाम होतो. जर देशाच्या निर्यातीपेक्षा आयातीचे मूल्य अधिक असेल तर चालू खात्यावर तूट निर्माण होते. ही तूट भरून काढण्यासाठी देशाच्या भांडवली खात्यावर वाढावा निर्माण करावा लागतो. त्यासाठी इतर देशाकडून अथवा आंतरराष्ट्रीय संस्थेकडून कर्ज घ्यावे लागते.

भांडवली खात्यावर कर्ज आणि गुंतवणुकीचे व्यवहार केले जातात, ही कर्जे अल्प आणि दीर्घकालीन मुदतीची असतात. तसेच ही खाजगी व सार्वजनिक कर्जे असतात. भांडवली खाते अल्पकालीन आणि दीर्घकालीन असते.

व्यवहारतोलात मुख्यत: अल्प आणि दीर्घ मुदतीच्या कर्जांचा समावेश होतो. त्यामध्ये -

१) बाह्य मदत - परकीय देशांनी कमी सवलतीच्या दराने दिलेली कर्जे.

२) व्यापारी कर्जे - खासगी क्षेत्र आणि सरकारला दिलेली कर्जे, उदा. जगातील वित्त बाजार, उच्च व्याजदराने कर्ज देणे.

३) अल्पकालीन जमा.

४) अनिवासी भारतीयांनी ठेवलेली ठेव.

५) परकीय गुंतवणूक आणि इतर भांडवली बाबी.

सोन्याचा निव्वळ प्रवाह व अल्पकालीन भांडवलाची आयात किंवा निर्यात अशा प्रकारच्या भांडवली खात्यातील व्यवहारांमुळे व्यवहारतोल समतोल ठेवला जातो. व्यवहारतोल अनुकूल असेल तर तो देश-परदेशात भांडवल गुंतवू शकेल म्हणजेच भांडवल देशाबाहेर जाईल; त्यामुळे चालू खात्यातील आधिक्य व भांडवली

खात्यातील तूट यामुळे व्यवहारतोलात समतोल निर्माण होईल. याउलट, जर व्यवहारतोल प्रतिकूल असेल व चालू खात्यातील तूट भरून काढण्यासाठी परदेशातून अल्पकालीन कर्ज घेतले जाईल. म्हणजेच भांडवल देशात येऊन भांडवली खात्यात आधिक्य निर्माण होईल व पुन्हा समतोल साधला जाईल.

अशा रीतीने भांडवली खात्यातील व्यवहार हे व्यवहारतोलात हिशेबी संतुलन घडवून आणत असतात. याच अर्थाने व्यवहारतोल हा नेहमी समतोल असतो असे म्हटले जाते.

क) समायोजन खाते

समायोजन खाते याला सरकारची संरक्षित मालमत्ता असेही म्हटले जाते. इंग्लंड आणि अमेरिकेच्या बाबतीत प्रदेश, देश स्वतंत्र दाखवता येतात. त्यांचे व्यवहार स्वतंत्र असल्याने सरकार निव्वळ सरकारी राखीव संपत्ती ठेवते. सरकार तडजोडीने देयता बदलते. देयकाची जबाबदारी सरकारवर असते. प्रत्येक वर्षी सरकारी राखीव संपत्तीत बदल होतो. सरकारी राखीव संपत्ती परकीय चलनात बदलता येते आणि तशी तरतूद आंतरराष्ट्रीय नाणेनिधीमध्ये (IMF) आहे.

'समायोजन खाते एका वर्षाच्या काळातील देशाची सरकारी गंगाजळीची स्थिती आणि परकीय सरकार जवळील तरल अथवा अतरल देयता यांचे मापन करते.'

ड) चूकभूल खाते

जमाखर्चाची तिन्ही खाती बरोबर असल्यास त्यामुळे समतोल होतो. ही देशाच्या व्यवहारतोल समतोलाची बाब आहे. देशाचा व्यवहारतोल द्विनोंदी लेखाकर्म पद्धतीने तयार केला जातो. त्यामुळे प्रत्येक बाब देणे आणि घेणे बाजूला येते. त्यामुळे लेखाकर्माच्या दृष्टीने देशाचे येणे आणि घेणे दोन्ही सारखे दिसतात.

हे खाते प्रत्येक देशाच्या व्यवहारतोलात दिसून येते. व्यवहारतोलातील प्रत्येक बाबींविषयी संपूर्ण माहिती देणे शक्य होत नाही. त्यामुळे या भागात राहिलेली माहिती व उणिवांचा समावेश केला जातो. चूकभूल खात्यामुळे प्रत्येक देशाची एकूण प्राप्ती व एकूण देणी या बाजू संतुलित राखल्या जातात.

४.४ व्यवहारतोलाचा असमतोल : कारणे आणि परिणाम (Disequilibrium in Balance of Payments : Causes and Consequences)

जेव्हा एखाद्या देशाच्या एकूण दृश्य आणि अदृश्य आयातीचे मूल्य हे एकूण निर्यात मूल्यापेक्षा जास्त असते तेव्हा त्या देशाचा व्यवहारतोल प्रतिकूल होतो.

प्रतिकूल व्यवहारतोल होतो त्यावेळेस त्या देशाच्या व्यवहारतोलाच्या चालू

खात्यात तूट निर्माण होते. ही तूट भरून काढण्यासाठी भांडवली खात्यावरील येणी वाढवावी लागतात. त्यसाठी सोन्याची निर्यात करणे, परदेशात कर्ज उभारणे, नाणेनिधीसारख्या आंतरराष्ट्रीय संस्थेकडून कर्जे घेणे, गंगाजळीचा वापर करणे इत्यादी बाबींचा वापर केला जातो. भांडवली खात्याच्या साहाय्याने चालू खात्यावरील तुटीचे समायोजन करावे लागते. एखाद्या वेळेस व्यवहारतोल प्रतिकूल असल्यास काही होत नाही. परंतु, सतत व्यवहारतोलात चालू खात्यातून तूट निर्माण होणे देशाच्या दृष्टीने गंभीर असते. देशाच्या दृष्टीने एकूण दृश्य व अदृश्य आयात मूल्यापेक्षा निर्यातमूल्य जास्त असेल तर त्या देशाला व्यवहारतोल अनुकूल आहे असे म्हटले जाते. ज्या वेळी संबंधित देशाच्या व्यवहारतोलाच्या चालू खात्यात वाढावा निर्माण होतो त्या वेळी देशाची जिंदगी वाढते. परदेशातील गुंतवणूक वाढते, परकीय चलनाची गंगाजळी वाढते, परदेशाकडून सोने मिळते अथवा तेवढ्या रकमेचे परदेशी कर्ज दाखवावे लागते. ही रक्कम भांडवली खात्यात खर्च दाखवून व्यवहारतोलाच्या जमा आणि खर्च या दोन्ही बाजूस समतोल साधला जातो.

थोडक्यात, एकूण व्यवहारतोलाचा विचार केल्यास त्यामध्ये नेहमी समतोल असतो. ज्या वेळी परकीय चलनाची मागणी अणि परकीय चलनाचा पुरवठा समान होतात त्या वेळी समतोल साधला जातो. व्यवहारतोल द्विनोंदी लेखाकर्म पद्धतीने तयार केला जातो. त्याच्या दोन्ही बाजूचे जमा आणि खर्च सारखे असतात कारण त्यातील प्रत्येक बाब देणे व येणे बाजूला येत असते; त्यामुळे लेख्यात देणे व येणे दोन्ही सारखे दिसतात.

व्यवहारतोलाचे महत्त्व (Importance of Balance of Payments)

व्यवहारतोलावरून देशाच्या आर्थिक स्थितीचे विश्लेषण आणि अभ्यास करता येतो. त्यादृष्टीने व्यवहारतोलाचे महत्त्व पुढीलप्रमाणे सांगता येते –

व्यवहारतोलामुळे सरकारला चलन विषयक तसेच राजकोषीय धोरण ठरविता येते व परकीय व्यापार आणि परकीय चलन नियंत्रणासाठी धोरण ठरविता येते. व्यवहातोलामुळे परदेशातून किती रक्कम येणे व किती रक्कम देणे हे समजते.

व्यवहारतोलामुळे देशाची सद्य:स्थिती समजते तसेच भविष्यकालीन स्थितीबाबत धोरण ठरविता येते. व्यवहारतोलामुळे देणे देण्यासाठी निर्यात करणे, कर्ज उभारणे किंवा परकीयांकडून देणग्या स्वीकारणे या संदर्भातील धोरण ठरविता येते. व्यवहातोलावरून देशाच्या कर्जाची स्थिती समजते, तसेच देशाच्या परकीय चलनाची स्थिती समजते. देशाच्या चलनाच्या बाह्य मूल्याची स्थिती समजते. जर चलनाचे अवमूल्यन केले तर निर्यात वाढ किती होईल याचे अंदाज करता येतात.

व्यवहारतोलावरून देश परकीय भांडवलावर किती अवलंबून आहे, हे समजते तसेच परदेशात केलेल्या गुंतवणुकीतून आपल्या देशाला किती उत्पन्न मिळेल हेसुद्धा समजते जर देशाचा व्यवहारतोल अनुकूल असेल तर काळजी करण्यासारखे नसते. मात्र, प्रतिकूल व्यवहारतोल असेल तर आर्थिक स्थितीची काळजी करावी लागते व त्यासंदर्भात धोरण ठरवावे लागते. म्हणजेच आर्थिक स्थितीचा अंदाज घेणे व्यवहारतोलामुळे शक्य होते.

व्यवहारतोलातील असमतोल /प्रतिकूलता (Disequilibrium of Balance of Payment)

व्यवहारतोलातील चालू खात्यात तूट अगर वाढावा निर्माण झाल्यास त्याला व्यवहारतोलातील 'असमोल' म्हणतात. व्यवहारतोलात आर्थिक, राजकीय, सामाजिक व नैसर्गिक कारणांनी असमतोल होतो. उदा. अर्थव्यवस्थेत व्यापार चक्राच्या स्थित्यंतराने व्यवहारतोलात तूट निर्माण झाल्यास त्याला 'व्यापार चक्रीय असमतोल' म्हणतात. देशाच्या व्यवहारतोलातील विविध बाबींमध्ये बदल होऊन तूट निर्माण झाल्यास त्यास 'मूलभूत असमतोल' असे म्हणतात. 'विकसनशील देशात दीर्घकालीन विकास कार्यक्रमांच्या अंमलबजावणीमुळे व्यवहारतोलात निर्माण होणाऱ्या असमतोलास 'दीर्घकालीन विषमतोल' असे म्हणतात. रचनात्मक बदलाने व्यवहारतोलात तूट निर्माण झाल्यास त्यास 'रचनात्मक असमतोल' असे म्हणतात.

जेव्हा एखाद्या देशाचे वस्तू व सेवांच्या निर्यातीचे मूल्य आयातीच्या मूल्याच्या अधिक असते अशावेळी तूट निर्माण होते. ही तूट चालू खात्यावरील असते. ही समस्या चालू खात्यावरील जमेपेक्षा खर्चाचे प्रमाण अधिक असते तेव्हा अधिकच बिकट होत जाते. त्यामुळे ही तुट भांडवली खात्यावरील परकीय कर्ज किंवा परकीय मदत घेऊन ती भरून काढावी लागते. विकसनशील देशात चालू खात्यावर तूट निर्माण होणे आणि त्या तुटीच्या समायोजनासाठी कर्ज घेणे या समस्या आहेत.

जेव्हा एखाद्या देशाला देणी अधिक असतात तेव्हा त्यांना मोठ्या प्रमाणात सोने द्यावे लागते. अथवा, परकीयांकडून कर्ज घ्यावे लागते, तेव्हा व्यवहारतोलात तूट अथवा प्रतिकूलता आहे असे म्हटले जाते. मात्र, जर उत्पन्न जास्त असेल तर अधिक किंवा अनुकूल व्यवहारतोल आहे, असे म्हटले जाते.

असमतोलात स्वायत्त हा घटक महत्त्वाचा मानला जातो; कारण जेव्हा स्वायत्त घटकांसाठी जर देणीच अधिक असतील आणि येणी कमी असतील तर तूट निर्माण होते. तर स्वायत्त घटकांची येणी अधिक असतील आणि त्यांची देणी कमी असतील तर आधिक्य निर्माण होऊन असमतोल निर्माण होतो. म्हणजेच व्यवहारतोलातील

असमतोल हा चालू खात्यावरील असमतोल होय. व्यवहारतोलातील असमतोल हा तूट अथवा आधिक्य यामुळे निर्माण होतो. परिणामी, भांडवली स्थिती दुर्बल अथवा सुदृढ बनते. ही तीव्रता तिच्या असमतोलावरून मोजता येते. व्यवहारतोलातील असमतोलाचे तीन प्रकार आहेत–

१) **चक्रीय असमतोल :** व्यापार चक्रीय बदलामुळे हा असमतोल निर्माण होतो. व्यापारचक्राचा कालावधी व वेळ वेगवेगळ्या देशांत वेगवेगळी असते, तसेच आयात मागणीची किंमत आणि उत्पन्न लवचिकता वेगवेगळी असते.

२) **दीर्घकालीन असमतोल :** हा असमतोल लोकसंख्येतील वाढ, तांत्रिक विकास, प्रादेशिक विस्तार, भांडवल निर्मिती, इत्यादी कारणांमुळे होतो. तो दीर्घ काळ टिकून राहातो, तसेच तो अनेक सारख्या कारणांमुळे निर्माण होतो. एखाद्या देशात भांडवल निर्मिती दर कमी असेल तर अशा देशाला भांडवल आयात करावे लागते, अशा वेळी असमतोल निर्माण होतो. तसेच विकसनशील देशांत लोकसंख्या वाढत असेल तर आयात वाढते. त्यामुळेसुध्दा असमतोल निर्माण होतो व तो दीर्घ काळ टिकून राहतो.

३) **संरचनात्मक असमतोल :** रचनात्मक बदलामुळे आयात व निर्यात वस्तूंच्या पुरवठ्यात बदल झाल्यास व्यवहारतोलात असमतोल निर्माण होतो; तसेच फॅशन, उत्पन्न, सवयी, आर्थिक विकास, लोकांची पसंती इत्यादींमुळेसुद्धा मागणीत बदल होतो व आयात वाढते, तर काही वस्तूंच्या बाबतीत मागणी घटते.

४.४.१ व्यवहारतोलातील असमतोलाची कारणे (Causes of Disequilibrium in Balance of Payments)

जेव्हा देशाचा पुरवठा आणि मागणी परकीय विनिमयात तंतोतंत (Exactly) समतोल होईल, त्यावेळेस देशाचा व्यवहारतोल समतोल होतो. व्यवहारतोलात असमतोल केव्हा वाढतो, तर जेव्हा मागणी परकीय विनिमयात पुरवठ्यापेक्षा जास्त वाढत असेल किंवा पुरवठा मागणीपेक्षा जास्त वाढत असेल तेव्हा वाढतो, जेव्हा परकीय विनिमयाची मागणी पुरवठ्यापेक्षा अधिक वाढते तेव्हा व्यवहारतोलात तूट किंवा प्रतिकूलता निर्माण होते. जेव्हा परकीय विनिमयात मागणीपेक्षा पुरवठ्यात वाढ होते त्यावेळेस आधिक्याचे किंवा अनुकूल व्यापारतोल असे म्हटले जाते. अशा रीतीने अधिक्याच्या किंवा तुटीच्या व्यवहारतोलामुळे असमतोलात वाढ होते. सर्वसाधारणपणे असमतोल हा सर्व ठिकाणी दिसून येतो मग तो विकसित देश असो

किंवा विकसनशील देश असो. आधिक्याच्या असमतोलापेक्षा तुटीचा असमतोल हा देशाला अधिक अपायकारक ठरतो.

व्यवहारतोलात अनेक घटकांमुळे असमतोल निर्माण होतो, त्याची कारणे पुढीलप्रमाणे सांगता येतात.-

१) **तात्पुरता असमतोल** : नैसर्गिक वातावरण जसे दुष्काळ किंवा अल्पपर्जन्य किंवा अतिवृष्टी त्यांचा व्यापाराच्या हंगामावर परिणाम होतो व असमतोल निर्माण होतो. व्यवहारतोलाच्या असमतोलाचे स्वरूप तात्पुरते असते. अल्पकाळात पुन्हा व्यवहारतोल पूर्वपदावर येतो.

२) **संरचनात्मक असमतोल :** अर्थव्यवस्थेतील काही घटकांमध्ये बदल होत असले तर असमतोल वाढू शकतो. उदा. (१) तांत्रिक बदल - यामुळे उत्पादनांच्या किमती आणि उत्पादनाच्या खर्चात बदल होतो. (२) आयात साधनांची घट. (३) दीर्घकाळात भांडवलाच्या प्रवाहात बदल, इत्यादी.

३) **मूलभूत असमतोल :** जेव्हा दीर्घकाळात देशाचा व्यवहारतोल असमतोल चालू राहिला तर त्याला 'मूलभूत असमतोल' म्हटले जाते. आंतरराष्ट्रीय नाणेनिधीने त्याला जुनाट असमतोल असे म्हटले आहे; तो साधारणपणे खालील कारणांमुळे वाढतो-

(१) भांडवलाचा बाह्य प्रवाह वाढल्यास. (२) परकीय बाजारात देशी उत्पादकांना कमी प्रतिसाद. (३) चलन अतिवृद्धीमुळे निर्यात खर्चीक होते. (४) उपभोक्त्यांची आवड बदलते. त्या देशापेक्षा इतर देशांना प्राधान्य दिले जाते. परिणामी, सतत आयात वाढते किंवा निर्यात घटते, इत्यादी.

४) **विनिमय दरात बदल :** विनिमय दरातील बदलामुळेसुद्धा व्यवहारतोलात असमतोल निर्माण होतो. जेव्हा चलनाचे मूल्य इतर देशांपेक्षा अधिक असते तेव्हा अधिक मूल्य किंवा उलट (Vice Versa) असे म्हटले जाते. देशांतर्गत चलनाचे अधिक मूल्य झाले असेल तर आयात स्वस्त आणि निर्यात महाग होते व त्यामुळे आयात वाढेल आणि निर्यात घटते. भांडवलाचा प्रवाह बाहेर जातो. परिणामी, व्यवहारतोलाचा असमतोल होईल.

चलनाचे मूल्य कमी असेल तर आयात घटेल; निर्यात वाढते व त्यामुळे देशाचा व्यवहारतोल अनुकूलता येते.

५) **चक्रीय बदल :** चक्रीय बदलामुळे व्यवहारतोलात असमतोल निर्माण होतो. उदा. दुसऱ्या देशात सौम्य मंदी असेल त्याचा परिणाम म्हणून सुरुवातीला निर्यात कमी होते. त्यामुळे व्यवहारतोलात असमतोल निर्माण होतो.

६) **राष्ट्रीय उत्पन्नात बदल :** जेव्हा देशाचे राष्ट्रीय उत्पन्न वाढते त्यावेळेस आयात

वस्तूंच्या मागणीत वाढ होते. परिणामी, व्यवहारतोलात असमतोल निर्माण होतो.

७) **किंमत बदल :** चलन वृद्धीच्या स्थितीमध्ये देशाच्या निर्यात किमतीत वाढ होते. त्यामुळे निर्यात घटते व आयात स्वस्त वाटते आणि आयातीला मागणी वाढते. म्हणून व्यवहारतोलातील असमतोलात वाढ होते.

८) **आर्थिक विकासाचा टप्पा :** विकसनशील देशाच्या बाबतीत आयात भांडवली वस्तू आणि दुर्मीळ कच्चामाल आणि आवश्यक सेवा यांच्या प्रमाणात वाढ झाली तर त्यामुळे प्राथमिक उत्पादनाची निर्यात वाढणार नाही. परिणामी, व्यवहारतोल प्रतिकूल होईल.

९) **अनेकविध किंवा संकीर्ण घटक :** पूर्वापार वस्तू निर्यातीवर भर देण्याऐवजी नवीन वस्तू निर्यातीवर भर दिला तर निर्यात घटेल. पर्यायी मार्गाचा विकास करणे, इत्यादी उत्पादनामुळे व्यवहारतोलात असमतोल निर्माण होईल.

उदा. कृत्रिम रबराचा नवीन शोध; त्यामुळे नैसर्गिक रबराच्या निर्यातीत काही रबर उत्पादक देशांनी कमी केली. उदा. मलेशिया, बर्मा (Burma) इत्यादी.

१०) **भांडवली हालचाल :** भांडवलाचा बाह्य प्रवाह किंवा अंतर्प्रवाह मोठ्या प्रमाणात होणे त्यामुळे व्यवहारतोलाचा असमतोल होतो.

११) **राजकीय घटक :** राजकीय घटकाने देशाच्या व्यवहारतोलाचा असमतोल निर्माण होतो. उदा. राजकीय अस्थैर्यामुळे देशामध्ये उत्पादन उपक्रमात तुकडे किंवा विभाग होतात. त्यामुळे निर्यातीत घट होते आणि आयात वाढते. आवश्यकता नसतानाही परकीय गुंतवणुकीचा बाह्य प्रवाह सुरू होतो आणि भांडवलाचा देशांतर्गत प्रवाह कमी होतो. परिणामी, व्यवहारतोलात असमतोल निर्माण होतो.

युद्धाच्या काळात किंवा युद्धाच्या धमकीनेसुद्धा देशाच्या व्यवहारतोलावर परिणाम होतो.

१२) **विकासाची कामे :** विकसनशील देशांत विकासासाठी आर्थिक विकासाचे अनेक कार्यक्रम हाती घेतले जातात. या कार्याक्रमात अनेक मोठे मोठे उद्योगधंदे हाती घेतले जातात. त्यासाठी यंत्रे, भांडवली वस्तू, कच्चामाल तसेच तंत्रज्ञानात मोठ्या प्रमाणात आयात केली जाते. परंतु, त्या तुलनेत निर्यात कमी होते आणि देणे वाढते; त्यामुळे व्यवहारासोबत असमतोल निर्माण होतो.

१३) **नावलौकिक :** इंग्लंड, अमेरिका, जपान, जर्मनी, फ्रान्स, इत्यादी देश

औद्योगिकदृष्टीने प्रगत आहेत. त्यांच्या वस्तू टिकाऊ व दर्जेदार असतात; त्यामुळे त्यांनी उत्पादनांविषयी नावलौकिक मिळवला आहे. त्यांच्या उत्पादनांना जगातून मागणी येते. त्याचा परिणाम अविकसित देशांवर होऊन त्यांची निर्यात कमी होते. त्यामुळे अविकसित देशांचे व्यवहारतोल असंतुलित होण्याला मदत होते.

१४) **विकसित देशांचे निर्बंध :** विकसित देश गरीब देशांच्या असाहाय्यतेचा फायदा घेऊन आपल्याच देशातील वाहतूक, विमा कंपन्या, बँका यांच्या सेवा वापरण्यास सक्ती करतात. त्यामुळे अधिक असमतोल असणारे गरीब देश आणखीनच अडचणीत येतात.

१५) **उदारीकरण :** जगातील बहुतेक देशांनी उदारीकरणाच्या धोरणाचा स्वीकार केला; त्यामुळे अनेक निर्बंध शिथिल करण्यात आले. मात्र, उदारीकरणाच्या धोरणामुळे अल्पविकसित देशांची आयात वाढत असून तुलनेने निर्यात कमी होत आहे. त्यामुळे अनेक देशांच्या व्यवहारतोलात असमतोल निर्माण झाला आहे.

१६) **वाढती लोकसंख्या :** अविकसितदेशांत सतत वाढणाऱ्या अतिरिक्त लोकसंख्येमुळे उपभोग्य वस्तूंची मागणी वाढते त्यामुळे आयातीत वाढ होते. निर्यातीसाठी वस्तू उपलब्ध होत नाहीत; त्यामुळे अशा देशांचे येण्यापेक्षा देणेच जास्त असते. त्यामुळे व्यवहारतोलात असंतुलन निर्माण होते.

१७) **परकीय वस्तूंबद्दल आकर्षण :** आर्थिक, सामाजिक, राजकीय, सांस्कृतिक कार्यक्रमांमुळे परकीय देशांशी लोकांचा संबंध वाढला आहे. परकीय देशातील लोक वापरत असलेल्या वस्तूंबद्दल लोकांच्या मनात कुतूहल आणि आकर्षण निर्माण होत असल्याने आकर्षक, मोहक, नवीन फॅशनच्या वस्तूंची अप्रगत देशात मागणी वाढून आयात वाढते. परंतु, निर्यात न वाढल्याने व्यवहारतोलात असमतोल निर्माण होतो.

१८) **तौलनिक खर्चात बदल :** देशातील वस्तूंच्या सापेक्ष किमती बदलल्यास तुलनात्मक खर्चात बदल होऊन आयात – निर्यात होणाऱ्या वस्तूंच्या संख्येत आणि प्रकारातही बदल होतो. रस्ते बंदरापर्यंत पोहोचल्याने रेफ्रिजरेशन पद्धतीने असंख्य नाशवंतवस्तू परदेशात निर्माण होतात. संशोधन, नवनवीन साधनांचा शोध, व्यापारी संघटन शक्तीतील बदल इत्यादींमुळे निर्यात वस्तूंच्या प्रकारात बदल होऊन व्यवहारतोलात असमतोल निर्माण होतो.

४.४.२ व्यवहारतोलाच्या असमतोलाचे परिणाम (Consequences of Disequilibrium in Balance of Payments)

व्यवहारतोलाचा असमोल म्हणजे व्यवहारतोलाचे चालू खाते आणि भांडवली खाते. या दोन्हींचा एकत्रित विचार केल्यास येणे बाजूपेक्षा देणे बाजू अधिक असेल तर त्याला 'व्यवहारतोलाचा असमतोल' असे म्हणतात. देशाच्या दृष्टीने ही चिंतेची बाब असून ही अनेक देशांची चिंतेची समस्या बनली आहे. अशा विषमतोलाचे अर्थव्यवस्थेवर पुढील परिणाम संभवतात.

१) **देशातील टंचाई व भाववाढ :** परकीय देणी देण्यासाठी सक्तीने निर्यात करावी लागल्यामुळे संबंधित वस्तूचा देशांतर्गत मागणीच्या मानाने पुरवठा कमी पडतो व त्यामुळे त्या वस्तूची टंचाई भासते. संबंधित वस्तूचे उत्पादन पुरेसे होऊनसुद्धा ते देशातील नागरिकांना पुरेशा प्रमाणात उपलब्ध होत नाही. मागणीच्या मानाने पुरवठा कमी पडला की, त्या वस्तूंच्या किमतीत वाढ घडून येते.

२) **परदेशातून स्वस्त आयात :** आंतरराष्ट्रीय व्यापारात मोठ्या प्रमाणात परकीय वस्तू स्वस्त दरात उपलब्ध होतात. आणि जर मुक्तव्यापार असेल व आयातीला काहीच निर्बंध नसेल; तर जागतिक मंदी आपल्या देशात निर्माण होण्याचा धोका असतो.

३) **दारिद्र्यात वाढ :** जीवनावश्यक गरजा ज्यांना भागवता येत नाहीत, अशा लोकांना कामधंदा न मिळाल्यास त्यांचे उत्पन्न घटते व त्यातून दारिद्र्याची समस्या निर्माण होते.

४) **बेरोजगारी :** मुक्त व्यापार धोरणात विकसित देश अल्पविकसित देशात सर्वच बाबातीत स्पर्धा निर्माण होते. या स्पर्धेत अल्पविकसित देशांची स्पर्धाशक्ती कमी पडते. यामुळे परकीय वस्तूंची आयात मोठ्या प्रमाणात होऊन देशी उद्योगांचा ऱ्हास होतो. अशा वेळी संबंधित देशांत बेकारी निर्माण होण्याची समस्या निर्माण होते.

५) **आयातीसाठी निर्यात वाढ :** अल्पविकसित देशात उपभोग्य वस्तूंबरोबर भांडवली वस्तूंचीही मोठ्या प्रमाणात वाढ होते. त्यामुळे आंतरराष्ट्रीय देणी निर्माण होतात व व्यवहारतोलात तूट निर्माण होते. अशा वेळी देणी भागविण्यासाठी देशातून मोठी निर्यात करावी लागते. ही निर्यात कच्चामाल अथवा उपभोग्य वस्तूंची असते.

६) **सोन्याची निर्यात :** विशेषत: व्यवहारतोलाच्या भांडवली खात्यात सुवर्णाच्या

आयात – निर्यातीपासून मिळणारे उत्पन्न महत्त्वाचे मानले जाते. जेव्हा चालू खात्यावरील देणी वस्तू व सेवांच्या निर्यातीतून भागविणे कठीण होते; तेव्हा देणी भागविण्यासाठी देशातून सोन्याची निर्यात मोठ्या प्रमाणात होते.

७) **अर्थव्यवस्थेचे अवलंबित्व :** आंतरराष्ट्रीय नाणेनिधी, जागतिक बँक, आशियाई विकास बँक इत्यादी, तसेच इतर आंतरराष्ट्रीय वित्त संस्थांकडून जास्तीत जास्त अर्थसाहाय्य व देणग्या मिळविण्याचा प्रयत्न केला जातो व त्यातून परकीय देणी भागविली जातात. त्यामुळे देशाला परकीय देणग्यांवर अवलंबून रहावे लागते.

८) **आंतरराष्ट्रीय पत धोक्यात :** देशाच्या व्यवहारतोलात सतत तूट निर्माण होत असेल तर धनको देश अशा देशाला कर्ज देण्यास अथवा देशातील उद्योग व्यवसायात मोठी गुंतवणूक करण्यास तयार नसतात त्यामुळे आंतरराष्ट्रीय बाजारात त्यांची पत धोक्यात येते.

९) **भांडवलाचे उड्डाण :** दुसऱ्या देशातून आपल्या देशात मोठ्या प्रमाणात भांडवल आले असेल तर त्यावरील व्याज, लाभांश, नफा या स्वरूपातील देणी वाढतात.

१०) **कर्जाचा सापळा :** परकीय देणी भागविण्यासाठी आंतरराष्ट्रीय वित्तीय संस्थांकडून मोठ्या प्रमाणात अधिक व्याजदरात कर्ज उभारणी केली जाते. या कर्जातून उत्पादक कार्यासाठी कर्जाचा उपयोग केला तरी त्यातून मिळणाऱ्या उत्पन्नाचा अधिक हिस्सा हा कर्जाचे हप्ते आणि व्याज देण्यासाठी खर्च होतो. त्यासाठी नवीन कर्ज उभारणीचा प्रयत्न केला जातो, त्यातून अर्थव्यवस्था कर्जाच्या सापळ्यात अडकते.

११) **खर्च – किंमत संरचनेत बिघाड :** व्यवहारतोलाच्या असमतोलामुळे वस्तूंची किंमतरचनाही उत्पादन खर्चावर अवलंबून रहात नाही. प्रशासकीय किमती प्रभावी ठरतात. त्यामुळे उत्पादन खर्चापेक्षा वस्तूंच्या किमती कमी राहण्याची शक्यता असते.

१२) **चलनमूल्य घट :** व्यवहारतोलातील तूट भरून काढण्यासाठी परकीय चलनाची मागणी वाढते, उलट स्वदेशी चलनाचा पुरवठा वाढतो. अशा वेळी परकीय चलनाच्या संदर्भात आपल्या चलनाचे बाजार मूल्य कमी होण्याचा धोका असतो.

१३) **पर्यावरणीय बिघाड :** व्यापारतोलातील तूट भरून काढण्यासाठी भूगर्भातील पाणी, खनिज तेल, खनिज धातू इत्यादींचा अमर्याद वापर केला जातो.

त्यांच्यापासून अधिकाअधिक उत्पन्न मिळविण्याचा प्रयत्न केला जातो. त्यामुळे पर्यावरणीय समस्या अधिक गंभीर समस्या निर्माण होते.

१४) **विकासकार्यात अडसर :** व्यवहारतोलातील तुटीमुळे विकास योजनांवरील उपलब्ध होणारा पैसा कमी होतो. त्यामुळे पायाभूत सोईसुविधा उपलब्ध करून देण्यात अडचणी येतात.

१५) **सट्टेबाजीत वाढ :** बहुराष्ट्रीय कंपन्या, शेअर्स व रोखे व्यवहारात मोठी गुंतवणूक करतात. त्यामधून अल्पावधीत श्रीमंत होण्याचा त्यांचा प्रयत्न असतो व त्यामुळे शेअर बाजार व रोखे बाजारातील सट्टेबाजीचे व्यवहार वाढतात.

१६) **सेवा व्यवसायावर प्रतिकूल परिणाम :** अनेक विकसित देशांत अशी स्थिती जाणवते की, दृश्य वस्तूंपासून मिळणारे उत्पन्न कमी असल्याने व्यापारतोल तुटीचा असतो, मात्र व्यवहारतोल अनुकूल असतो. म्हणजेच या देशांच्या एकूण निर्यातीत सेवा व्यवसायापासून मिळालेले उत्पन्न अधिक असते. प्रतिकूल व्यवहारतोल असणाऱ्या देशांत सेवा व्यवसायाच्या आयतीचे देणे अधिक असते. स्वरूप, कार्यक्षमसेवा उपलब्ध असल्याने त्याचा अल्प विकसित देशातील सेवांवर प्रतिकूल परिणाम होतो.

१७) **इतर परिणाम :** सरकारी खर्चाची उधळपट्टी, परकीय प्रवाशांसाठीचा खर्च अधिक इत्यादींमुळे व्यवहारतोलाचा असमतोल वाढतो.

४.५ व्यवहारतोलातील असमतोल दुरुस्त करण्याचे उपाय (Measures to correct Disquilibrium in the Balance of Payment)

एखाद्या देशात सतत असमतोल निर्माण होत असेल तर ती अर्थव्यवस्थेच्या दृष्टीने गंभीर समस्या बनते. त्यामुळे भाववाढ, विदेशी चलनाचा साठा कमी होणे, कर्जाचा बोजा वाढणे, परकीय गुंतवणुकीवर प्रतिकूल परिणाम इत्यादी परिणाम होतात. त्यासाठी निर्यात वाढवावी लागते व आयात कमी करावी लागते. या दृष्टीने व्यवहारतोलातील असमतोल दुरुस्त करण्यासाठी पुढील उपाययोजना कराव्या लागतात–

अ) निर्यातीला प्रोत्साहन : निर्यात करून देश असमतोल दुरुस्त करू शकतो. त्यासाठी निर्यातशुल्क कमी करणे किंवा देशातील निर्यात उद्योगाला अनुदाने देऊन मदत करणे. त्यांची परकीय बाजारात स्पर्धात्मक किमतीत विक्री करणे.

ब) आयातीत घट : व्यवहारतोलातील असमतोल कमी करण्यासाठी देशाने आयात कमी करणे. आयात कमी करण्याच्या हेतूसाठी खालील उपाय योजले जातात–

१) **आयात शुल्कात वाढ :** देश नवीन आयात शुल्क लादेल आणि यामुळे

देशात आयात माल महाग होत असल्यामुळे आयात वस्तूंची मागणी कमी होऊ शकते.

२) **आयात कोटा पद्धत :** आयात कोटा पद्धतीनुसार आयात कोटा कमी करणे, देश त्या पद्धतीचा अवलंब करू शकतो.

३) **परकीय कर्ज वाढविणे :** सरकार व्यवहारतोलातील असमतोल भरून काढण्यासाठी लागणारे कर्ज परकीय सरकारकडून किंवा बँकांकडून घेते आणि या सुविधांचा फायदा देशाला साहाय्य करणारा ठरतो.

४) **परकीय गुंतवणुकीला आकर्षित करणे :** सरकार अनेक गुंतवणुकदारांना प्रोत्साहित करते. देश परकीय गुंतवणुकदारांना सवलती देऊन गुंतवणूक करण्यास आकर्षित करतात. व्यवहार तोलाच्या असमतोलाची समस्या सरकार कमी करते. त्यामुळे परकीय विनिमय (चलन) अधिक उपलब्ध होते.

५) **परकीय पर्यटकांना प्रोत्साहन देणे :** परकीय पर्यटकांना आकर्षित करण्यासाठी सरकार विविध सुविधा, सवलती उपलब्ध करून देते. त्यामुळे भेटी देणारे परकीय पर्यटक मोठ्या प्रमाणात देशात येतात आणि देशाचे परकीय चलन वाढते. त्यामुळे व्यवहारतोलातील तूट कमी करण्याला मदत होते.

६) **खर्च कमी करणे :** उत्पन्नापेक्षा खर्च अधिक वाढतो आणि त्यामुळे व्यवहारतोलातील असमतोल कमी होतो. व्यवहारतोलातील समतोल राखण्यासाठी उत्पन्नाच्या पातळीपेक्षा खर्च कमी करणे गरजेचे असते. या हेतूने सरकार चलन आणि वित्तीय धोरणाचा अवलंब करते आणि सरासरी पातळी कमी करते. परिणामी, सरासरी खर्च कमी होऊन अर्थव्यवस्थेची सर्वसाधारण किंमत पातळी कमी होते. त्यामुळे निर्यातीला उत्तेजन मिळते आणि आयातीला प्रतिबंध बसतो किंवा होतो.

७) **चलनसंकोच :** देशातील चलनाचे प्रमाण कमी करणे म्हणजे 'चलनसंकोच' होय. देशातील चलन कमी झाल्यामुळे पैशांचे मूल्य वाढते व वस्तूंच्या किमती कमी होतात. देशातील उत्पन्न पातळी, रोजगार पातळी, गुंतवणूक व उत्पादन खर्च कमी होऊन वस्तूंच्या किमती कमी होतात. देशातील वस्तू परकीय वस्तूंपेक्षा स्वस्त झाल्याने स्वदेशी वस्तूंचा उपयोग वाढतो. सापेक्षतेने महाग असणाऱ्या परकीय वस्तूंची मागणी कमी होऊन आयात घटते याउलट आपल्या देशातील कमी किमतीच्या वस्तूंची परदेशात मागणी वाढते. यामुळे देशाची निर्यात वाढते आणि व्यवहारतोलातील असमतोल भरून काढणे शक्य होते.

८) **मूल्यघट :** एका देशाच्या चलनाचे मूल्य परकीय चलनात कमी होणे याला 'मूल्यघट' असे म्हणतात. मूल्य घटीमुळे निर्यात वाढते. त्यामुळे व्यवहारतोलातील असमतोल भरून काढण्यास मदत होते. उदा. अमेरिकेतून एक पेन खरेदी करण्यासाठी पूर्वी ४० रुपये द्यावे लागत असतील तर १ डॉलर = ४० रुपये हा हुंडणावळीचा दर असेल. जर डॉलरची मागणी वाढली असेल, तर डॉलर रुपयाच्या तुलनेने महाग होईल. रुपयाचे बाह्यमूल्य कमी होईल. समजा, १ डॉलर = ४५ रुपये हा विनिमयदर निश्चित झाला असेल तर अमेरिकन पेनसाठी आता ४० रुपयांऐवजी ४५ रुपये द्यावे लागतील. त्यामुळे अमेरिकेकडून मिळणाऱ्या वस्तू तुलनेने महाग होतील आणि आपली आयात कमी होईल. याउलट, अमेरिकेतील लोकांना भारतीय वस्तू स्वस्त पडतील. म्हणजे भारताची निर्यात वाढेल व आयात घटेल व्यवहारतोलातील असमतोल कमी होण्याला मदत होईल.

९) **अवमूल्यन करणे :** 'अवमूल्यन' म्हणजे आपल्या देशातील चलनाची दुसऱ्या देशातील चलनाच्या संदर्भात किंमत कमी करणे. अवमूल्यामुळे देशाचे चलन परकीयांसाठी स्वस्त होते, परकीय चलन महाग होते. देशांतर्गत किंमतपातळी तीच असल्याने त्या देशाची निर्यात वाढून आयात घटते त्यामुळे व्यवहारतोलातील असमतोल कमी होतो.

१०) **विनिमय नियंत्रण :** 'विनिमय नियंत्रण' हा व्यवहारतोलातील असमतोल भरून काढण्याचा विश्वसनीय उपाय आहे. मध्यवर्ती बँक सरकारद्वारे परकीय चलनाच्या उपयोगावर नियंत्रण घालून जास्तीत जास्त चांगला उपयोग करण्याचा प्रयत्न करते. निर्यातीद्वारे मिळालेले परकीय चलन मध्यवर्ती बँकेकडे जमा केले जाते. मध्यवर्ती बँक आवश्यकतेनुसार हे चलन आयात परवाना धारक व्यापाऱ्यांना नियंत्रित प्रमाणात वितरित करते. कोणत्या वस्तू किती प्रमाणात खरेदी करावयाच्या हे ठरवून दिले जाते. आयात कमी झाल्याने देणी कमी होतात. निर्यातीच्या मोबदल्यात तेवढ्याच किमतीच्या वस्तूंची आयात करून व्यवहारतोल समतोल ठेवण्याचा प्रयत्न केला जातो. व्यवहारतोलातील असमतोल भरून काढण्यासाठी तात्पुरता उपाय म्हणून योग्य ठरत असला, तरी त्यामुळे व्यवहारतोलातील मूलभूत असमतोल नाहीसा करणारी कारणे नाहीशी होत नाहीत.

११) **नाणे निधीचे साहाय्य :** सभासद देशाच्या व्यवहारतोलातील अल्पकालीन बिघाड दुरुस्त करण्यासाठी आंतरराष्ट्रीय नाणेनिधी मदत करते. १९४६ च्या

नाणेनिधीच्या स्थापनेनंतर सभासद देशाला स्वदेशी चलनाच्या मोबदल्यात आवश्यक ते परकीय चलन दिले जाते. संबंधित देशाला व्यवहारतोलातील असमतोल भरून काढण्यासाठी सल्ला देण्याचे कार्यही नाणेनिधी करते. अल्पकालीन कर्ज पुरवठा करून सभासद देशांना दुसऱ्या देशाचे चलन अडचणीच्यावेळी उपलब्ध करून दिले जाते. १९७० पासून नाणेनिधीने विशेष उचल पद्धतीचा अवलंब करून रोखतेचा प्रश्न सोडविण्याचा प्रयत्न केला. त्यामुळे व्यवहारतोलातील असमतोल भरून निघण्यास मदत होते.

प्रश्न

प्र. १ एका वाक्यात उत्तरे लिहा.

१) व्यवहारतोल म्हणजे काय?
२) व्यवहारतोल समतोल म्हणजे काय?
३) व्यापारतोल म्हणजे काय?
४) व्यवहारतोलात समाविष्ट असणारे महत्त्वाचे दोन घटक सांगा.
५) व्यवहारतोला असमतोलाची दोन कारणे सांगा.
६) व्यवहारतोल असमतोलाचे दोन परिणाम सांगा.
७) व्यवहारतोल दुरुस्त करण्याचे दोन उपाय सांगा.

प्र. २ टिपा लिहा.

१) व्यवहारतोल आणि व्यापारतोल
२) व्यवहारतोलातील घटक
३) व्यवहारतोल असमतोल
४) व्यवहारतोल असमतोलाचे परिणाम
५) व्यवहारतोल असमतोलावर उपाय

प्र. ३ थोडक्यात उत्तरे लिहा.

१) व्यापारतोल म्हणजे काय?
२) व्यवहारतोल म्हणजे काय?
३) व्यवहार असमतोलाची कारणे सांगा.
४) व्यवहारतोल असमतोलाचे परिणाम थोडक्यात सांगा.
५) व्यवहारतोल दुरुस्त करण्याचे उपाय थोडक्यात सांगा.

प्र. ४ सविस्तर उत्तरे लिहा.

१) व्यवहारतोलात समाविष्ट असणारे घटक विशद करा.

२) व्यवहारतोल असमतोलाची कारणे व परिणाम स्पष्ट करा.

३) व्यवहारतोल असमतोल दुरुस्त करण्याच्या उपायाचे विवेचन करा.

४) व्यवहारतोल व व्यापारतोल विशद करा.

सेमिस्टर – ६

प्रकरण – १

भारताचा परकीय/विदेशी व्यापार आणि धोरण

(India's Foreign Trade & Policy)

१.१ प्रास्ताविक (Introduction)
१.२ आर्थिक विकासात परकीय विदेशी व्यापाराची भूमिका (Role of Foreign Trade in Economic Development)
१.३ २000 पासूनच्या भारताच्या परकीय व्यापाराची रचना, दिशा आणि वृद्धी (India's Foreign Trade - Composition, Direction & Growth since 2000)
१.४ मुक्तव्यापार विरुद्ध संरक्षित – बाजूचे आणि विरोधातील युक्तिवाद (Free Trade vs Protection - Case for and Case Against)
१.५ २०१५ पासूनचे भारताचे आंतरराष्ट्रीय/परकीय व्यापार धोरण – ठळक मुद्दे – (Highlights of India's Foreign Trade Policy since 2015)
१.६ विशेष आर्थिक क्षेत्र धोरणाचे निर्यात प्रोत्साहन बाबतचे मूल्यमापन (Evaluation of Policy of Special Economic Zones in Export Promotion)

१.१ प्रास्ताविक (Introduction)

आर्थिक विकासात परकीय व्यापार महत्त्वाची भूमिका पार पाडतो, हे अनेक अर्थतज्ज्ञांनी सिद्ध केले आहे. पूर्वी आणि आजच्या काळातदेखील परकीय व्यापाराला 'विकास व वृद्धीचे यंत्र' समजले जाते. परकीय व्यापारात वस्तूंची देवाण–घेवाण, मनुष्यबळ, तंत्रज्ञान, शिक्षण इत्यादींचा व्यापार होऊन विकसित आणि विकसनशील देशांच्या प्रगतीत वाढ होऊन पर्यायाने राहणीमानाचा दर्जा सुधारण्यास मदत होते. विकसनशील देशांना रोजगारसंधीसाठी आंतरराष्ट्रीय व्यापार व त्यातून निर्माण होणारे साहचर्याचे व जिव्हाळ्याचे मैत्रीपूर्ण संबंध मदत करतात. स्वातंत्र्यानंतर आणि आजदेखील

भारत परकीय व्यापाराकडे आर्थिक विकासाचा एक प्रमुख आधार व प्रारूप या भावनेने बघून धोरणांची आखणी करीत आहे. 'गॅट करारा'ने व जागतिक व्यापारसंघटनेने परकीय व्यापाराला चालना देण्यासाठी, तसेच आंतरराष्ट्रीय व्यापारातील अडचणी व अडथळे दूर करण्यासाठी चर्चांच्या फेऱ्या व जागतिक शिखर परिषदा आयोजित करून व्यापारवृद्धीसाठी प्रयत्न चालविले आहेत. भारताने जागतिक व्यापार संघटनेच्या सर्वच चर्चासत्रांत हिरिरीने भाग घेऊन विकसनशील देशांच्या हिताला बाधा आणणाऱ्या धोरणांना कडाडून विरोध केला आहे. विकसनशील देशांच्या लाभाची धोरणे आखली जावीत व आर्थिक–सामाजिक स्वातंत्र्य अबाधित राहण्यासाठी भारताने पुढाकार घेऊन ब्राझील, कोरिया व आफ्रिकन देशांचा गट तयार करून प्रस्तावित जागतिक व्यापार संघटनेच्या तरतुदी व धोरणांमध्ये सुधारणा करण्याचे प्रयत्न चालविले आहेत.

१.२ आर्थिक विकासात परकीय व्यापाराची भूमिका अथवा महत्त्व (Role of Foreign Trade in Economic Development)

परकीय व्यापाराची आर्थिक विकासात महत्त्वाची भूमिका असते. सनातनवादी आणि नवसनातनवादी अर्थशास्त्रज्ञांनी व्यापाराला देशाच्या आर्थिक विकासात महत्त्वाचे स्थान दिले होते. त्यांनी त्याला विकासाचे इंजिन मानले. याउलट ऐतिहासिक दाखल्याच्या आधारे आंतरराष्ट्रीय असमतोल परराष्ट्रीय व्यापारामुळे झाल्याचे दिसते. विकसित देश परकीय व्यापारामुळे अधिक श्रीमंत झाला. गरीब देश गरीब राहिले. म्हणून विकसनशील देशांना आंतरराष्ट्रीय विशेषीकरणापासून मिळणाऱ्या फायद्यापासून वंचित राहावे लागले. तरी आयात पर्यायी वस्तूंच्या उत्पादनावर भर दिल्यामुळे त्यांचा आर्थिक विकास झाल्याचे दिसून येते. आधुनिक काळात परकीय व्यापार हा आधुनिक अर्थव्यवस्थेचा एक अविभाज्य घटक बनला आहे. आधुनिक वाहतुकीच्या साधनांमुळे विविध देश एकमेकांच्या जवळ येऊन संपूर्ण जग ही एक बाजारपेठ बनली आहे.

'परकीय व्यापार' हा विकसनशील देशांना आर्थिक विकासासाठी उपयोगी आहे. **हॅबर्लर** यांच्या मते, आंतरराष्ट्रीय व्यापाराने १९ व्या आणि २० व्या शतकांत विकसनशील देशांच्या विकासात मोठी भर घातली आहे.

१) प्रत्यक्ष फायदे : जेव्हा देश विशिष्ट वस्तूंच्या उत्पादनासाठी विशेषीकरण करतात तसेच श्रमविभागणीचे फायदे मिळविण्यासाठी प्रयत्न करतात, तेव्हा त्यांना कमी खर्चात वस्तू निर्माण करता येतात. तसेच कमी खर्चात उत्पादित झालेल्या वस्तू आयात करता येतात हा आंतरराष्ट्रीय व्यापाराचा फायदा आहे. त्यामुळे देशाचे राष्ट्रीय उत्पन्न, देशातील उत्पादन आणि आर्थिक विकास यामध्ये वाढ होते.

जेव्हा विकसनशील देशात अपुऱ्या बाजार व्यवस्थेमुळे अडचणी येतात तेव्हा

परकीय व्यापारामुळे परकीय उपभोकत्यांचा ओघ वाढतो व त्यामुळे त्यांच्या आर्थिक विकासात मदत होते.

विकसनशील देशांत श्रम आणि भूमी बऱ्याचदा पूर्णपणे वापरली जात नाही. मात्र, परकीय व्यापारामुळे निर्यातीसाठी प्राथमिक वस्तूंचे उत्पादन करावे लागते. त्यातूनच क्रम व भूमी या उत्पादन घटकांचा वापर केला जातो.

२) श्रमविभागणी : प्रत्येक देशाला नागरिकांच्या गरजा भागविण्यासाठी आवश्यक असणाऱ्या सर्व वस्तू व सेवांचे उत्पादन उपलब्ध नैसर्गिक साधनसामग्रीच्या साहाय्याने शक्य नसते. उपलब्ध नैसर्गिक संपत्तीची उपयुक्तता लक्षात घेवून काही विशिष्ट प्रकारच्या वस्तूंच्या उत्पादनात विशेषीकरण साधणे व त्या वस्तूंचे आर्थिक उत्पादन करून त्यांच्या मोबदल्यात इतर वस्तू परदेशांतून आयात करणे हितकारक ठरते. यालाच 'आंतरराष्ट्रीय श्रम विभागणी' म्हणतात.

३) बाजारपेठांच्या आकाराचा विस्तार : अल्पविकसित देशांत बाजारपेठ छोटी असते त्यामुळे उत्पादनाची पर्याप्त विक्री होत नाही. मालाला फारसा उठाव नसल्याने गुंतवणुकीची प्रेरणा घटते, परकीय व्यापारामुळे बाजारपेठांचा विस्तार होतो व गुंतवणूक व बचतीला प्रोत्साहन मिळते.

४) संसाधनांचा कार्यक्षमतेने वापर : परकीय व्यापारांमुळे उपलब्ध संसाधनांचा उत्पादकता वाढविण्यासाठी वापर करण्यात येतो व संसाधनांची विविध उपयोगातील वाटणी/विभागणी काळजीपूर्वक व व्यवस्थितपणे केली जाते.

५) उत्पादन खर्चात घट : मोठ्या प्रमाणावर उत्पादन व बाजारपेठांचा विस्तार त्यामुळे मोठ्या प्रमाणातील उत्पादनाचे आंतरिक आणि बाह्य फायदे प्राप्त होतात. परिणामत: उत्पादन खर्च घटतो.

६) उत्पादनाच्या तंत्रात सुधारणा : अल्पविकसित देशात तांत्रिक ज्ञान बरेच कमी असते; त्यामुळे अल्पविकसित अर्थव्यवस्थेत उत्पादनाची तंत्रेही मागासलेली असतात. परकीय स्पर्धेमुळे तांत्रिक प्रगतीला प्राधान्य देण्यात येते. त्यामुळे परंपरागत वस्तूंच्या बाबतीत विशेषीकरण करता येते. परिणामत: आंतरराष्ट्रीय व्यापारात परंपरागत वस्तूंचे योगदान वाढून देशाचा फायदा होतो.

७) तंतू पदार्थ (Staple Commodities) : वॅटकिन्स यांच्या मते, बरेचसे अल्पविकसित देश हे एक किंवा दोन तंतूच्या वस्तूंच्या उत्पादनाचे विशेषीकरण करतात. या वस्तूंची निर्यात केली तर अल्पविकसित देशांच्या उत्पादनात, रोजगारीत व उत्पन्नात वाढ होते व निर्यात क्षेत्राची वाढ होऊन उत्पादन घटकांनासुद्धा काम मिळते.

८) विकसनशील देशांत मुळातच यंत्रसामग्री व तंत्रज्ञानाचा अभाव असतो. एकंदर उत्पादनक्षमताच कमी असते. परकीय व्यापारामुळे भांडवली यंत्रसामग्री तसेच तंत्रज्ञानाची आयात करणे सुलभ होते. अशा आयातीचे दोन प्रकार आहेत.

अ) विकसनशील आयात : ज्या आयातीमुळे नवीन उत्पादनक्षमता निर्माण होते किंवा उपलब्ध असलेल्या क्षमतेत वाढ होते, त्या आयातीला 'विकसनशील आयात' म्हणतात. उदा., पोलाद कारखाने, जल–विद्युतकेंद्रे, रेल्वे इंजिनांचे कारखाने इत्यादी उभारण्यासाठी करावी लागणारी आयात.

ब) निर्वाह आयात : देशात कच्च्या मालाचा पुरवठा अपुरा असल्यास नवीन निर्माण झालेल्या किंवा उपलब्ध असलेल्या उत्पादनक्षमतेचा पूर्णपणे उपयोग करून घेण्याच्या दृष्टीने कच्च्या तसेच मध्यम टप्प्यातील वस्तूंची जी आयात केली जाते, तिला 'निर्वाह आयात' म्हणतात.

९) अप्रत्यक्ष लाभ किंवा फायदे : मिलच्या मते, परकीय व्यापाराचा अप्रत्यक्ष फायदा म्हणजे बाजारपेठांच्या कक्षा रुंदावतात. विशेषीकरणावर भर दिला जातो, यंत्रसामग्रीवर भर दिला जातो, यंत्रसामग्रीवर आधारित उत्पादनपद्धती अवलंबली जाते, नवीन शोध लावले जातात हे अप्रत्यक्ष फायदे आहेत. याशिवाय आंतरराष्ट्रीय जग एक बाजारपेठ बनते, नवीन वस्तू, नवीन माणसे, नवीन भूप्रदेश संपर्कात येतात. तांत्रिक ज्ञानाची देवाण–घेवाण होते.

अ) भांडवली वस्तूंची आयात करता येते. शेतीजन्य मालाची निर्यात करता येते : परकीय व्यापारामुळे देशांतर्गत वस्तू परकीय वस्तूंच्या बदल्यात निर्यात करता येते देशी अन्नधान्य किंवा शेतीजन्य मालाच्या बदल्यात यंत्रसामग्री निर्यात करता येते.

ब) शैक्षणिक विकास : परकीय व्यापारामुळे शैक्षणिक विकास होतो विकसनशील देशांत कुशल श्रमिक नसतात. आर्थिक विकासासाठी भांडवल टंचाई असते, मात्र परकीय व्यापारामुळे या अडचणी दूर होतात, **हॅबर्लरच्या मते,** तांत्रिक ज्ञानाच्या प्रसारासाठी नवीन शोध निर्मितीसाठी, कौशल्यासाठी परकीय व्यापार हे एक उत्तम साधन आहे. विकसनशील देशांना त्यांच्या आर्थिक उन्नतीसाठी त्याचा उपयोग होतो. अमेरिका, जपान, रशिया यांचा आर्थिक विकास अल्प विकसनशील देशांसाठी मार्गदर्शक ठरला आहे.

क) मक्तेदारीवर नियंत्रण : परकीय व्यापारामुळे अकार्यक्षम मक्तेदारीस जागतिक स्तरावर सामोरे जावे लागते त्यातून अकार्यक्षम अशा मक्तेदारी संस्था डबघाईला येतात, ज्या कार्यक्षम संस्था असतात त्याच स्पर्धेत टिकतात.

थोडक्यात, विदेशी व्यापारामुळे नैसर्गिक साधनसामग्रीचा पुरेपूर वापर करता येतो. उत्पान वाढविणे, आधुनिक उत्पादन तंत्र आणि ज्ञान संपादित करण्याचे लाभ मिळविता येतात.

१०) परकीय व्यापारामुळे वस्तूंच्या किमती अल्पवधीत कमी-जास्त होण्याची प्रवृत्ती टाळता येते.

११) विविध देशांत सांस्कृतिक देवाण-घेवाण होऊन एकमेकांशी आर्थिक संबंध व स्नेहसंबंध निर्माण होतात.

१.३ २००० पासूनच्या भारताच्या परकीय व्यापाराची रचना, दिशा आणि वृद्धी (India's Foreign Trade - Composition, Direction & Growth since 2000)

कोणत्याही देशाच्या आंतरराष्ट्रीय व्यापाराचे विश्लेषण करताना प्रमुख तीन बाबींचा अभ्यास करावा लागतो. त्या बाबी - व्यापाराची रचना, दिशा आणि वृद्धी.

आंतरराष्ट्रीय व्यापारातून मिळणारे लाभ व्यापारशर्तींच्या आधारे मोजले जातात. 'व्यापारशर्ती म्हणजे निर्यात वस्तूंचे पैशांतील मूल्य व आयात वस्तूंचे मूल्य यांचे गुणोत्तर होय.' उदाहरणार्थ, समजा निर्यात वस्तूंच्या मूल्याचा ऱ्हास आयात वस्तूंच्या मूल्यापेक्षा अधिक वेगाने झाल्यास व्यापारशर्ती प्रतिकूल होतील. याउलट, निर्यात वस्तूंच्या मूल्यात वाढ होत असताना आयात वस्तूंचे मूल्य स्थिर राहिल्यास संबंधित देशांच्या व्यापारशर्ती अनुकूल होतात. जागतिकीकरणामुळे सर्वच देशांच्या निर्यात व आयात व्यापारात वृद्धी झाली आहे. देशाचा एकूण आंतरराष्ट्रीय व्यापार (निर्यात मूल्य + आयात मूल्य) GDP तुलनेत किती टक्क्यांनी वाढले, यावरून आंतरराष्ट्रीय व्यापार निर्देशांक काढला जातो. त्यात वाढ झाल्यास व्यापारात वाढ झाल्याचे समजते. सर्वसाधारणपणे आयातीचे प्रमाण (Import Volume) वाढल्यास देशाच्या व्यापारशर्ती प्रतिकूल होतात. विकसनशील देशांच्या बाबतीत वाढता आयात व्यापार डोकेदुखी ठरत आहे. जागतिकीकरणाचा स्वीकार केल्यामुळे आयात-व्यापारातील बंधने शिथिल करावी लागली व पर्यायाने भारतासारख्या अनेक विकसनशील देशांच्या आयातीत प्रचंड प्रमाणावर वाढ होऊन आंतरराष्ट्रीय चलन विनिमय दरात प्रचंड वाढ झाली आहे. आंतरराष्ट्रीय व्यापाराची दिशा वृद्धी व आकारमान समजून घेण्यासाठी आंतरराष्ट्रीय व्यापार निर्देशांक (आयात व निर्यात निर्देशांक), व्यापारशर्ती, चलनदर, आंतरराष्ट्रीय करार, देशांच्या व्यापार संघटना, व्यापार धोरणे इत्यादी बाबी समजून घेणे क्रमप्राप्त ठरते.

भारताच्या आंतरराष्ट्रीय व्यापाराची दिशा आणि वृद्धी

भारताचा आंतरराष्ट्रीय व्यापार संपूर्ण नियोजन काळात तुटीचा राहिला असून त्याला केवळ दोन वर्षे अपवाद आहेत, ते म्हणजे १९७२ आणि १९७६. मागील ६७ वर्षांत भारताचा व्यापारतोल तुटीचा असल्यामुळे आंतरराष्ट्रीय चलनात भारताच्या रुपयाची किंमत दरवर्षी घसरते आहे. खालील तक्ता १.१ मध्ये भारताच्या आंतरराष्ट्रीय व्यापाराची दिशा व वृद्धी दाखविली आहे. त्यानुसार आंतरराष्ट्रीय व्यापारातील प्रवृत्ती आणि वैशिष्ट्ये पुढीलप्रमाणे सांगता येतात–

तक्ता क्र. १.१ भारताचा आंतरराष्ट्रीय व्यापार (कोटी रुपयांत)

वर्ष	आयात	निर्यात	व्यापारतोल
१९६०–६१	११२२	६४२	–४८०
१९७०–७१	१६३४	१५३५	–९९
१९८०–८१	१२५४९	६७११	–५८३८
१९९०–९१	४३१९८	३२५५३	–१०६४५
२०००–०१	२३०८७३	२०३५७१	–२७३०२
२०१०–११	१६८३४५७	११३६९६४	–५४६५०३
२०११–१२	२३४५४६३	१४६५९५९	–८७९५०४
२०१२–१३	२६६९१६२	१६३४३१८	–१०३४८४४
२०१३–१४	२७१५४३४	१९०५०११	–८१०४२३
२०१५–१६	२४९०३०६	१७१६३८४	–७७३९२१
२०१६–१७	२५७७६७५	१८४९४३४	–७२८२४२
२०१७–१८	३००१०३३	१९५६५१५	–१०४४५१९
२०१८–१९	३५९४६७५	२३०७७२	–१२८६९४८
२०१९–२०	३३६०९५४	२२१९८५४	–११४११००
२०१९–२० एप्रिल–नोंव्हे	२२८०६५९	१४९४३८७	–७९६२७३
२०२०–२१ एप्रिल–नोंव्हें (P)	१६३३२६६	१२९९३५५	–३३३९११

(संदर्भ – आर्थिक पहाणी २०२०–२१)

१) व्यापारात वाढ : भारताचा एकूण व्यापार (आयात आणि निर्यातमूल्य एकत्रित करून) १९६०-६१ मध्ये केवळ १७६४ कोटी रुपये होता, तो मागच्या ४३ वर्षांत ४६,२०,४४५ कोटी रुपयांपर्यंत पोहोचला, म्हणजेच एकूण व्यापारांत २६१९ पटीने वाढ झाली असली तरी जागतिक व्यापारात २०१३ या वर्षी भारताचा वाटा २.५ टक्के होता. २०१९-२० पर्यंत तो ५५८०८०८ कोटी रुपयांपर्यंत पोहोचला.

इ. स. २000-२00१ मध्ये भारताची आयात २३0८७३ कोटी रुपयांची होती ती २०१९-२० मध्ये ती ३३६0९५४ कोटी रुपयांपर्यंत पोहोचली. एप्रिल-नोव्हेंबर २0२0-२१ मध्ये ती १६३३२६६ कोटी रुपये होती. तर निर्यातीबाबत २000-२00१ मध्ये २0३५७१ कोटी रुपये निर्यात होती ती २0१९-२0 पर्यंत १४८४३८७ कोटी रुपयेपर्यंत वाढली व एप्रिल-नोव्हेंबर २0२0-२१ मध्ये ती १२९९३५५ कोटी रुपये एवढी होती. यावरून भारताची आयात व निर्यात मूल्यात वाढ होत आहे, तर व्यापार तोलातील तूटसुद्धा वाढत आहे.

२) स्थूल राष्ट्रीय उत्पन्नात आंतरराष्ट्रीय व्यापाराचा वाटा : आंतरराष्ट्रीय व्यापार देशाच्या राष्ट्रीय उत्पन्नात भर घालीत असतो. भारताच्या वस्तू व्यापाराचा देशाच्या GDP मध्ये असणारा वाटा २00४-0५मध्ये २९ टक्के होता. तो वाढत जाऊन २0१३-१४ मध्ये ४१.८ टक्के झाला आहे. भारताची वस्तू निर्यात २00४-0५ मध्ये GDP च्या १२.१ टक्के होती, ती २0१३-१४ मध्ये १७ टक्के वर पोहोचली आहे. थोडक्यात, जागतिक व्यापारात भारताचा वाटाही वाढला आहे आणि वस्तूंची निर्यातदेखील वाढते आहे. ही एक प्रकारची उपलब्धी मानता येईल.

३) आयातमूल्यात वाढ : जागतिकीकरणामुळे देशातील आर्थिक धोरणे व व्यापार धोरणात आमूलाग्र बदल करणे भाग पडले. आयातशुल्क घटविणे, कोटापद्धत रद्द करणे. परकीय चलन वापरावरील निर्बंध हटविणे, परवानापद्धत शीघ्र व अडथळेविरहित करणे इत्यादी उपायांमुळे आयातीचे प्रमाण ११६२ कोटी रुपये (१९६0-६१) वरून एकदम २७१५४३४ कोटी रुपयांवर (२0१३-१४) पोहोचले. आयातमूल्यात वरील कालावधीत २३३६ पटीने वाढ झाली, तर २0१९-२0 मध्ये ते ३३६0९५४ कोटीपर्यंत वाढले.

४) निर्यातमूल्यात वाढ : भारताच्या निर्यातमूल्यात समग्र वाढ दिसत असली तरी आयात वाढीच्या वेगाच्या तुलनेत हे प्रमाण कमी आहे. निर्यातमूल्यवाढीचे प्रयत्न आपण १९५0-५१ पासून करीत आहोत. त्यासाठी निर्यात प्रोत्साहन धोरणे व आयात पर्यायीकरण मार्गाचा अवलंब करूनदेखील निर्यातीत फारशी प्रगती करू शकलो नाही; त्याची अनेक कारणे आहेत, त्यांपैकी काही ठळक कारणे पुढीलप्रमाणे आहेत –

१) कृषिमालाची निर्यात अधिक, मात्र आंतरराष्ट्रीय बाजारात कमी किंमत मिळते व मागणी अलवचिक असल्याने वस्तू स्वस्त केल्या तरी फारसा उठाव होत नाही.
२) आंतरराष्ट्रीय दर्जा मिळविणे व टिकवणे हे एक आव्हान.
३) आंतरराष्ट्रीय बाजारात भारताच्या मालावर निर्बंध लादणे, छुपे अडथळे निर्माण करणे.
४) इतर निर्यातदार देश भारताचा माल विकला जाऊ नये म्हणून कमी किमतीत माल विकतात.
५) भारताचा जागतिक निर्यातीत वाटा २०१२-१३ मध्ये ०.८ टक्के होता, आजदेखील तो १.७ टक्के (२०१३-१४) इतकाच आहे.
६) निर्यात होणाऱ्या वस्तूंमध्ये संरक्षण व महत्त्वाच्या महागड्या वस्तूंचे प्रमाण अत्यंत कमी. भारताच्या निर्यातमूल्यात ६४२ कोटी रुपये (१९६०-६१) वरून (२०१३-१४) मध्ये ही वाढ १९,०५,०११ कोटी रुपयांवर गेली असली तरी आयातीचे तुलनेत खूपच कमी आहे. वरील कालावधीत भारताच्या निर्यात वापरात २९६७ पटींनी वाढ झाली तरी जागतिक निर्यातीत भारताचा वाटा १.५ टक्क्यांवर खुंटला आहे. तर २०१९-२० मध्ये निर्यातमूल्य २२१९८५४ कोटी रूपये एवढे झाले.

५) व्यापारतोलातील वाढती तूट : व्यापारतोल म्हणजे निर्यात व आयात मूल्यातील फरक हा फरक उणे असणे. म्हणजेच व्यापारतोलात तूट झाली, असे समजले जाते. खरे तर व्यापारतोल सजातीय वाढ (+) असायला पाहिजे, मात्र विकसनशील देशांच्या व्यापारतोलात सततची तूट आर्थिक विकासाला मारक ठरत आहे, तसेच त्याचे विपरीत परिणाम चलनदर, व्यापारशर्ती व सामुदायिक शक्तींवर होत आहेत. भारताच्या व्यापारतोलात १९६०-६१ मध्ये ४८०कोटी रुपयांची तूट होती. त्यात आयात वाढल्यामुळे व त्याप्रमाणात निर्यात न वाढल्यामुळे तुटीचे प्रमाण २०१३-१४ या वर्षी ८१०४२३ रुपयांवर पोहोचले. ही बाब चिंता वाढविणारी आहे. उदारीकरण, जागतिकीकरणामुळे व खाजगीकरणामुळे व्यापारतोलातील तुटीचे प्रमाण वाढण्यास मदतच झाली, असा ढोबळ निष्कर्ष आपण काढू शकतो. २०१९-२० मध्ये व्यापारातील तूट -११४११०० कोटी रुपये एवढी वाढली आहे.

भारताच्या आंतरराष्ट्रीय व्यापाराची रचना

आंतरराष्ट्रीय व्यापाराची रचना म्हणजे कोणकोणत्या वस्तू व सेवा यांची निर्यात व आयात देश करतो. कालपरत्वे व्यापाराच्या रचनेत बदल होणे अपेक्षित असते,

तसेच काही आंतरराष्ट्रीय, नैसर्गिक व देशांतर्गत घटकांमुळे रचना बदलू शकते. व्यापार स्पर्धा, विविधीकरण, तंत्रज्ञानातील प्रगती, विशेषीकरण, व्यापार व आर्थिक धोरणांचादेखील प्रभाव आंतरराष्ट्रीय व्यापार रचनेवर पडतो. भारताच्या आंतरराष्ट्रीय व्यापाराची रचना पुढील मुद्यांद्वारे स्पष्ट केली जाते.

अ) भारताच्या आयातीची रचना : नव्याने स्वतंत्र झालेल्या राष्ट्रांना राष्ट्र उभारणीसाठी अवजड उद्योग व पायाभूत सुविधा उभारण्यावर भर द्यावा लागतो. अर्थव्यवस्थेचा पाया मजबूत करावयाचा असेल, तर अवजड उद्योग उभारून यंत्रसामग्री निर्माण करता येते, अशी धारणा भारताचे पहिले पंतप्रधान पंडित जवाहरलाल नेहरू यांची होती व त्याला रशियाच्या आर्थिक प्रगतीचा आधार होता. अवजड उद्योग उभारणीबरोबरच सामाजिक व आर्थिक पायाभूत सुविधा निर्माण करून आर्थिक विकासाला पोषक आर्थिक धोरणे आखून विकासाच्या प्रक्रियेत अर्थव्यवस्थेला ढकलावे लागते. या सर्व घटक विचारधारेमुळे भारताची आयात १९६०-६१ पासून सतत वाढत आहे. तक्ता क्रमांक १.२ मध्ये आयातीच्या रचनेतील बदल दर्शविले आहेत. देशाच्या एकूण आयातीचे वर्गीकरण तीन प्रमुख गटांत करण्यात येते. प्रत्येक गटात अनेक उपगट (वस्तू) असून त्या सर्व आर्थिक विकास व वस्तू गरज म्हणून आयात कराव्याच लागतात. हे प्रमुख तीन गट व त्यातील प्रवृत्ती खालीलप्रमाणे आहे -

भारताची मुख्य आयात रचना						
आयातवस्तू	१९९०–९१	२०००–०१	२०१०–११	२०१८–१९	२०१९–२०	२०२०–२१ एप्रिल–सप्टेंबर
१) **अन्नधान्य बाबी**						
तृणधान्ये आणि अन्नधान्य	१८२	९०	५४५	१४८०	२३१२	१५०
२) **कच्च्या वस्तू आणि मध्यस्थ वस्तू निर्मिती**						
– काजूगर	१३४	९६२	२६५०	१११६२	९०२६	५४६
– कच्चे रबर	२२६	६९५	८०७४	१४०२७	११०१४	४१४१
– कृत्रीम फायबर व प्लॅस्टिक	५६	२७५	९५७	३२७५	३४७८	१०१४
– लोकर	१८२	४५८	१४३५	२१६०	१५९३	४४९
– ताग	२०	८४	३०२	२३६	३५०	९८
– पेट्रोलियम,तेल व वंगण	१०८१६	७१४९७	४८२२८२	९८६२७५	९२५१६८	२३९२५२
– खाद्यतेल	३२६	६०९३	२९८६०	६९०२४	६८५५८	३५७३९
– खत आणि खतनिर्मिती	१७६६	३०३४	३१५३३	५२०९२	५२८१७	२९३२०
– रासायनिक घटक व संयुगे	२२८९	१५४२	१३२७८	२२०४७६	१९९९७४	९२३४९
– रंगविणे, टॅनिंग व रंगाची सामग्री	१६८	८७४	५३६८	२२५३८	२०५६५	७७९४

पुढील पानावर...

आयातवस्तू	१९९०–९१	२०००–०१	२०१०–११	२०१८–१९	२०१९–२०	२०२०–२१ एप्रिल–सप्टेंबर
– औषध व औषधी उत्पादने	४६८	१७२३	११११४	४४४२९	४५७२७	२६१८४
– प्लास्टीक साहित्य काष्ठ तंतू कृत्रिमराळ/रेगझिन	१०९५	२५५१	३१३०४	१०९६३३	१०३५८९	३८१०३
– लगदा व रद्दी कागद	४५८	१२९०	५२०८	९१८६	८०९१	२७०६
– कागद, पेपरबोर्ड उत्पादने	४५६	२००५	९६१४	२४८६६	२३४७२	८३१७
– मोती व मौल्यवान रत्ने	३७३८	२२१०१	१५७५९६	१८८८८१	१५९०६०	३८७७६
– लोखंड व पोलाद	२११३	३५६९	४७२७५	८७९८९	७५८५५	२५०३९
– आलोह धातू	११०२	२४६२	२१२१५३	३५८७५९	३११४०६	८७८१९
३) भांडवली वस्तू	१०४६६	२५२८१	२३१७१२	४९७२५८	४८५७९७	१३८६५७
– धातूचे उत्पादन	३०२	१७८६	१५१६७	४२४६०	३९३९४	१३५४८
– विद्युतविरहित यंत्रणा उपकरणे व उपकरण साधने	४२४०	१६९१५	११८९२८	१३७६२९	१३३४५०	४७३६१
– विद्युत यंत्रणा: उपकरणे व साधणे	१७०२	२२२७	१७५१०	१२६९३१	१३३४७३	४११३९
– वाहतूक उपकरणे	१६७०	४३५३	५२११२	१७३६२१	१७९४८०	३६६०९
एकूण आयात	**४३१९८**	**२२८३०७**	**१६८३४६७**	**३५९४६७५**	**३३६०९५४**	**११२०९४६**

(टीप – काही प्रमुख वस्तूंची आयात दर्शविली आहे.) (संदर्भ – आर्थिक पाहणी – २०२०–२१)

१) अन्नधान्य बाबी : या गटांत प्रामुख्याने अन्नधान्य, जिवंत प्राणी, अन्नधान्य तयार करण्यासाठी लागणारी आदाने, इत्यादी उपवस्तूंचा समावेश होतो. १९६०-६१ मध्ये एकूण आयातीत अन्नधान्याचा वाटा १९.७ टक्के होता. नंतरच्या काळात आपण अन्नधान्यात स्वयंपूर्णता मिळविल्यामुळे तो घटत गेला. २००३-०४ मध्ये तो केवळ ०.०५ टक्के होता, तर २०१३-१४ मध्ये ०.०२ टक्क्यांपर्यंत खाली आला. एकेकाळी भारताला अन्नधान्य आयात करणारा देश म्हणून हिणविले जायचे; ते स्वरूप बदलून आता अन्नधान्य निर्यात करणारा देश म्हणून नावलौकिक प्राप्त झाला आहे. २०१३-१४ या वर्षात भारताने ४७०८७ कोटी रुपयांचा तांदूळ निर्यात केला ज्याचा वाटा एकूण निर्यातीत २.४७ टक्के असून ही बाब गौरवास्पद आहे. २०१८-१९ मध्ये ५३९७५ कोटी रुपये तांदूळाची निर्यात केली गेली.

२) मध्यस्त वस्तू आणि कच्चा माल : या गटात मध्यस्थ वस्तू व उत्पादित मालाची प्रक्रिया प्रवण करण्यासाठी लागणारी आदाने - ज्यात अर्धसुबक (Semi Finished) वस्तू व कच्चा माल यांचा समावेश होतो. या गटांत वरील वस्तूंव्यतिरिक्त खाद्यतेल, खते, वैद्यकीय औषधी उत्पादने, पेपर पल्प, पेपर, रबर, न प्रक्रिया केलेले, काजू, प्लॅस्टिक, बिगर धातू, कच्चे लोखंड व पोलाद, डायच्या वस्तू, रसायने, पेट्रोलिअम उत्पादने इत्यादी महत्त्वाच्या कच्च्या मालांचा समावेश होतो. या सर्व वस्तू व उत्पादनांची आयात १९६०-६१ मध्ये ५२७ कोटी रुपयांवरून २०१३-१४ मध्ये २३,८६,०१५ रुपयांवर पोहोचली, म्हणजे यात ४५२७ पटींनी वाढ झाली. यात प्रामुख्याने पेट्रोलिअम, खाद्यतेले व खते आयातीचा वाटा अनुक्रमे ३६.७४ टक्के, २.०८ टक्के आणि १.४० टक्के असला, तरी या तीन वस्तूंच्या आयातीवर खर्च घेणाऱ्या परकीय चलनाची रक्कम १०,९२,६१४ कोटी रुपये असून यात पुढील काळात आयात पर्यायीकरण करणे आवश्यक आहे. २०१९-२० मध्ये आयात वाढली आहे. त्यामध्ये पेट्रोलियम उत्पादन, कच्चे लोखंड व पोलाद, खाद्यतेल, खत निर्मिती साहित्य, औषध आणि औषधी उत्पादने, कृत्रिम राळ, कागद बोर्ड उत्पादने, मोती व मौल्यवान रत्ने, अलोह धातू इत्यादींचा समावेश आहे. वरील तक्त्यात मध्यस्त वस्तूची आयात दर्शविलेले आहे.

२०००-०१ मध्ये कच्चे रबर ६९५ कोटी रुपये वरून २०१९-२० मध्ये ११०१४ कोटी रुपयेपर्यंत आयात केले गेले. पेट्रोलियम तेल व वंगणाची आयात २०००-०१ मध्ये ७१४९७ कोटी रुपयेवरून २०१९-२० पर्यंत व ९२५१६८ कोटी रुपयेपर्यंत पोहोचली. याच वर्षात खाद्यतेलाची आयात ६०९३ कोटी रुपयांवरून ६८५८८ कोटी रुपयांपर्यंत पोहोचली. लोखंड व पोलादाची आयात ३५६९ कोटी

रुपयांवरून ७५८५५ कोटी रुपयांपर्यंत पोहोचली. अशा रितीने भारताची आयात प्रमाण वाढताना दिसून येते.

३) भांडवली वस्तूंची आयात : या गटांत उत्पादित धातू, बिगरवीज यंत्रसामग्री, उत्पादित साधनसामग्री, विजेवर चालणारी यंत्रे, वाहतूक साधने व यंत्रे यांचा समावेश होतो. दुसऱ्या पंचवार्षिक योजनेपासून भांडवली वस्तू व यंत्रे यांची आयात केली जात आहे. जलद औद्योगिकीकरण व तंत्रज्ञान मिळविणे हे दोन प्रमुख हेतू साध्य करण्यासाठी भारताकडून भांडवली वस्तूंची आयात केली जाते. अलीकडच्या काळात वीजनिर्मिती, अणुभट्ट्या, संरक्षण साहित्य, पायाभूत सुविधा निर्माण करण्यासाठी अग्रक्रम असल्याने या गटांतील भांडवली वस्तूंची आयात वाढत आहे. भांडवली वस्तूंची आयात १९६०-६१ मध्ये ३५६ कोटी रुपये होती, ती २०१३-१४ अखेर ३२,८८,६६ कोटी रुपये झाली, म्हणजेच यात ९२३ पटींनी वाढ झाली. एकूण आयातीचा विचार करता भांडवली वस्तूंचे आयात प्रमाण २०१३-१४ मध्ये १२ टक्के होते.

सन २०००-०१ मध्ये भांडवली वस्तूंची आयात २५२८१ कोटी रुपये एवढी होती ती २०१८-१९ मध्ये ४९७२५८ कोटी रुपये झाली तर २०१९-२० मध्ये ती ४८५७९७ कोटीरुपये दिसून येते म्हणजेच सन २००० नंतर मोठ्या प्रमाणात भांडवली वस्तूंची आयात वाढलेली आहे. म्हणजेच २०१९२० पर्यंत १९ पटीने भांडवली वस्तूंची आयात वाढलेली आहे. भारताच्या आयात रचनेतील बदलांचा गोषवारा खालीलप्रमाणे आहे -

१) उपभोग्य वस्तू व अन्नधान्याची आयात महत्त्वपूर्णरीत्या घटली असून उपभोग वस्तू व अन्नधान्याच्या बाबतीत भारत स्वयंपूर्ण बनला आहे. अर्थात, उपभोगांच्या वस्तूंपैकी तृणधान्य खाद्यतेल व डाळींच्या आयातीवरचे अवलंबित्व संपुष्टात आणण्यास भारतास अपयश आले आहे.

२) औद्योगिकीकरण व पायाभूत सुविधांचा विस्तार व नव्याने बांधणी, शहरीकरणामुळे भांडवली वस्तूंची आयात वाढलेली आहे.

३) उदारीकरण, जागतिकीकरणामुळे व खाजगीकरण या अविभाज्य बदलांमुळे अलीकडच्या ३० वर्षांत आयातीचे प्रमाण २०१९-२० मध्ये ३३६०९५४ कोटी रुपयांवर गेले, जे प्रमाण १९९०-९१ मध्ये ४३१९८ कोटी रुपये होते. थोडक्यात, नवीन आर्थिक धोरण राबविण्यास सुरुवात केल्यानंतर आयातीचे प्रमाण ७८ पटींनी वाढल्याने परकीय चलनाचे दर भारताच्या रुपयाच्या तुलनेत अनेक पटींनी वधारले असून रुपयाची किंमत डॉलर या आंतरराष्ट्रीय चलनाच्या

बाबतीत घसरत चालली आहे. आयातीचे प्रचंड वाढते प्रमाण भारताचा आंतरराष्ट्रीय व्यवहारतोल डळमळीत करीत आहे. याशिवाय वाढती सोन्याची आयातदेखील सरकारची डोकेदुखी ठरली आहे.

ब) भारताची निर्यात रचना (Composition of Export of India)

निर्यातीच्या माध्यमातून उत्पन्न मिळविणे हा आंतरराष्ट्रीय व्यापाराचा प्रमुख उद्देश असला, तरी वेळप्रसंगी अधिकचे उत्पादन खपविण्यासाठी मालाची निर्यात करावी लागते. तसेच मैत्रीपूर्ण संबंध वाढविणे व टिकवून ठेवण्यासाठीदेखील निर्यात या बाबींकडे बघितले जाते. भारताकडून विविध प्रकारच्या वस्तू व सेवांची निर्यात होते. भारताच्या निर्यातीचे वर्गीकरण व कल तक्ता क्र. १.३ मध्ये दर्शविली आहे.

१) कृषी व संबंधित उत्पादने : यांत कॉफी, चहा, खाद्यतेले, डाळी, तंबाखू, साखर, सूत, सुती कपडे, मसाल्याचे पदार्थ, मांस व मत्स्य उत्पादने, फळे, भाजीपाला, तांदूळ इत्यादी वस्तूंचा समावेश होतो. या सर्व वस्तूंची निर्यात १९६०-६१ मध्ये २८४ कोटी रुपये होती व २०१३-१४ अखेर २६०९५३ कोटी रुपयांवर पोहोचली, म्हणजे यांत ९१८ पटीने वाढ झाली आहे. २०००-०१ चा विचार करता, कृषी व संबंधित उत्पादनांची निर्यात २८५८२ कोटी रुपये होती ती २०१८-१९ मध्ये २७१३५४ कोटी रुपयेपर्यंत वाढली. ही वाढ नऊ पटीने झालेली आहे आणि ही बाब समाधानाची बाब आहे.

तक्ता क्र. १.३ भारताची प्रमुख वस्तूंची निर्यात रचना (कोटी रु.)

वस्तू	१९९०–९१	२०००–०१	२०१०–११	२०१८–१९	२०१९–२०	२०२०–२१ एप्रिल–सप्टेंबर
१) शेती आणि संबंधित उत्पादने	६३१७	२८५८२	१११३९३	२७१३५४	२४८३८५	१३४७४८
– कॉफी	२५२	११८५	३०१०	५७२२	५२३७	२७६२
– ऑईल, केक अथवा पेंड/ढेप	६०९	२०४५	११०७०	१०५५७	५८६१	३४४७
– काजूगर	४४७	१८८३	२८५३	४६०६	४०४१	१२७४
– मसाले	२३९	१६१९	८०४३	२३२१८	२४६४२	१४३१३
– साखर आणि गूळ	३८	५११	५६३३	१०११०	१४४९९	१०५१४
– कच्चे सूत	८४६	२२४	१३१६०	१४६२८	७५४०	३४७६
– तांदूळ	४६२	२९४३	११५८६	५३९७५	४५४२७	३०६०९
– मत्स्य आणि मत्स्य उत्पादने	९६०	६३६७	११९१७	४७६६५	४७६१८	२०३१४
– मांस आणि मांसाहारी पदार्थ	१४०	१४७०	८९६०	२५९८७	२३३४७	१०३६०
– फळे, भाज्य, डाळी	२१६	१६०९	६३५०	१३०१८.७७	११६२५.५२	६१६०
– खनिज आणि धातू	१४९७	४१३९	३९०९८	४१४५१	४८३०८	२९२३३
– अभ्रक	३५	६४	१८९	४९८	३७२	२२४

वस्तू	१९९०-९१	२०००-०१	२०१०-११	२०१८-१९	२०१९-२०	२०२०-२१ एप्रिल-सप्टेंबर
- लोखंडाचे खनिज	१०४९	१६३४	२१४१६	९२६०	१८६०७	१६०१८
- कारखानदारी किंवा उत्पादित वस्तू	२३७३६	१६०७२३	७८९४३३	१६२११७६३	१५८२३८७	६६०८९०
- कापड उत्पादने	६८३२	-	-	११२७५०	१०७२३.६३	३८०३
- सूतीधागा, कापड, बनविलेले	२१००	१६०३०	१३१६०	६८७८६	६१८५७	२६८३४
तयार कपडे, कापडी साहित्य	४०१२	२५४७८	५२८६१	११२७०१.३	१०९६९०.६	३५७६८
२) काथ्यादोर व उत्पादने	४८	२२१	७२६	२२७४	२४२८	१०२१
चामडे व चामड्याची उत्पादने	२६००	८९१४	१७८१८	३५९३४.०५	३२९७१	१०६१८
३) हस्तवस्तू	६१६७	५०९७	५८७७	२३११५	२२३१९	९०८६
- रत्ने आणि दागिने	५२४७	३३७३४	१८४४२०	२८१४०८	२५४११४	६४८९५
- रसायने आणि संबंधित उत्पादने	२१११	२२८५१	१३१५४४	२२०२०८	२२१८३१	१०५७२३
- यंत्रसामग्री, वाहतूक व धातू उत्पादने	३८७२	३१८७०	२२६८०५	५६७१०८.७	५४०९६०	२४५३१०
- खनिज, इंधन आणि वंगण (खनिज)	९४८	८८२२	११२६३९	३३५२२८	३०२०९७	९४१५३
एकूण निर्यात	**३२५५३**	**२०१३५६**	**११३६९६४**	**२३०७७२६**	**२२१९८५४**	**९३९९२४**

(टीप - काही प्रमुख वस्तूंची निर्यात दर्शविली आहे.) (संदर्भ - आर्थिक पाहणी - २०२०-२१)

भारताला परकीय चलन मिळविण्याचा कृषिमालाची निर्यात हा एक प्रमुख स्रोत समजण्यात येतो. भारताकडे कृषिमाल निर्यात क्षमता प्रचंड असल्याने इतर देश भारताच्या कृषिमालाला, जागतिक व्यापार संघटनेच्या स्तरावरून विरोध व अडथळे निर्माण करीत आहेत.

२) अभ्रक व खनिजे : यात कच्चे लोखंड, खनिजे व अभ्रक या वस्तूंचा समावेश होतो. १९६०-६१ या गटातील निर्यात केवळ ५२ कोटी रुपयांची होती, ती वाढत जाऊन ३४,८५९ कोटी रुपयांवर पोहोचली असता वाढीचे प्रमाण ६७० पट होते. कच्च्या लोखंडाची निर्यात प्रामुख्याने चीन, जपान व जर्मनीला केली जाते. चीनमधील कामांच्या उभारणीमुळे भारताच्या कच्च्या लोखंडाला १९९०-२०१० या कालावधीत प्रचंड मागणी आली.

२०००-०१ मध्ये खनिज आणि धातू (अभ्रक व खनिजे) यांची निर्यात ४१३९ कोटी रुपये होती ती २०१९-२० मध्ये ४८३०८ कोटी रुपये पर्यंत वाढली. ही वाढ १२ पटीने वाढलेली आहे.

३) उत्पादित वस्तू : या गटांत सुती कापड, तयार कपडे, ज्युटच्या वस्तू, हस्तोद्योगांतील वस्तू, नारळाच्या शेंड्याचे धागे, जडजवाहीर, तयार दागिने, रसायने, यंत्रसामग्री, वाहतूक साधने, मोटारी, तयार चामड्याच्या वस्तू व चामडे, बॅग्ज इत्यादी वस्तूंचा यात समावेश होतो. या गटातील वस्तूंची निर्यात १९६०-६१ मध्ये २९१ कोटी रुपये होती, ती २०१३-१४ मध्ये १२,०७,८६५ कोटी रुपयांवर पोहोचली. कारखानदारी किंवा उत्पादित वस्तूंची निर्यात २०००-०१ मध्ये १६०७२३ कोटी रुपये होती, ती २०१९-२० मध्ये १५८२३८७ कोटी रूपयेपर्यंत पोहोचली. म्हणजे ही निर्यात जवळजवळ १० पटीने वाढली आहे. हा अलिकडे झालेला बदल महत्त्वपूर्ण मानला जातो. थोडक्यात, भारताने आयात केलेले तंत्रज्ञान व देशीसंपदा वापरून कारखानदारी वस्तूंच्या निर्यातीत उल्लेखनीय कामगिरी केली असली, तरी अजून कारखानदारी वस्तूंची निर्यात वाढविण्यास वाव आहे. अलीकडच्या काळात संगणकासाठी लागणारे सॉफ्टवेअर्स व प्रोग्रॅम्स भारताकडून निर्यात केले जात आहेत. इलेक्ट्रिकल व इलेक्ट्रॉनिक्स वस्तूंच्या सुट्या जुळणी भागांची निर्यात भारताकडून होऊ लागली आहे. हलक्या वजनाच्या मोटारींची निर्यात करण्यासाठी भारत सज्ज झाला आहे.

४) खनिजतेल आणि वंगण : भारताच्या खनिजांची व खनिजतेलांची निर्यात इतर देशांना केली जाते. तेलाच्या बदल्यात धान्य या कराराखाली भारताकडून खनिज तेलाची निर्यात केवळ ७ कोटी रुपये (१९६०-६१) होती, ती वाढत जाऊन

२०१३-१४ मध्ये ३,९२,२२५ कोटी रुपये एवढी झाली. एकूण निर्यातीत हे प्रमाण २०.५८ टक्के होते.

२०००-०१ चा विचार करता खनिज, इंधन व वंगणाची निर्यात ८८२२ कोटी रुपये होती ती २०१९-२० मध्ये ३०२०९७ कोटी रुपयेपर्यंत वाढली आणि ही वाढ ३४ पटीने झालेली आहे.

भारताच्या निर्यातीची वैशिष्ट्ये

तक्ता क्र. १.३ मध्ये १९९०-९१ ते २०२०-२१ या कालावधीतील प्रमुख वस्तूंची निर्यात दर्शविलेली आहे.

१) एकूण निर्यात १९९०-९१ मध्ये ३२५५३ कोटी रुपये होती ती २०००-०१ मध्ये २०१३५६ कोटी रुपये झाली तर २०१९-२० मध्ये ती २२१९८५४ कोटी रुपयेपर्यंत वाढली. ही वाढ १९९०-९१ चा विचार करता ६८ पटीने वाढली तर २०००-०१ चा विचार करता ती ११ पटीने वाढलेली आहे.

२) शेती आणि संबंधित उत्पादनांची निर्यात वाढून निर्यातीतून उत्पन्न वाढत आहे. कारखानदारी अथवा उत्पादित वस्तूंची निर्यात वाढताना दिसून येते. हस्तकला वस्तूंची, रत्ने, दागिने, रसायने व संबंधित उत्पादनांची निर्यात वाढताना दिसून येते.

तरीही जागतिक व्यापार संघटना करीत असलेल्या अडथळ्यांना विरोध करणे आवश्यक असून कृषी विकासाकडे अधिक लक्ष देणे गरजेचे आहे. खाद्य तेले तसेच कृषी संबंधित उत्पादने वाढविणे आवश्यक आहे. भारताला खाद्यतेलाची आयात मोठ्या प्रमाणावर करावी लागत आहे ही चिंतेची बाब आहे. नवीन आर्थिक धोरण स्वीकारल्यापासून कृषी क्षेत्राकडे अग्रक्रमाने पहाणे आवश्यक झाले आहे.

भारताच्या आंतरराष्ट्रीय व्यापाराची दिशा (Direction of India's Foreign Trade)

भारताच्या परकीय व्यापाराची दिशा व्यापाराच्या प्रादेशिक निर्देशक दिशेने अभ्यासली जाते. सनातन काळापासून भारताचा आंतरराष्ट्रीय व्यापार अनेक खंडांशी व त्यातील देशांशी अव्याहतपणे चालू आहे. चहा, कॉफी व मसाल्याचे पदार्थ यासाठी जागतिक स्तरावर भारताचा नावलौकिक असून रेशीम कापडासाठी भारताने पूर्वीपासूनच नाव कमविलेले आहे.

तक्ता क्र. १.४ भारताच्या आयात व्यापाराची दिशा (कोटी रुपये)

देश/प्रदेश	१९९०–९१	२०००–०१	२००३–०४	२०१८–१९	२०१९–२०	२०१९–२०२० हिस्सा/Share
१) आर्थिक विकास आणि	२३३१०	१२०९२	१३५८८९	५५४३०१	५०५६०९	
सहकार्य	(५४.०)	(३९.९)	(३७.८)	(युरोप)	(युरोप)	१५.१
– इंग्लंड	२८९४	१४४७२	१४८६२	५२७४४	४७४९६	१.४
– अमेरिका	५२४५	१३७७४	२३१३६	४५५८३९	४३२२७५	१२.९
– जपान	३२४५	८४१६	१२२५८	८९२७८	८८०३४	२.६
– यु.एस.ए.	–	–	–	–	–	–
२) पेट्रोलियम निर्यात देशांची	७०४१	१२३८५	२५९०६	–	–	–
संघटना	(१६.३)	(५.४)	(७.२)	–	–	–
– इराण	–	–	–	९४११३	९७६२	०.३
– कुवेत	–	–	–	५११४९	६७१३२	२.०
– सौदी अरेबिया	–	–	–	१९१३९५	१९०२४५	५.७
– यु.ए.ई	–	–	–	२०८५६४	२४१५१३	६.४
३) विकसनशील देशांपैकी						
– आफ्रिका	९५९	३८३८	४७०३	२८७३४४	२६७०५२	७.९
– आशिया	६०३३	३३१४९	६१८३०	२२२९८९९	२०६९८७३	६१.६
– चीन	–	–	–	४९२०७९	८०९१६५	२४.१
एकूण	**४३१९८**	**२३०८७३**	**३५९११०८**	**३५९४६७५**	**३३६०९५४**	–

(टीप – काही प्रमुख देशांच्या आयात व्यापाराची दिशा दर्शविली आहे.) (संदर्भ : आर्थिक पहाणी २०१३–१४ आणि २०२०–२१)

तक्ता १.४ मध्ये आयात व्यापाराची दिशा व व्यापार भागीदार यांची माहिति दिलेली आहे. यानुसार–

१) **आर्थिक विकास आणि सहकार्य संघटना (OECD) :** यामध्ये जर्मनी, फ्रान्स, इंग्लंड, अमेरिका, कॅनडा, ऑस्ट्रेलिया, जपान इत्यादी देशांचा समावेश होतो.

२) **पेट्रोल निर्यात देशांची संघटना (OPEC) :** यांत सहभागी देशांपैकी इराण, इराक, कुवेत आणि सौदी अरेबिया व मस्कत इत्यादी देशांचा समावेश होतो.

३) **पश्चिम युरोप :** यांत सहभागी देशांपैकी रोमानिया, रशिया इत्यादी.

४) **विकसनशील देश :** यांत आफ्रिका, आशिया, लॅटिन अमेरिका, आणि कॅरेबियन देश.

५) **इतर देश :** इतर देशांचा समावेश केलेला आहे.

तक्ता १.४ मध्ये दर्शविल्याप्रमाणे भारताच्या एकूण आयातीत OECD देशांचा हिस्सा १९६०–६१ मध्ये ७८.० टक्के होता व १९९०–९१ मध्ये ५४ टक्के होता. तो २००३–०४ मध्ये ३७.८ टक्क्यांपर्यंत कमी होऊन २०१३–१४ मध्ये २०.६ टक्के २०१९–२० मध्ये १५११ टक्क्यांपर्यंत कमी झाला आहे. भारताने नियोजनाद्वारे विकासप्रक्रिया सुरू केल्यापासून (१९५०–५१) युरोप व अमेरिकेकडून येणारी आयात जास्त होती. कालांतराने भारताचे आयातीवरील अवलंबित्व कमी झाल्याने आयातीत कमालीची घट झाली. OPEC देशांकडून प्रामुख्याने पेट्रोलिअम पदार्थांची आयात होते. १९६०–६१ मध्ये OPEC कडून येणाऱ्या आयातीचा वाटा ४.८ टक्के होता तो २०१३–१४ मध्ये १९.६ वर गेला. OPEC कडून भारत मोठ्या प्रमाणावर पेट्रोलिअम उत्पादनांची आयात करतो. सौदी अरेबिया यूएई, कुवेत या देशातून पेट्रोलियम उत्पादनांची आयात होत आहे. वाढते औद्योगिकीकरण, वाहनांची संख्या यांमुळे गेल्या दशकांत पेट्रोल व डिझेलची प्रचंड मागणी वाढली आहे. भारताचा पश्चिम युरोपातील देशांशी व्यापार पूर्वीपासूनच होत असून सोव्हिएट रशियाच्या विभाजनानंतर हा वाटा घटत चालला आहे. १९६०–६१ मध्ये पश्चिम देशांकडून येणारी आयात एकूण आयातीच्या ३.४ होती, ती २००३–०४ मध्ये १.६ टक्क्यांवर आली, तर २०१३–१४ मध्ये नोंद घेण्यासारखे प्रमाण नाही. विकसनशील देशांचा हिस्सा १९६०–६१मध्ये ११.८ टक्के होता. त्यात प्रामुख्याने आफ्रिकेतील देश व आशिया खंडातील देशांपैकी चीन, कोरिया, सिंगापूर, हाँगकाँग, इंडोनेशिया इत्यादी देशांचा वाटा नगण्य होता. २००४–०५ मध्ये आफ्रिका व आशिया देशांची भारतातील आयात ३५.६ टक्के होती. ती वाढत जाऊन, २०१३–१४ मध्ये ६०.७ टक्क्यांवर पोहोचली. यात प्रामुख्याने चीनकडून

येणाऱ्या आयातीचे प्रमाण २०१९-२० मध्ये २४ टक्के एवढे होते. २०१९-२० मध्ये आफ्रिकन देशांकडून होणारी आयात ७.९ टक्के होती तर आशियातून ६१.६ टक्के एवढी होती.

वरील विश्लेषणातून असा निष्कर्ष निघतो की, सन २०००-०१ मध्ये भारताची OECD देशांना होणारी आयात ३९.९ टक्क्यांवरून २०१९-२० मध्ये १५.१ टक्क्यांपर्यंत कमी झालेली आहे. पेट्रोल निर्यात संघटनेकडून आयातीचा वाटा २०१३ मध्ये १९.६ टक्के होता. पेट्रोलियम पदार्थांची आयात सौदी अरेबिया यु.ए.ई, कुवत या देशांकडून वाढताना दिसून येते. आफ्रिकन देशांची आयात ७.९ टक्के तर आशियायी देशांची आयात ६१.६ टक्क्यांपर्यंत वाढलेली आहे. चीनची आयात २४.१ टक्क्यांपर्यंत सध्या वाढलेली असून चीन हा देश भारताचा प्रमुख भागीदार देश होत चाललेला आहे.

भारताच्या निर्यातीची दिशा : भारताच्या आर्थिक नियोजनाला सुरुवात झाल्यापासून निर्यातीची दिशा बदलत असून त्यात विलक्षण बदल होत आहेत. भारताच्या निर्यातीची दिशा तक्ता क्रमांक १.५ मध्ये दर्शविली आहे.

तक्ता क्र. १.५ भारताच्या निर्यात व्यापाराची दिशा (कोटी रुपये)

देश/प्रदेश	१९९०-९१	२०००-०१	२००३-०४	२०१८-१९	२०१९-२०	२०१९-२० हिस्सा/Share
आर्थिक विकास आणि	१७४२८	१०७२३८	१३६१५१	४४९८३७	४२८९४०	१९.३
सहकार्य (OECD)	(५३.५)	(५२.७)	(४६.४)	(युरोप)	(युरोप)	
- इंग्लंड	२१२८	१०५०२	१३८९२	६५२५१	६२०८८	२.८
- अमेरिका	४७९७	४२५१०	५२७९६	४८१४७२	४९३४८६	२२.२
- जपान	३०३९०	८१९६	७८५४	३४०१२	३२००५	-७.०
- युएसए				३६६६२८	३७६३०६	१६.९
- पेट्रोलियम निर्यात देशांची	१८३१	२२२२३	४३९७१	-	-	-
संघटना	(५.६)	(१०.९)	(१५.०)	-	-	-
- इराण	-	-	-	२४४६१	२३८५५	१.१
- कुवेत	-	-	-	९३१९	९११२	०.४
- सौदी अरेबिया	-	-	-	३८८५४	४४२६७	२.०
- यु.ए.ई.	-	-	-	२१०२१३	२०४२३९	९.२
- विकसनशील देशांपैकी	५४६५	५४२८२	९५६७४	-	-	-
	(१४.३)	(२१.४)	(२७.६)			
- आफ्रिका	६६८	६४८९	९६६५	१९९५३९	२०५४१२	९.३
- आशिया	४६६५	४३५६६	८१०१०	११२७३०९	१०३८६१३	४६.८
- चीन	-	-	-	११७२९३	११७६८४	५.३
एकूण	**३२५५३**	**२०३५७१**	**२९३३६७**	**२३०७७२६**	**२२१९८५४**	

(संदर्भ : आर्थिक पहाणी २०१३-१४ आणि २०२०-२१ कंसातील आकडे शेकडा प्रमाण दर्शवितात.)

(टीप - काही प्रमुख देशांच्या निर्यात व्यापाराची दिशा)

तक्ता १.५ नुसार १९९०-९१ मध्ये ओ.इ.सि.डी. (OECD) देशांना भारताच्या एकूण निर्मातीपैकी ५३.५ टक्के निर्यात होत होती. २००३-०४ मध्ये ४६.४ टक्के २०१३-१४ मध्ये ३५.८ टक्के तर २०१९-२० मध्ये १९.३ टक्क्यांपर्यंत कमी झालेली आहे. इंग्लंडमध्ये २०००-०१ मध्ये १०५०२ कोटी रुपये असणारी निर्यात २०१९-२० मध्ये ६२०८८ कोटी रुपयांपर्यंत वाढली एकूण निर्यातीतील तो २.८ टक्के हिस्सा होता. अमेरिकेत २०००-०१ मध्ये ४२५१० कोटी रुपये वरून २०१९-२० मध्ये ४९३४८६ कोटी रुपयांपर्यंत निर्यात वाढली. एकूण निर्यातीतील २२.२ टक्के हिस्सा होता, तर जपानची निर्यात घटलेली दिसून येते. २०१९-२० मध्ये ती एकूण निर्यातीत -७.० एवढी निर्यात घटली आहे.

अलीकडच्या काळात अमेरिका हा एक भारताचा प्रमुख निर्यातदार देश बनला आहे. युरोपातील २००७-०८ च्या जागतिक अरिष्टामुळे, युरोपाकडून येणाऱ्या भारतीय मालाची मागणी कमालीची घटली आहे. भारताचा आफ्रिका आणि आशियाई देशाचा होणारा व्यापार २०००-०१ मध्ये १०.९ टक्के होता, तो २०१३-१४ पर्यंत एकूण निर्यातीत ४९.४ टक्क्यांपर्यंत पोहोचला. तर २०१९-२० मध्ये आफ्रिकेचा ९.३ टक्के तर आशियाचा ४६.८ टक्क्यांपर्यंत वाढला. म्हणजेच ५७ टक्क्यांपर्यंत आफ्रिका व आशियाची निर्यात वाढली आहे. जागतिक आर्थिक अरिष्ट २००७-०८ मुळे भारताच्या आयात-निर्यात व्यापाराचे प्रमाण अमेरिका, युरोप व सिंगापूर या देशांशी घटले व ते आशियाई आणि आफ्रिकन देशांशी वाढत आहे. भारताची चीनला होणारी निर्यात २०१३-१४ मध्ये एकूण निर्यातीपैकी ४.७ टक्के होती ती २०१९-२० मध्ये ५.३ टक्के झाली. २०१२-१३ पासून सिंगापूर व इंडोनेशियात होणाऱ्या निर्यातीत घट होऊ लागली आहे.

चीन, नेपाळ, बांग्लादेश, इंडोनेशिया, जपान, कोरिया व आखाती देश भारताचे प्रमुख निर्यात भागीदार ठरत आहेत. आगामी काळात भारताची निर्यात वाढविण्यासाठी OECD, अमेरिका, आशियाई देश, जपान, चीन व आखाती देशांशी मैत्रीपूर्ण संबंध निर्माण करणे गरजेचे आहे.

भारताच्या आंतरराष्ट्रीय व्यापारातील वृद्धी

भारताच्या एकूण आंतरराष्ट्रीय व्यापारात अनेक पटींनी वाढ झाली आहे. एकूण आंतरराष्ट्रीय व्यापारांत आयात आणि निर्यातमूल्य एकत्रित करून एकूण व्यापारवृद्धी काढली जाते. २०००-०१ मध्ये भारताचा एकूण आंतरराष्ट्रीय व्यापार २०३५७१ कोटी रुपये होतो. २०१३-१४ अखेर हे प्रमाण ४६,२०,४४५ कोटी रुपयांवर जाऊन पोहोचले. थोडक्यात, एकूण परकीय व्यापारात २२ पटींनी वाढ झाली. २०१९-२०

मध्ये एकूण आंतरराष्ट्रीय व्यापार ५५८०८०८ कोटी रुपये पर्यंत वाढला. ही वाढ २७ पटीने झाली. तक्ता क्रमांक १.६ मध्ये भारताच्या निर्यात व आयात व्यापाराची वृद्धी २००४-०५, २००७-०८ ते २०१०-११, २०१३-१४ कालावधींची दर्शविली आहेत. तसेच २०१९-२० या वर्षाचे विश्लेषणही केले आहे.

या तक्त्याच्या आधारे खालील निरीक्षणे नोंदविता येतात.

१) युरोपला २००४-०५ ते २००७-०८या कालावधीत २३.३ टक्के निर्यात केली जात होती, हे प्रमाण २०१३-१४ अखेर १९.० टक्क्यांपर्यंत घसरले, ते प्रामुख्याने युरोप खंडातील आर्थिक मंदीमुळे. २०१९-२० मध्ये १९.३ टक्के निर्यात केली.

२) आफ्रिकेला वरील कालावधीत केली जाणारी निर्यात ७.८ टक्के होती, त्यात १.२ टक्के वाढ होऊन ८.९ टक्के झाली. तर २०१९-२० मध्ये ९.३ टक्क्यांपर्यंत वाढली आहे.

३) अमेरिकेला होणारी निर्यात वरील कालावधीत १८.९ टक्क्यांवरून १६.६ टक्क्यांपर्यंत खाली आली म्हणजे त्यात २.३ टक्क्याने घट झाली. तर २०१९-२० मध्ये ती २२.२ टक्क्यांपर्यंत वाढली आहे.

४) आशिया खंडातील देशांना होणाऱ्या निर्यातीचे प्रमाण ४८.५ टक्क्यांवरून ५०.२ टक्के झाले. ही समाधानाची बाब मानता येईल. ती २०१९-२० मध्ये ४६.८ टक्के एवढी झाली आहे.

आशिया गटातील आयातदार देशांपैकी सौदीअरेबिया, युनायटेड अरब अमिराती, सिंगापूर, इंडोनेशिया आणि चीन हे प्रमुख देश आहेत.

५) युरोपकडून भारत एकूण आयातीपैकी १८ टक्के मालाची आयात करतो. २००४-०५ ते २००७-०८मध्ये हे प्रमाण २१.६ टक्के होते.

६) आफ्रिकेकडून येणाऱ्या आयातीत वरील कालावधीत २.२ टक्के वाढ झाली.

७) अमेरिकेकडून येणारी भारतातील आयात वरील कालावधीत १०.३ टक्क्यांवरून ११ टक्के झाली.

८) आशियाई देशाकडून भारतात येणारी आयात वरील कालावधीत ४८.९ टक्क्यांवरून ६०.२ टक्के झाली. यात विशेषकरून आयात ११.३ टक्क्यांची वाढ झाली. २०१९-२० मध्ये ६१.६ टक्क्यांपर्यंत वाढली आहे. ही वाढ लक्षणीय असून विशेषत: चीनकडून येणारी आयात वरील कालावधीत २.२ टक्क्यांने वाढ वाढली. २०१९-२० मध्ये आयात २४ टक्के एवढी होती. तसेच आखाती देशांकडून येणाऱ्या खनिजतेलांच्या आयातीमुळे मोठी वाढ झाल्याचे

सिद्ध होते. ही वाढ ११.१ टक्के होती. भारताची परकीय व्यापार वृद्धी ही रचना व दिशा यामध्येसुद्धा दिसून येते.

तक्ता क्र. १.६ भारताच्या प्रादेशिक/देशपरत्वे आयात-निर्यात व्यापारातील वाढ

(टक्के)

प्रादेशिक/ देश	(Exports) निर्यात			(Imports) आयात		
	२००४-०५ ते २००७-०८	२०१०-११ते २०१३-१४	%बदल	२००४-०५ ते २००७-०८	२०१०-११ ते २०१३-१४	%बदल
युरोप	**२३.३**	**१९.०**	**-४.३**	**२१.६**	**१८.०**	**-३.६**
जर्मनी	३.३	२.५	-०.७	३.९	३.०	-०.९
बेल्जिअम	२.७	२.१	-०.६	२.६	२.२	-०.३
स्वित्झर्लंड	०.४	०.४	०.०	४.५	६.२	१.७
आफ्रिका	**७.८**	**८.९**	**१.२**	**६.३**	**८.५**	**२.२**
नायजेरीया	०.७	०.९	०.१	२.१	२.९	०.८
अमेरिका	**१८.९**	**१६.६**	**-२.३**	**१०.३**	**११.०**	**०.७**
युएसए	१४.९	११.६	-३.३	७.१	५.१	-२.०
आशिया	**४८.५**	**५०.२**	**१.७**	**४८.९**	**६०.२**	**११.३**
सिंगापूर	४.८	४.५	-०.३	२.८	१.७	-१.२
इंडोनेशिया	१.५	१.९	०.५	२.१	३.०	०.९
युनायटेड अरब इमीरेट्स	९.२	११.७	२.५	४.५	७.६	३.२
सौदी अरेबिया	२.०	२.८	०.८	५.१	६.८	१.७
कुवेत	०.५	०.४	०.०	२.१	३.४	१.३
कतार	०.३	०.२	०.०	०.९	२.८	२.०
इराक	०.२	०.३	०.२	१.८	३.६	१.९
चायना	६.६	५.३	-१.३	९.०	११.२	२.२
हाँगकाँग	४.०	४.१	०.१	१.३	१.९	०.६
कोरिया	१.७	१.४	-०.३	२.७	२.७	०.०
एकूण	**१००.०**	**१००.०**	-	**१००.०**	**१००.०**	-

(स्रोत : आर्थिक पाहणी २०१४-१५, आणि २०२०-२१ भारत सरकार, नवी दिल्ली)

वरील विश्लेषणाच्या आधारे आपण पुढील निष्कर्ष काढू शकतो की, भारताचा व्यापार अलीकडच्या वर्षात आशियाई देशांबरोबर मोठ्या प्रमाणावर वाढत असून भारताला आशिया देशांशी व्यापारी संबंध मजबूत करण्यासाठी द्विपक्षीय व्यापार करणे क्रमप्राप्त आहे. व्यापार सहमती करार व संघटनांमुळे जकाती लादणे, व्यापार अडथळे तयार करणे, प्राधान्यक्रमाची वागणूक देणे इत्यादी कृत्रिम अडचणींवर मात करता येते हे ओळखून भारताने आशियाई देशांशी परकीय संबंध मजबूत करण्याचे प्रयत्न चालविले आहेत.

भारताने निर्यातवृद्धीसाठी १४ नवीन देशांच्या बाजारपेठांत प्रवेश करण्यासाठी त्यांना केंद्रित बाजार योजनेत (Rms) समाविष्ट करून घेतले आहे. भारताने इंडिया ट्रेड पोर्टेल (संकेतस्थळ) चालू करून निर्यात इच्छुकांना सहजपणे ४२ निर्यातक्षम बाजारपेठांची माहिती उपलब्ध करून दिली आहे. १५ कलमी कार्यक्रम विकसित करून निर्यातक्षम उद्योगांना माहिती व सुविधेसाठी केंद्र सरकारने राज्यसरकारांना सूचित केले आहे. या योजनेअंतर्गत राज्यसरकारनी (१) निर्यातवृद्धी धोरण आखावे. (२) निर्यात संचालकाची नेमणूक करून निर्यात संबंधित कृतिशील कार्यक्रमांची आखणी करावी. (३) निर्यात पारितोषिके देऊन निर्यातदारांना प्रोत्साहन द्यावे.

१.४ मुक्त व्यापार विरुद्ध संरक्षित बाजूचे आणि विरोधातील युक्तिवाद (Free Trade vs Protection - Case for and Case Against)

ॲडम स्मिथ, रिकार्डो, जे. एस. मिल इत्यादींनी खुल्या/मुक्त व्यापार धोरणाचा पुरस्कार केला, तर आयातीवर निर्बंध घालावेत अशी शिफारस व्यापारवाद्यांनी केली. त्यांचा भर प्रत्येकाने वस्तूच्या उत्पादनात विशेषीकरण करण्यावर होता. जगाच्या उत्पन्नात जास्तीत जास्त वाढ करणे आणि आंतरराष्ट्रीय व्यापारात सहभागी देशांना जास्तीत जास्त फायदे मिळावेत असे **एल्सवर्थ, विनर, हॅबर्लर, जॉन्सन** इत्यादींचे होते त्याचा त्यांनी मुक्त व्यापार धोरण चांगले, असा युक्तीवाद केला.

१.४.१ मुक्त व्यापाराचा अर्थ (Meaning of Free Trade)

परकीय व्यापारात सरकारची कोणत्याही प्रकारची बंधने नसतात त्याला 'मुक्त व्यापार' म्हटले जाते. तसेच निरनिराळ्या देशांनी परस्परांशी होणारी वस्तू व सेवांची व्यापारी स्वरूपाची देव-घेव कोणत्याही सरकारी बंधनावाचून केली की, अशा देव-घेवीला 'मुक्त' किंवा 'खुला व्यापार' म्हटले जाते. सरकारच्या या व्यापारविषयक धोरणास 'मुक्त व्यापाराचे धोरण' असे म्हणतात. मुक्त व्यापार धोरणांत देशांतर्गत व्यापार आणि आंतरराष्ट्रीय व्यापार असा भेद केला जात नाही. **ॲडम स्मिथ** यांच्या

मते, मुक्त व्यापारात देशी आणि परदेशी वस्तूंमध्ये कोणताही भेदभाव केला जात नाही. त्यांना कोणत्याही प्रकारे विशेष प्राधान्य दिले जात नाही. (Free trade policy is that commercial policy under which the domestic and foreign goods are treated alike and none of them is given a preferential treatment.) **लिप्से** यांच्या मते, 'जगात मुक्त व्यापारात कोणतीही एक जकात नसते आणि आयात किंवा निर्यातीवर कोणतेही निर्बंध नसतात. जगातील देश सर्व वस्तूंची आयात करू शकतात. ते त्यांच्या देशातील उत्पादनाचा खर्च हस्तांतरणासाठी कमी किमतीत मोठ्या प्रमाणावर खरेदी करू शकतात.'

("A world of free trade would be one with no tariffs and no restrictions of any kind on importing or exporting. In such a world a country would import all those commodities that it could buy from abroad at a delivered price lower than the cost of producing them at home.")

जगदीश भगवती (Jagdish Bhagwati) **यांच्या मते,** ज्या व्यापाराच्या धोरणात जकाती किंवा आयात-निर्यात जकाती नसतील, ठरावीक परिमाणे (Quotas) ठरवले जात नाहीत, चलनाच्या देवाण-घेवाणीवर कसलेही निर्बंध नसतील, कोणतेही कर नसतील आणि सरकारकडून कोणतेही अर्थसाहाय्य मिळत नसेल त्यास 'मुक्त व्यापाराचे धोरण' असे म्हणतात.

("Free trade policy, as absence of tariffs, Quotas, exchange restrictions, taxes and subsidies on production, factors use and consumption.")

व्यवहारात असे दिसून येते की, आयात शुल्क ताबडतोब उत्पन्नाचा चालू मार्ग आहे आणि कडक संरक्षण, मुक्त व्यापार धोरणात दिसून येते. सर्वसाधारणपणे आयात शुल्क कमी दराने चालू राहते. परकीय वस्तूचा कमी खर्च व त्या कमी खर्चात उपभोगता येतात.

१.४.१.१ मुक्त व्यापाराची बाजू (The Case of Free Trade)

आधुनिक अर्थशास्त्रज्ञ **हॅबर्लर (Haberler)** आणि त्यांचे सहकारी यांनी मुक्त व्यापाराच्या बाजूचे समर्थन करताना पुढील युक्तिवाद मांडले आहेत.

१) महत्तम एकूण उत्पादन : ॲडम स्मिथ यांच्या मते, 'अदृश्य शक्ती'च्या कृतीने मुक्त व्यापारात देशाला विशेषीकरण आणि श्रमविभागणी तत्त्वाचे मोठ्या प्रमाणात फायदे उपलब्ध होतात. त्यामुळे देश मोठ्या प्रमाणात उत्पादन करून उत्पन्न मिळवितो. त्यामुळे साधनांचा कार्यक्षमतेने आणि परिणामकारक उपयोग होतो.

२) स्वस्त आयात : मुक्त व्यापारामुळे देशाला आयात वस्तू स्वस्त दरात उपलब्ध होतात. त्यामुळे अर्थव्यवस्थेत सामाजिक कल्याणात वाढ होते.

३) स्पर्धेत वाढ : मुक्त व्यापारात विस्तारित मक्तेदाराच्य विकासाला पायबंद बसतो. मुक्त व्यापारामुळे निरोगी स्पर्धा निर्माण होते. चांगल्या गुणवत्तेच्या वस्तू उत्पादित होतात. त्यामुळे उत्पादनाचा सरासरी खर्च कमी होतो व उत्पादनाची गुणवत्ता सुधारते. साधनांचा जास्तीत जास्त कार्यक्षमतेने वापर केला जातो. देशात तयार झालेल्या वस्तूंची कमी किमतीत दुसऱ्यास देशात निर्यात करता येते.

४) बाजारपेठांचा विस्तार : मुक्त व्यापार धोरणामुळे श्रमविभागणी आणि विशेषीकरणाच्या वापरामुळे बाजारपेठांच्या कक्षा विस्तारतात. जेव्हा व्यापारावर बंधने येतात त्या वेळेस विशेषीकरणाची व्याप्ती कमी होते. त्यामुळे उत्पन्न कमी होते आणि रोजगार घटतो.

५) खर्चाचे स्थानांतर : मुक्त स्पर्धा धोरणामध्ये वस्तूच्या देव-घेवीसाठी ऋणको देशातून धनको देशात खर्चाचे स्थानांतर करू शकतो. म्हणून मुक्त व्यापारामध्ये निर्यातदार धनको देश आयात करणारा ऋणको देशात खर्च स्थानांतर करू शकतो.

६) चांगले मूल्य : हॅबर्लर यांनी असे म्हटले आहे की, मुक्त व्यापारात योग्य मूल्य प्राप्त होते. देशाच्या उत्पादनात आपोआप, आंतरराष्ट्रीय स्पर्धा निर्माण होते. उत्पादनाची नवी पद्धत, संघटनात्मक सुधारणा, उत्पादनात नवीन शोध त्यामुळे उत्पादकतेत वाढ होते.

७) संशोधन आणि विकसनशील उपक्रमात प्रेरणा : मुक्त व्यापार आणि स्पर्धेमुळे देश संशोधन आणि विकास उपक्रम राबवत असतो. त्यामुळे चांगल्या दर्जाचे उत्पादन कमी किमतीत उपलब्ध होते. जास्तीत जास्त नफा होतो. आपोआपच नवीन उत्पादन विकास, नवीन पद्धत आणि प्रक्रिया, नवीन उत्पादने विकसित केली जातात.

८) दळणवळण आणि वाहतुकीचा विकास : मुक्त व्यापारामुळे दळणवळण आणि वाहतुकीचा विकास दोन्ही देशात आणि देशांच्यामध्ये होतो. मोठ्या प्रमाणावर दृश्य वस्तू, रेल्वे, रस्ते, हवाई वाहतूक इत्यादी सुविधांच्या विकासामुळे विकासाचा दर जलद वाढतो.

९) आंतरराष्ट्रीय सहकार्यात वाढ : आपापसातील जवळच्या संबंधांमुळे देशाच्या विविध उभयपक्षी आणि बहुपक्षीय समस्या सोडविल्या जातात. त्यामुळे एक-दुसऱ्याबरोबरचे जवळचे संबंध निर्माण होतात. त्यांच्यात वाटाघाटी आणि करार होतात. आंतरराष्ट्रीय संघटनेमुळे जसे जागतिक व्यापार संघटना (WTO) अस्तित्वात

आल्याने समस्या सोडविण्यास मदत होत आहे. त्यामुळे आंतरराष्ट्रीय सहकार्य आणि जागतिक व्यापारात वाढ होत आहे.

१०) घटकांच्या उत्पन्नात वाढ : मुक्त व्यापारामुळे शोधांच्या साहाय्याने उत्पन्नात वाढ होते तसेच उत्पादनाच्या घटकांच्या गतिक्षमतेत वाढ होते. उत्पादन घटकांचा मोबदला वाढतो. वेतन व नफ्यात वाढ होते. देशाच्या वास्तव उत्पन्नात वाढ होते; त्याचप्रमाणे जगाच्या उत्पन्नातसुद्धा वाढ होते.

११) सर्व देशांच्या संबंधांना संरक्षण : मुक्त व्यापारात सर्व व्यापारी देशांच्या आर्थिक संबंधांना संरक्षण मिळते.

१२) विकसनशील देशांच्या आर्थिक विकासात वाढ : जगामध्ये राहात असलेल्या लोकसंख्येच्या जवळजवळ दोन तृतीयांश लोकांच्या विकसनशील देशात आर्थिक वाढ होत आहे.

हॅबर्लर यांच्या मते, विकसनशील देशांचा आर्थिक विकासात मुक्त व्यापाराचा सहभाग चार मार्गाने होतो.

अ) मुक्त व्यापारात विकसनशील देशांना भांडवली वस्तूंची आयात करता येते आणि आवश्यक उपलब्ध कच्च्या मालापासून आर्थिक विकास करता येतो.

ब) मुक्त व्यापारामुळे देशांना गरजेनुसार आवश्यक भांडवल, तांत्रिक ज्ञान, व्यवस्थापकीय कौशल्य, उद्योगशीलता इत्यादी विकसित देशातून स्पर्धात्मक शर्तीवर आयात करता येते.

क) मुक्त व्यापारामुळे आंतरराष्ट्रीय भांडवलाची आवक-जावक विकसनशील देशांच्या आर्थिक विकासाला मदत करते.

ड) मुक्त व्यापारात मक्तेदारीमुळे दुखावणारी आणि अकार्यक्षमतेची वाढ होते; तसेच स्पर्धा आणि नियंत्रण करणारी वाढ निर्माण होते.

१३) जगाच्या शांततेची निर्मिती : मुक्त व्यापार हा जगाच्या शांततेसाठी कायमस्वरूपी उपाय आहे. जेव्हा जगाचे आर्थिकदृष्ट्या विभागांचे विभाजन होते त्या वेळेस जगात शांतता वाढत नाही. त्या भागात स्वत:च्या स्वार्थासाठी धोरणे आखली जातात. जगात शांतता राहाणे आवश्यक आहे. त्यासाठी सर्व देशांना समान बंधने घालणे आवश्यक असते. मुक्त व्यापार भावासमान खऱ्या भावनांनी मदत करू शकतो.

१४) जागृतीची भावना : मुक्त व्यापार पूर्ण स्पर्धा निर्माण करू शकत नाही, परंतु जबाबदारी आणि जागृतीच्या भावनांचा विकास करू शकते. त्यांचा पाहण्याचा दृष्टिकोन देशांतर्गत उत्पादनासाठी प्रेरणादायी असतो. त्यांच्या व्यवस्थापनाची पद्धत

आणि नवीन तंत्रज्ञान स्वीकारणे, ते जास्त परिणामकारक आणि खर्चावर परिणाम करणारे ठरते.

१.४.१.२ मुक्त व्यापार धोरणाच्या विरोधातील युक्तिवाद (Argument against Free Trade)

अनेक अर्थशास्त्रज्ञांनी मुक्त व्यापार धोरणावर टीका केली आहे, ती खालीलप्रमाणे-

१) निरंकुश धोरण आणि पूर्ण स्पर्धा : मुक्त व्यापार धोरणात पूर्ण स्पर्धा, किंमत यंत्रणेचे काम, मुक्तपणे चालते. परंतु सध्याच्या स्थितीत वस्तूंच्या बाबतीत ही गृहीते अवास्तव वाटतात. मक्तेदारी, प्रशुल्क, अपूर्ण श्रमिक बाजारपेठ, जकाती, इत्यादी मोठ्या प्रमाणात मुक्त व्यापारात दिसून येतात.

२) एकांगी विकास : मुक्त व्यापार धोरणानुसार काही देश त्यांच्या उत्पादनाचे विशेषीकरण करतात. त्यांना तुलनात्मक फायदे मिळतात. अर्थव्यवस्थेच्या इतर घटकांना नाकारले जाते. परिणामी, देशाचा विकास कललेला दिसतो.

३) उपद्रवी आणि गौण वस्तूंचे उत्पादन : मुक्त व्यापार धोरणात उपद्रवी आणि गौण वस्तूंची आयात-निर्यात मोठ्या प्रमाणावर होते. त्यामुळे सामाजिक कल्याणाला हानी पोहोचते. त्यासाठी अशा अनावश्यक वस्तूंच्या आयात-निर्यातीला पायबंद घालण्यासाठी मुक्त व्यापार ठेवण्याऐवजी त्यावर सरकारने नियंत्रणे ठेवली पाहिजेत.

४) विकसनशील देशांची पिळवणूक : मुक्त व्यापारामध्ये विकसित देश नेहमीच विकसनशील देशांची पिळवणूक करण्याचा प्रयत्न करतात. त्यासाठी प्रगत देश आपले उत्पादन विकसनशील देशांना विकण्यासाठी अवपुजंनाचा (Dumping) अवलंब करतात. या व्यूहरचनेमुळे अल्पविकसित देशाचे उत्पादन टिकू शकत नसल्याने विशिष्ट वस्तूच्या उत्पादनात एखाद्या देशाची मक्तेदारी निर्माण होते.

५) गळेकापू स्पर्धा आणि अवपुंजन : देशामधील मोठ्या घटक देणग्यांमुळे जागतिक बाजारपेठ काबीज करण्यासाठी गळेकापू स्पर्धा निर्माण होते. ते स्थानिक उद्योगात अवपुंजनाचा (Dumping) वापर करून उत्पादन स्वस्त दरात इतर देशांच्या बाजारपेठेत मोठ्या प्रमाणात विकतात. आपले बस्तान बाजारपेठेत बसल्यावर उत्पादक मक्तेदारी निर्माण करून वस्तूच्या किमती वाढवितात. परिणामी, इतर देशांची पिळवणूक होते.

६) राष्ट्रीय आणि आंतरराष्ट्रीय मक्तेदारी : प्रसिद्ध अर्थशास्त्रज्ञ **प्रा. हॅबर्लर** यांनी असे मत व्यक्त केले आहे की, सर्वसाधारणपणे मुक्त व्यापार धोरणामुळे राष्ट्रीय

आणि आंतरराष्ट्रीय मक्तेदारी अस्तित्वात येते. आंतरराष्ट्रीय मक्तेदारीचा कल देशांतर्गत उद्योगांच्या विकासात अडथळा आणण्याकडे असतो. मक्तेदारीमुळे समाजाची पिळवणूक होते आणि समाजाच्या कल्याणाला हानी पोहोचते किंवा घट होते.

७) आर्थिक अवलंबित्व : मुक्त व्यापार धोरणामुळे, भांडवल आयातीमुळे विकसनशील देशांचे अवलंबित्व वाढण्याकडे कल असतो. भांडवली वस्तू, आधुनिक तंत्रज्ञान, उपभोग वस्तू, कच्चा माल इत्यादी विकसनशील देशांना दीर्घ काळापासून अडथळा निर्माण करतात.

८) व्यापारचक्र : मुक्त व्यापार धोरणामुळे विकसनशील देशात व्यापारचक्राची सुरुवात होते. परिणामी, चलनजन्य भाववाढ आणि चलनसंकोच निर्माण होतो. व्यापारचक्रामुळे अर्थव्यवस्थेत असमतोल निर्माण होतो; तसेच विकसनशील देशांच्या विकासाच्या प्रक्रियेत अडथळा निर्माण होतो.

९) देशांची पिळवणूक आणि वसाहतवाद : अनेक विकसनशील देशांच्या आर्थिक इतिहासावरून वस्तुस्थिती अशी दिसून येते की, मुक्त व्यापारामुळे जगाच्या अनेक देशांची पिळवणूक वसाहतवादामुळे १९व्या आणि २०व्या शतकाच्या दरम्यान झाली. आणि असा विकसित देशाच्या आर्थिक विकासावर आरोप केला जातो व विकसनशील देशांची पिळवणूक केल्याचे म्हटले जाते.

१०) व्यापारापासून लाभाची असमतोल विभागणी : मुक्त व्यापारधोरणामुळे व्यापारापासूनचे लाभ समप्रमाणात झाले नाहीत. वेगवेगळ्या देशांच्या आर्थिक विकासामध्ये देशात असमतोलपणा दिसून येतो. सर्वसाधारणपणे असे दिसून येते की, मुक्त व्यापार धोरणाचा कल विकसनशील देशांना प्रतिकूल दिसून येतो.

मुक्त व्यापार धोरणाचा त्याग (Abandance of Free Trade Policy)

मुक्त व्यापार धोरण आंतरराष्ट्रीय सुवर्ण परिमाणांसाठी योग्य ठरले आहे; कारण वेगवेगळ्या चलनांची खरेदी आणि विक्री मुक्तपणे आंतरराष्ट्रीय सुवर्ण परिमाणांवर अवलंबून होती. त्या चलनांचे रूपांतर मुक्तपणे होत होते. १९३० च्या दशकात आंतरराष्ट्रीय सुवर्ण परिमाणांचा अस्त झाला. मुक्त व्यापारपद्धती कोसळली किंवा कोलमडली. महामंदी आणि आंतरराष्ट्रीय आर्थिक संबंध विस्कळीत झाले. त्या परिणामी १९३९ मध्ये दुसरे महायुद्ध सुरू झाले. म्हणून असा निष्कर्ष निघतो की, शांतता आणि आंतरराष्ट्रीय बंधुभावाची पूर्वमागणी मुक्त व्यापारापासून केली.

१९३९ ची जागतिक महामंदीची झळ सर्व देशांना बसली. मंदीची झळ व्यापारात सहभागी झालेल्या सर्व देशांना बसल्याने त्या देशांनी मुक्त व्यापार धोरणाचा त्याग केला आणि त्यानंतरच्या काळात संरक्षित व्यापाराच्या धोरणाचा स्वीकार

केला. विकसित देशांनीसुद्धा त्यांच्या उद्योगांवर बंधने घालण्याचे ठरविले.

मुक्त व्यापार धोरणाच्या त्यागाची मुख्य कारणे पुढीलप्रमाणे–

१) मुक्त व्यापार धोरणाच्या परिणामी देशाला उपद्रव आणि कमी प्रतीच्या वस्तूंची आयात–निर्यात होऊ लागली. त्या उत्पादनामुळे सामाजिक कल्याणावर परिणाम झाला; म्हणून व्यापारावर बंधने असणे आवश्यक वाटले.

२) गळेकापू स्पर्धा निर्माण झाल्याने देशांनी अवपुंजनाचा मार्ग स्वीकारला. त्यावर सरकारचे कोणतेही नियंत्रण नव्हते; म्हणून व्यापार निर्बंध गरजेचे वाटले.

३) मुक्त धोरणाच्या परिणामी आर्थिक शक्तीचे लक्ष प्रादेशिक आणि आंतरराष्ट्रीय मक्तेदारीवर होते. प्रादेशिक आणि आंतरराष्ट्रीय पातळीवर अवर्षण किंवा हितसंबंध निर्माण होऊन मोठ्या प्रमाणात नैसर्गिक पिळवणूक केली. त्यामुळे मुक्त व्यापार कोसळून त्याचा त्याग केला गेला.

४) मुक्त व्यापारामुळे अवलंबित्व वाढले. परिणामी राजकीय अपंगत्व आले असे म्हटले जाते. राजकीय, आर्थिक स्वातंत्र्य गरजेचे आहे म्हणून अनेक देशांनी त्यांच्या मुक्त धोरणाचा त्याग केला.

५) विकसनशील देशांनी कठीण आणि कष्टाची कामे मोठ्या प्रमाणात केली. मुक्त व्यापार धोरणात विकसित देशांबरोबर मोठी स्पर्धा निर्माण झाल्याने अनेक विकसनशील देशांच्या लघुउद्योग आणि कुटीरोद्योगावर अवकळा आली किंवा ते बंद झाले. म्हणून त्यांनी मुक्त व्यापार धोरणाचा त्याग केला.

६) विकसनशील देशांनी त्यांच्या बालोद्योगांना संरक्षण देण्यासाठी मुक्त व्यापार धोरणाचा स्वीकार केला नाही.

१.४.२ संरक्षित धोरण (Protection Policy)

देशाच्या उद्योगांना संरक्षणासाठी परकीय व्यापारवर मोठ्या प्रमाणावर निर्बंध घालण्याच्या पाठीमागे सरकारचे ध्येय–धोरण संरक्षणाचे असते. सरकारचे ध्येय देशांतर्गत उद्योगांना प्रोत्साहन देणे, उच्च किंमत उत्पादनाविरुद्ध स्वस्त वस्तू स्पर्धेमुळे आयातशुल्क मोठ्या स्वरूपात आकारणे किंवा आयातीची पूर्णपणे खबरदारी घेऊन निर्बंध घालणे किंवा संबंधित आयात ठरावीक परिमाणे Quotas ठरविणे. सर्वसाधारणपणे जकाती किंवा आयात प्रशुल्क ही सामान्य पद्धत संरक्षणासाठी अवलंबिली जाते.

व्याख्या

१) ज्या व्यापारात आयातीवर निर्बंध असतात, त्यास 'संरक्षण व्यापार धोरण' असे म्हणतात.

२) देशातील उद्योगांना परदेशी स्पर्धेपासून संरक्षण देण्यासाठी आंतरराष्ट्रीय व्यापारावर वेगवेगळी बंधने घातली जातात, त्याला 'संरक्षित व्यापार धोरण' म्हणतात.

१.४.२.१ संरक्षण धोरणाच्या बाजूने युक्तिवाद (Argument for Protection Policy)

देशातील उद्योगांना प्रोत्साहन, मोठ्या आर्थिक वाढीसाठी संरक्षणाचा अवलंब (१९७१मध्ये) अमेरिकन अर्थशास्त्रज्ञ **ॲलेक्झांडर हॅमिल्टन** (Alexander Hamilton) यांनी उत्पादकांच्या अहवालात (Report on Manufacturers) नमूद केले. **हेन्री कॅरी** (Henry Ciary) या अर्थशास्त्रज्ञाने रोजगाराच्या विविधीकरणासाठी संरक्षण साहाय्य केले जाते, असे म्हटले आहे. **फ्रेडरिक लिस्ट** या जर्मन अर्थशास्त्रज्ञाने बालोद्योगांना संरक्षण देण्याचे मान्य केले. या लेखकांच्या कल्पना लवकरच लोकप्रिय झाल्या आणि अनेक देशांनी संरक्षणवादी व्यापार धोरणाचा स्वीकार केला. संरक्षित व्यापार धोरणाबाबत अनेक युक्तिवाद केले जातात.

त्याची विभागणी तीन गटात केली जाते–

अ) फसवे युक्तिवाद

ब) आर्थिक युक्तिवाद आणि

क) आर्थिकेतर युक्तिवाद

त्यांची सविस्तर चर्चा पुढीलप्रमाणे–

अ) फसवे युक्तिवाद (Fallacious Agruments)

वैश्य आणि सिंग (Vaish and Sing) यांच्या मते, 'मुक्त व्यापारासंबंधी मांडण्यात आलेले युक्तिवाद फसवे किंवा दिशाभूल करणारे आहेत.' त्यांनी फक्त वैशिष्ट्यांच्या बाजूचे युक्तिवाद केले. ते शास्त्रीय पातळीवर न टिकणारे, त्यांच्या श्रेणीकडे गांभीर्याने पाहिले जात नाही म्हणून संरक्षणासारख्या दुसऱ्या चांगल्या बाबी नाहीत. फक्त शास्त्रीयदृष्ट्या आणि चांगल्या घटकांचे पृथक्करण करण्यासाठी त्याचा उपयोग केला आहे.

लेखकांच्या मते खालीलप्रमाणे फसवे युक्तिवाद केले जातात–

१) स्वस्त श्रम युक्तिवाद : अमेरिका आणि युरोपमध्ये या युक्तिवादाचे समर्थन केले जाते. विकसित देशात श्रमिकांना जास्त वेतन दिले जाते. स्पर्धेमध्ये परकीय श्रम स्वस्त असल्याने अमेरिकेने स्वस्त परकीय श्रमाच्या संरक्षणासाठी ओरड करण्यास सुरुवात केली. अमेरिकेच्या उच्च कार्यक्षमता विरोधी विकसनशील देशांनी संरक्षण धोरणाची सुरुवात केली. हा दिशाभूल करणारा युक्तिवाद आहे असे **हॅबर्लर**

यांनी म्हटले आहे. त्यांच्या मते, 'वेतनाचा समतोल फक्त श्रमाची गतिमानता, कमी वेतनाच्या प्रदेशातून जास्त वेतनाच्या प्रदेशाकडे आवक-जावक असते. परंतु श्रमांच्या गतिमानतेचा अंदाज येत नाही.'

अल्पविकसित देशात श्रम स्वस्त असतात व वेतन कमी असते. या परिस्थितीत उत्पादकांच्या काही वस्तूंच्या उत्पादनाची निर्यात फार कमी किमतीत होते. जर विकसित देश अशा वस्तूंना आयातीसाठी परवानगी देत असतील तर त्या वस्तूंचे उत्पादन देशात कमी होईल. त्यामुळे उत्पादनातील श्रमिक बेकार होतील; वेतने कमी होतील. देशातील उद्योगधंदे बंद पडतील.

जर स्वस्त श्रम स्पर्धेपासून देशातील श्रमिकांना संरक्षण द्यावयाचे असेल तर संरक्षणात्मक धोरणाद्वारे आयातीवर जकाती बसवाव्यात.

२) देशातील बाजार खर्चीक : अशी बाजू मांडली जाते की, जकातीमुळे देशातील बाजारपेठेत खर्चीक वस्तूंना फक्त देशातील बाजारात संरक्षण मिळते. शेतीउत्पादने देशी बाजारपेठेत विस्तारतात. त्या तुलनेत उत्पादित वस्तूंना मागणी (Manufactured Goods) असते. देशी बाजारपेठेचा आकार महत्त्वपूर्णरीत्या वाढू शकतो.

या युक्तिवादावर टीका केली जाते. देशातील बाजारपेठांचा विस्तार निर्यात बाजार करारावरती असतो. म्हणून परिणामी संरक्षण धोरणात महत्त्वपूर्ण लाभ होत नाही.

३) आपला पैसा आपल्या देशात ठेवणे : देशातील लोकांनी परदेशी वस्तू खरेदी केल्यावर देशातील पैसा देशाबाहेर जातो व देश गरीब बनतो. परंतु आंतरराष्ट्रीय व्यापारात वस्तूच्या मोबदल्यात वस्तू आणि पैसा किंवा सोने एक देश दुसऱ्या देशाला देत असल्याने व्यवहार असमतोलासाठी जुळवून घेतले जाते. खरेदीसाठी देश खर्च करत असतो. नाहीतर देशाचे चलन निरुपयोगी ठरले असते.

४) उत्पादन खर्चातील समानता : सर्वसाधारणपणे विकसित देशात उत्पादनासाठी सरासरी खर्च कमी येतो; तर विकसनशील देशात जास्त येतो. म्हणून विकसनशील देशांनी उत्पादन खर्चातील तफावत भरून काढण्यासाठी आयात जकाती आकाराव्यात. त्यामुळे स्पर्धा निर्माण होईल असा युक्तिवाद केला जातो. परंतु हा युक्तिवाद दिशाभूल करणारा ठरतो. तौलनिक खर्च सिद्धान्तात उत्पादन खर्चातील फरकामुळे दोन देशांच्या व्यापारास चालना मिळते. म्हणून आयात पद्धती किंवा शुल्क आकारून उत्पादन खर्चातील तफावत दूर केल्यास आंतरराष्ट्रीय व्यापार वाढण्याऐवजी कमी होईल. म्हणून हा युक्तिवाद फसवा ठरतो.

५) पूर्ण रोजगार : देशात बेरोजगारीची समस्या सोडविण्यासाठी उपाय म्हणून जकाती मान्य केल्या जातात. अर्थशास्त्रज्ञांनी मुक्त व्यापाराची बाजू मांडली. देशातील बेरोजगारी जकाती कमी करू शकणार नाहीत असे त्यांचे मत होते; कारण निर्यातीपासून आयातीला पैसा उपलब्ध होतो. आयात घटल्यास जकाती हे निर्यातीस असमतोलाचे किंवा कमी समानतेचे कारण होईल. अधिक रोजगार निर्मिती ही आयातीला पर्याय निर्माण करून निर्यात कमी होऊन बेकारीत जास्त वाढ होते व दोन्हीत समानता होईल. सर्वसाधारणपणे संरक्षणाचे धोरण अल्पकाळात रोजगारात वाढ करेल. परंतु दीर्घ काळात जकातीचा व्यवहारात कमी उपयोग होईल.

ब) संरक्षण धोरणाबाबत आर्थिक युक्तिवाद (Case for Protection Policy)

संरक्षणवादाबाबतच्या धोरणाचे समर्थन करताना पुढील विचार मांडले जातात–

१) बालोद्योग युक्तिवाद : अर्थशास्त्रज्ञांनी बालोद्योग हा सर्वांत जुना युक्तिवाद म्हणून मान्य केला आहे. जे देश नव्यानेच स्थापन झालेले असतात, अशा उद्योगांना 'बालोद्योग' असे म्हणतात. नव्याने सुरू झालेल्या उद्योगांना उत्पादन खर्च अधिक असतो, त्यामुळे त्यांना दुसऱ्या देशातील प्रगत उद्योगाशी स्पर्धा करणे शक्य नसते; कारण सुरुवातीच्या काळात बालोद्योगाची स्पर्धा करण्याची क्षमता नसते. म्हणून आयातीवर जकाती आकारून आयात वस्तूंची किंमत वाढविल्यास देशातील उद्योगात तयार झालेली मागणी वाढून त्याचा विकास होतो. बालोद्योगाची क्षमता स्पर्धा करण्यासारखी झाल्यास उद्योगांना देण्यात आलेले संरक्षण काढून घेण्यास हरकत नसावी, असे बालोद्योगाचा युक्तिवाद करताना समर्थन केले जाते.

जर्मन अर्थशास्त्रज्ञ **फ्रेडरिक लिस्ट** (Fredrich List) यांनी १८४० च्या दशकात जर्मनीच्या औद्योगिक विकासासाठी बालोद्योगांना संरक्षण देण्याचा युक्तिवाद केला. त्यांच्या मते, 'नव्याने सुरू होणाऱ्या देशी उद्योगांना परकीय प्रगत उद्योगांशी स्पर्धा करणे शक्य नसते. ते बाल्यावस्थेत असल्याने सरकारने त्यांना संरक्षण देणे गरजेचे आहे. सरकारने जर आयातीवर निर्बंध लादले तर देशी उद्योगांना देशी बाजारपेठेची खात्री मिळते व उद्योगांना उच्च किमतीत स्वत:च्या वस्तू विकता येतील. त्यातून या उद्योगांना नफा झाल्यास हे उद्योग गुंतवणूक वाढवतील, त्यांचे उत्पादनाचे प्रमाण वाढेल. परकीय स्पर्धेत ते टिकू शकतील व ते उद्योग हळूहळू कार्यक्षम होतील; त्यांचा उत्पादन खर्च कमी होईल. परिणामी, हे उद्योग कमी किमतीला वस्तू विकू शकतील; मग त्यांना संरक्षणाची गरज पडणार नाही.'

बालोद्योग युक्तिवादावर घेण्यात येणारे आक्षेप पुढीलप्रमाणे आहेत –

अ) निर्णय घेणे अवघड : बाल्यावस्थेतील उद्योगांना संरक्षण देताना कोणत्या

उद्योगांना संरक्षण देण्याची गरज आहे हे ठरविणे अवघड आहे; कारण नव्याने स्थापन झालेला प्रत्येक उद्योग बाल्यावस्थेत असतो. कोणत्या उद्योगांना खरोखरच संरक्षणाची गरज आहे हे ठरविणे अवघड आहे.

ब) कसोटी ठरविण्याची क्षमता : बालोद्योगांना संरक्षण देणे आणि ते प्रौढावस्थेत म्हणजेच सक्षम झाल्यास त्यांचे संरक्षण काढून घ्यावे, परंतु हे ठरवावयाचे कसे ते ठरविण्याची कसोटी ठरविणे अवघड आहे.

क) जकाती काढून टाकणे अवघड : एकदा संरक्षणाचे धोरण सुरू झाल्यास कमी कार्यक्षमतेच्या उद्योगांची मोठ्या कार्यक्षमतेपर्यंत क्षमता वाढते. परंतु त्यांना लाभलेले संरक्षक जकातीचे धोरण काढून टाकणे अवघड होते.

ड) व्यर्थ निर्बंध : एकदा उद्योगाला संरक्षण दिल्यास बालोद्योग वृद्धी नाकारतो. त्यांची संरक्षणाची प्रवृत्ती वाढीस लागते. म्हणून **हॅबर्लर** हे तात्पुरते बालोद्योगांना संरक्षण जकाती या कायमस्वरूपी जकातीतून सूट देऊन त्यांना संरक्षण देणे, यासाठी ते सहमत नाहीत; त्यामुळे व्यर्थ निर्बंध ठरतात.

इ) बाह्य अनुपस्थिती : हॅबर्लर हे बाल्यावस्थेतील उद्योगांना संरक्षण दिल्यामुळे कालांतराने त्यांना अंतर्गत आणि बाह्य बचतीचा फायदा होतो यासंदर्भात सहमत नाहीत.

बालोद्योग युक्तिवादावर आक्षेप घेतले जात असले तरी उद्योगाच्या सुरुवातीच्या काळात मदत आणि संरक्षणाचा आधार दिला नाही तर परकीय स्पर्धेत ते टिकू शकणार नाहीत.

२) उद्योगांचे विविधीकरण युक्तिवाद : लिस्ट आणि इतर अर्थशास्त्रज्ञांनी असा युक्तिवाद केला आहे की, विविध उद्योगांना संरक्षण द्यावे. जेव्हा अर्थव्यवस्थेचा असमतोल विशेषीकरणातून जास्त होत असेल त्यांनी असाही युक्तिवाद केला की, जास्तीत जास्त विशेषीकरणपरिणामी इतर देशांवरचे अवलंबित्व वाढते. ते राजकीय आणि आर्थिक दृष्टीने अयोग्य ठरते. सर्व उद्योगांची समतोल वाढ आणि स्वत: कार्यक्षम होणे आवश्यक आहे. उद्योगांचे विविधीकरण साध्य करणे गरजेचे आहे. त्यासाठी संरक्षण देणे आवश्यक आहे. कोणत्याही देशाच्या समतोल विकासासाठी इतर लहान-मोठ्या उद्योगांचा विकास होणे आवश्यक आहे. देशाच्या विविध उद्योगांचा व क्षेत्रांचा विकास होण्यासाठी उद्योगांचे विविधीकरण झाले पाहिजे.

३) व्यापारशर्तीचा युक्तिवाद : देशाचा व्यवहारतोल वर्षानुवर्षे प्रतिकूल असेल, तर तो अनुकूल करण्यासाठी संरक्षित व्यापार धोरणाचे समर्थन केले जाते. तर जकात प्रशुल्क वाढविण्यास आयात वस्तूंच्या किमतीत वाढ होईल आणि निर्यात

वस्तूंच्या किंमती कमी होतील. परकीय देशाला नवीन जकात प्रशुल्काचा भार वाढेल. निर्यात देशाच्या उत्पादनाची मागणी लवचीक होईल. त्यांच्या किंमती मोठ्या प्रमाणात कमी होतील. अशा रीतीने मोठ्या जकातींचा प्रदेशावर परिणाम होईल.

४) अवपुंजन विरोधी युक्तिवाद : देशातील उत्पादित वस्तू देशातील बाजारपेठेतील किमतीपक्षा दुसऱ्या देशातील बाजारात कमी किमतीला विकली जाते; तेव्हा त्या धोरणास 'अवपुंजन' (Dumping) म्हणतात. अवपुंजनाविरुद्ध उपाययोजनेसाठी संरक्षित व्यापारधोरणाचे समर्थन केले जाते. जेव्हा परकीय देश आपल्या देशाची बाजारपेठ काबीज करण्यासाठी अवपुंजनाचा वापर करतात, तेव्हा अवपुंजनाविरुद्ध आयात जकाती आकारल्या जातात. परिणामी, आयात वस्तूंच्या किमती वाढतात व आयात वस्तूंची मागणी कमी होते. म्हणून अवपुंजनाविरोधी उपाय म्हणून संरक्षित धोरणांचा पुरस्कार केला जातो.

५) मूलभूत उद्योग युक्तिवाद : देशाचा विकास होण्यासाठी पायाभूत उद्योगांचा विकास होणे आवश्यक आहे. त्यासाठी संरक्षित धोरणाची आवश्यकता असते. जसे लोखंड, पोलाद, वीजनिर्मिती, रसायने, खाणकाम, भांडवली वस्तू, उत्पादन उद्योग, इत्यादी. त्याचप्रमाणे महत्त्वाचे उद्योग जसे कृषी आणि लघुउद्योगांनासुद्धा संरक्षणाची गरज असते. त्यामुळे जलद आर्थिक प्रगती होते. देशाला तुलनात्मक लाभ होत नसतील तर पायाभूत उद्योगांचा विकास करण्यासाठी देशाने संरक्षण देणे आवश्यक आहे तरच आर्थिक विकासाचा उच्च दर गाठू शकू.

६) उगवत्या उद्योगांचा युक्तिवाद : १९७०च्या दशकात निरीक्षणावरून असे दिसून येते की, युरोपात काही श्रमप्रधान उद्योग स्थापन झाले जसे कापड, विणलेले कापड, पादत्राणे इत्यादींमुळे जपान, मलेशिया, भारत आणि इतर पूर्ण आशियन देशात तोट्याची स्पर्धा निर्माण झाली. असा युक्तिवाद केला जातो की, नुकत्याच स्थापन झालेल्या उद्योगांना युरोपमध्ये तात्पुरत्या संरक्षणाची गरज निर्माण झाली. स्पर्धेसाठी, उत्पादनासाठी त्याची गरज निर्माण झाली. संरक्षण दिले गेले नसल्याने श्रमिक आणि भांडवलाचे दुसऱ्या उद्योगात स्थलांतर झाले. त्यामुळे अनेक युरोपीय देशांनी कापड, विणलेले कापड, पादत्राणे इत्यादी उत्पादनांवर मोठ्या जकाती बसविल्या.

७) उत्पन्न युक्तिवाद : इतर देशातून आयात केल्या जाणाऱ्या वस्तूंवर आयात जकातीत वाढ करून सरकारला आपल्या उत्पन्नात वाढ करता येते. तसेच आयात जकातीमुळे आयात कमी झाल्यास देशातील लोकांकडून देशातील वस्तूंना मागणी वाढते. वाढत्या मागणीमुळे उद्योग स्थापन होऊन रोजगाराच्या संधी निर्माण

होतात. लोकांचे उत्पन्न वाढते व सरकारला वस्तूंच्या विक्रीपासून व इतर करांपासून उत्पन्न मिळते. संरक्षित धोरणाचा स्वीकार केल्यास सरकारच्या महसुली उत्पन्नात वाढ होते.

८) देशांतर्गत विरूपण (Distortions) युक्तिवाद : सर्वसाधारण देशांतर्गत घटक बाजार आणि वस्तू बाजारपेठ स्पर्धात्मक स्थितीत कार्य करीत नाहीत; त्यामुळे बाजारपेठेत अपूर्णता राहते. परिणामी, देशात विरूपण होते. बाजार विरूपणामुळे मक्तेदारी, वेगवेगळे वेतन, व्यापार संघटनांची कृती, शासन नियमितता इत्यादींमध्ये वाढ होते. काही विरूपणाचे परिणाम जकाती मोठ्या प्रमाणात कमी होतात.

वस्तू बाजारात उत्पादनाचे देशात विरूपण परिव्ययवर्धक बाह्य प्रतिकूलता वाढते. उत्पादनाचा सामाजिक खर्च, खाजगी खर्चामध्ये ओळवला जातो; म्हणून देशातील उद्योगांना संरक्षणाची गरज असते. देशातील विरूपण घटक बाजारात वाढ वेगवेगळी वेतने, श्रमिक अगतिमान, भांडवल बाजारात नियत पतवाटपामध्ये वाढ होते. साधनांच्या वाटणीत अकार्यक्षमता असते म्हणून संरक्षणाच्या धोरणांचा पुरस्कार केला जातो.

९) उत्पन्न घटकांची पुनर्विभागणी : विकसनशील देशात मोठ्या प्रमाणात श्रमप्रधान क्षेत्र आहे. त्याबरोबरच कमी उत्पन्न आणि कमी भांडवलप्रधान क्षेत्राबरोबर उच्च उत्पन्न, आयातीवर अवलंबित्व असते. जेव्हा मोठ्या प्रमाणात जकाती लादल्या जातात किंवा भांडवलप्रधान क्षेत्राची आयात केली जाते; तेव्हा श्रमप्रधान क्षेत्रात उत्पादनाचा प्रवाह सुरू होतो. वास्तव वेतनाची पातळी वाढते आणि उत्पन्न घटकांची आवक-जावक श्रमप्रधान क्षेत्रात होते. परंतु भांडवलप्रधान क्षेत्रात मोठ्या भांडवलाची गुंतवणूक होते. परंतु कमी श्रमप्रधान क्षेत्रात जास्त खर्च होतो. त्या क्षेत्रातील वेतने वाढतात. त्याचवेळेस भांडवलप्रधान क्षेत्रात श्रमिकांची दुर्माळता होते. अशा रीतीने तोसुद्धा वेतन वाढवण्याचा कल असतो म्हणून दोन्ही उद्योगात समान वेतन होते. देशाच्या आर्थिक वाढीची प्रक्रिया दरम्यान सुरू होते.

१०) देशातील साधनांची जपणूक : कॅरे आणि **पॅटर** (Cary and Patter) यांनी युक्तिवाद केला आहे की, मुक्त व्यापार परिणामी देशांमधील नैसर्गिक साधने रिकामी किंवा कमी झाली. इंग्लंडमध्ये कोळसा क्षेत्राची मोठी निर्यात झाली. काही निर्यातदार देशातून अनेक वर्षांपासून मोठ्या संख्येने सतत कच्चा माल निर्यात झाला. त्यामुळे काही साधने कमी किंवा रिकामी झाली आणि देश खरोखरच अपंग बनले.

११) आर्थिक वसुली युक्तिवाद : संरक्षणासाठी अर्थव्यवस्थेतील मंदीच्या काळात अधिक उत्पन्नासाठी किंवा जमेसाठी आयात शुल्क आकारले जाते. मंदीच्या काळात उत्पादनाचे घटक बेकार राहतात त्यामुळे अर्थव्यवस्था भरकटत मागे जाते.

त्यासाठी संरक्षण हे परिणामकारक शस्त्र आहे. त्यामुळे मंदीच्या बाहेर अर्थव्यवस्था निघते. १९३० च्या दशकाच्या महामंदीच्या काळात इंग्लंडने संरक्षणाचे धोरण स्वीकारले आणि त्यानंतर ते अतिशय लोकप्रिय शस्त्र मंदीच्या काळासाठी ठरले.

१२) डावपेच किंवा व्यूहरचना व्यापार धोरण युक्तिवाद : असा युक्तिवाद केला जातो की, आधुनिक उद्योग त्या क्षेत्रात संदेश वहन, माहिती तंत्रज्ञान, संगणक हे भांडवलप्रधान असून त्यात मोठ्या प्रमाणात संशोधन व विकासासाठी गुंतवणूक करावी लागते. तेसुद्धा मोठ्या जबाबदारीचे आहे. त्यातून आवश्यक ती मोठ्या प्रमाणात वृद्धी होते आणि अर्थव्यवस्थेची बाह्य वाढ मोठ्या प्रमाणात होते. म्हणून असा युक्तिवाद केला जातो की त्या उद्योगांना इतर स्पर्धात्मक देशांपासून संरक्षण देण्याची गरज असते.

क) आर्थिकेतर युक्तिवाद

संरक्षण धोरणात आर्थिकेतर युक्तिवाद पुढीलप्रमाणे केला जातो-

१) संरक्षण युक्तिवाद : राष्ट्रीय संरक्षणाचा हेतूवर असा युक्तिवाद केला जातो की, देशाचे सार्वभौमत्व टिकवून ठेवणे आणि इतर देशांवरचे अवलंबित्व कमी करणे, त्यासाठी संरक्षणासाठी गरज असते. **ॲडम स्मिथ** यांच्या मते, 'संरक्षण हे फार महत्त्वाचे आहे ते श्रीमंतीपेक्षाही' म्हणजेच संरक्षण हे श्रीमंतीपेक्षाही महत्त्वाचे आहे. उद्योग हे संरक्षण साहित्याचा पुरवठा करतात म्हणून शांततेच्या दरम्यान स्पर्धेला तोंड द्यावे लागते. संरक्षणासाठी देशांना मोठा आर्थिक तोटा होतो.

राष्ट्राच्या संरक्षणाच्या दृष्टीने महत्त्वाचे असणारे युद्धसाहित्य, दारूगोळा, शस्त्रास्त्रांची निर्मिती, देशातच करणे फायद्याचे असते. कोणत्याही देशाने युद्धसाहित्यासाठी दुसऱ्या देशाच्या मदतीवर अवलंबून राहणे देशाच्या सार्वभौमत्वाला बाधा पोहोचविणारे ठरते. म्हणून संरक्षण साहित्याची निर्मिती करणारे उद्योग सरकारी नियंत्रणाखाली विकसित केले पाहिजेत. केवळ नफ्या-तोट्याचा विचार करता कामा नये.

२) संवर्धन युक्तिवाद : काही व्यवसायाच्या आणि लोकसंख्येच्या काही वर्गाचे संवर्धन करणे हा हेतू संरक्षणाचा असतो. उदा. शेतकऱ्यांच्या किंवा शेती करणाऱ्यांच्या हितसंबंधाचे संरक्षण करण्यासाठी जकातीचे उपयोग करणे.

इंग्लंडमध्ये धान्यासाठी नियम केला. १८१९ मध्ये मोठ्या जकाती आकारल्या गेल्या व गव्हाच्या किमती समतोल ठेवण्यासाठी आणि उत्पादनाचे लाभ कमी होऊ नये म्हणून नियम केला गेला.

३) देशभक्ती व स्वाभिमान युक्तिवाद : देशभक्ती व स्वाभिमानासाठी

प्रत्येक देशाने आवश्यक असणाऱ्या जास्तीत जास्त वस्तूंचे उत्पादन देशातच केले पाहिजे. देशातील प्रत्येक नागरिकाने देशभक्तीसाठी इतर देशातील आयात होणाऱ्या वस्तूंचा उपभोग घेण्याऐवजी स्वदेशात तयार झालेल्या वस्तूंचाच उपभोग घेतला पाहिजे. म्हणून स्वदेशी वस्तूंचे उत्पादन वाढविले पाहिजे आणि त्यासाठी सरकारने आवश्यक मदत दिली पाहिजे.

परकीय आयात वस्तूंवर उच्च दराने आयातशुल्क आकारावे व देशी वस्तूंना संरक्षण द्यावे. भारतात स्थानिक उत्पादनांना उत्तेजन दिले आणि रोजगार वाढला. गांधींची स्वदेशी चळवळ इत्यादी. विशेषत: आत्मविश्वास किंवा स्वातंत्र्य महत्त्वाचे असते.

१.४.२.२ संरक्षित व्यापार धोरणाच्या विरोधातील युक्तिवाद (Argument Against Protection)

संरक्षित व्यापार धोरणाला विरोध करताना पुढील युक्तिवाद करण्यात येतात–

१) सुस्त देशी उत्पादने : परकीय व्यापाराच्या धमकीमुळे देशी उत्पादनांना संरक्षण दिल्यामुळे आळशी किंवा अकार्यक्षम बनतात. त्यामुळे त्यांची सुधारणा करण्यासाठी आणि विकासासाठी धैर्य खचते आणि कार्यक्षमता कमी होते.

२) नाहक सवयी लागतात : जेव्हा संरक्षण दिले जाते, तेव्हा विकास आणि बालोद्योगांना नाहक सवय लागते. बाल्यावस्थेपासून हक्काच्या संरक्षणासाठी सवय लागते; त्यानंतरही तीच सवय राहते. कारण त्यांचे संरक्षण कमी करणे अवघड आणि एकदा कायमस्वरूपी मिळाल्यास उद्योगांना नेहमीच आधार घेण्याची सवय लागते. त्यामुळे पंगुत्व येण्याची शक्यता असते.

३) भ्रष्टाचाराचा विकास : संरक्षण उपलब्ध झाल्यास त्या आधारे भ्रष्टाचाराचा विकास होतो. उद्योगांना संरक्षण टिकून राहण्यासाठी तसेच त्याचा व्यापार मोठा आणि चांगला चालण्यासाठी अधिकारी वर्गावर राजकीय दबाव व भ्रष्ट मार्गाचा अवलंब केला जातो. मात्र, त्यामुळे भ्रष्टाचार वाढतो.

४) मुक्तेदारीची निर्मिती : देशातील उत्पादकांना संरक्षण दिल्यास एकत्रित स्वार्थीपणा वाढतो आणि जास्तीत जास्त नफा मिळविण्याचा प्रयत्न करतात. आर्थिक शक्ती आणि मक्तेदारीची सवय यावर लक्ष दिले जाते; त्यामुळे मक्तेदारी निर्माण होते.

५) नैसर्गिक साधनांचा दुरुपयोग : संरक्षण धोरणामुळे नैसर्गिक साधनांचा दुरुपयोग होतो. भांडवल आणि श्रमिक बदलतात; त्यामुळे उत्पादन मार्गापासून कमी उत्पादकता निर्माण होते. जास्तीत जास्त उत्पादनाचा हेतू साध्य होत नाही.

६) उत्पन्न आणि संपत्तीची विषमता : संरक्षण धोरणामुळे उच्च किंमतीपासून

ग्राहकांवर आर्थिक बोजा इच्छेविरुद्ध पडतो. संरक्षण हे भांडवलदारांना फायदेशीर ठरते. त्याचप्रमाणे कामगारांना उत्पन्न आणि संपत्तीची विभागणी अर्थव्यवस्थेच्या दृष्टीने व सामाजिक अन्यायकारक आणि पक्षपाती ठरते.

७) ग्राहकांवर बोजा : ग्राहकांना स्वस्त आयातीमुळे संधी उपलब्ध होते. मात्र संरक्षण धोरणामुळे उच्च किमतीच्या निकृष्ट दर्जाच्या देशातील वस्तू खरेदी कराव्या लागतात. शेवटी ग्राहकांवर उत्पादन खर्चाचा बोजा पडतो.

८) महसुलात घट : संरक्षणामुळे सरकारी महसुलात घट होते. कारण अधिक आयात शुल्क आकारल्यामुळे उत्पादकांवर परिणाम होऊन त्यांची उमेद खचते. पर्यायाने महसूल कमी होतो.

९) जकात युद्ध : जेव्हा देश संरक्षण धोरण स्वीकारते तेव्हा आयातीवर अधिक मोठे शुल्क आकारले जाते. इतर देशसुद्धा त्यामुळे आयातीवर उच्च शुल्क आकारतात. त्यामुळे आंतरराष्ट्रीय द्वेष, मत्सर आणि देशात संघर्ष निर्माण होतो आणि प्रत्यक्ष युद्धाला कारण ठरते.

१०) बेकारीच्या समस्येला उत्तर नाही : संरक्षण धोरण बेकारीची समस्या सोडवू शकत नाही. देशातील उद्योगाची वाढ आयातीच्या निर्बंधामुळे वाढते. अर्थव्यवस्थेत रोजगाराची संधी वाढण्याची शक्यता असते. परंतु आयात निर्बंधामुळे निर्यात घटते. परिणामी, बेकारी वाढते.

या सर्व कारणांचा विचार करता संरक्षण धोरणाचा काळजीपूर्वक अवलंब केला पाहिजे जेणे करून दीर्घकाळात त्याचे परिणाम चांगले होतील.

१.५ २०१५ पासूनचे भारताचे आंतरराष्ट्रीय/परकीय व्यापार धोरण – ठळक मुद्दे/ठळक वैशिष्टे (Highlights of India's Foreign Trade Policy since 2015)

विकसित देशांच्या साम्राज्यवादी धोरणांनी विकसनशील देशांची आर्थिक व सामाजिक पिळवणूक झाली. पूर्वी वसाहतवादी राजवटीत अनेक विकसनशील देशांचे आर्थिक शोषण झाले. परकीय व्यापाराद्वारे अनेक विकसनशील देश आर्थिकदृष्ट्या गरीब झाल्याचे **रॉल प्रबिश** (Raul Prabish), **हान्स् सिंगर** (Hans Singer), **गुर्नार मिर्डाल** (Gurnnar Myral) इत्यादी अभ्यासकांनी म्हटले आहे. वसाहतींच्या शक्तींनी उत्पादित वस्तू, उत्पादने आणि प्राथमिक उत्पादनांचा उपभोग घेतला, परंतु वसाहतीतील लोकांना उत्पादित वस्तू व कच्चा माल यांचा उपभोग घेण्यापासून दूर ठेवण्यात आले. परिणामी, उत्पादित वस्तूंच्या वाढत्या किमती व कच्च्या मालाच्या घटत्या किमती यांमुळे विकसनशील देशांच्या व्यवहारतोलात असमतोल निर्माण होऊन तूट वाढली.

परंतु ही परिस्थिती विकसित देशांना अनुकूल ठरली. दुसऱ्या महायुद्धानंतर अनेक देश वसाहत वादातून मुक्त झाले. त्यांचा गुंतवणुकीबरोबरच परकीय व्यापारदेखील कमी झाला. उत्पादन व आयातीवरील अवलंबित्व कमी झाले असले, तरी विकसित देशांनी फायद्याचे धोरण राबविण्यास सुरुवात केली. यात प्रामुख्याने अमेरिका, जर्मनी इत्यादी देशांनी त्यांच्या देशांत येणाऱ्या आयात कपड्यांवर बंधने घातली. त्यांच्या कापड उद्योगांना बाजारपेठ उपलब्ध करून दिली. तसेच बालोद्योगांना संरक्षण, आयात पर्यायीकरण, गुंतवणुकीवर नियंत्रण, प्रत्यक्ष आयात व्यापार नियंत्रण आणि विनिमयदराचे अवमूल्यन यावर भर दिला.

स्वातंत्र्यानंतर भारताने परकीय व्यापाराकडे नियंत्रित व्यापार म्हणून लक्ष दिले. आयात परवाना पद्धत, कोटा, आयातशुल्क, ठरावीक वस्तूंची आयात इत्यादी उपाय अंमलात आणून, आर्थिक विकास साध्य करण्याचा प्रयत्न केला. दुसऱ्या पंचवार्षिक योजनेत औद्योगिक विकास साध्य करण्यासाठी वस्तू, अवजड यंत्रसामग्री व उपभोग वस्तू आयातीचे धोरण स्वीकारले. औद्योगिक पाया मजबूत करून निर्यात करावयाची अशी धारणा या आयात-निर्यात व्यापारधोरणाची होती.

१९६० च्या दशकात अनेक विकसनशील देशांपैकी सिंगापूर, हाँगकाँग, दक्षिण कोरिया, तैवान इत्यादी (South East Asian Countries) देशांनी निर्यातवृद्धीसाठी एक व्यूहरचना तयार करून आयातीवरील बंधने शिथिल केली. याबाबतीत अनेक अर्थतज्ज्ञ आणि आंतरराष्ट्रीय संस्था (IMF, World Bank) यांनी पुढाकार घेतला. भारत सरकाने १९८० च्या दशकात उदारीकरणाचे धोरण राबविण्यास सुरुवात केली.

भारताच्या आयात-निर्यात व्यापारधोरणाचा आढावा घेतला असता असे लक्षात येते की, पहिले धोरण १९८५-८८, दुसरे धोरण १९८८-९१ आणि तिसरे धोरण १९९०-९३ त्यानंतर १९९२-९७चे धोरण आहे. १९८०च्या दशकात तीन आयात-निर्यात धोरणे तयार केली. त्यात प्रामुख्याने अलेक्झांडर समिती (Alexander Committee) १९७८, टंडन समिती १९८२, आणि अबिद हुसेन समिती (Abid Hussain Committee) १९८४ या समित्यांनी भारताच्या आयात-निर्यात धोरणाचा वेळोवेळी आढावा घेऊन आयात व उदारीकरणासाठी शिफारशी केल्या.

या समित्यांनी आयात-निर्यात धोरणाची प्रमुख उद्दिष्टे पुढीलप्रमाणे ठेवली होती.

१) भावी निर्यातीला चालना देणे.

२) देशांतर्गत उद्योगांची जलद वाढ होण्यासाठी, आर्थिक तांत्रिक साहाय्य उपलब्ध करून देणे.

३) देशातील साधनसामग्री जास्तीतजास्त वापरणे, विशेषत: मानवी व शेती संसाधने पुरविणे.
४) निर्यात उभारणीसाठी आणि ऊर्जा बचतीसाठी प्रयत्न करणे; उद्योगांना सुधारित तंत्राचा वापर करण्यास भाग पाडणे.
५) निर्यात करणाऱ्या उद्योगांना उत्तेजन देणे.
६) आयातीची जास्तीतजास्त बचत करणे किंवा कमी करणे.

भारत सरकारने १९८५ (अबिद हुसेन समिती) आयात-निर्यात धोरणानुसार पायाभूत निर्यात उद्योग व आयातीला पर्याय निर्माण करणाऱ्या उद्योगांच्या उभारणीवर भर दिला. निर्यातवाढीसाठी आयातीला मुभा दिल्याने भांडवली व इतर वस्तूंची आयात मोठ्या प्रमाणावर केली गेली. राजीव गांधी सरकारने उदारीकरणासाठी मोठे प्रयत्न केले, त्यामुळे १९८५-८६ ते १९८९-९० या काळात निर्यातीत जलद वाढ झाली. १९९०-९१ मध्ये निर्यात घटण्यास सुरुवात झाली, त्यामुळे १९९१ मध्ये परकीय व्यापार धोरणात आमूलाग्र बदल करण्यात आले.

भारताचे परकीय व्यापारधोरण १९९१ (Foreign Trade Policy of India 1991)

नवीन परकीय व्यापारधोरण जुलै १९९१ मध्ये जाहीर झाले. धोरणाचा दृष्टिकोन आयातीला जास्तीतजास्त रोखणे आणि आयात परवान्याच्या परिणामाला मान्यता देऊन निर्यातीला जास्तीतजास्त प्रेरणा देणे हा होता. या धोरणाचे स्वरूप (Features) किंवा वैशिष्ट्ये पुढीलप्रमाणे आहेत -

१) नवीन धोरणात मोठे बदल केले. आयात परवाना पद्धत मागे घेतली. आयात परवाना प्रशासनाला अधिकार दिले. या पद्धतीत पुरवणीच्या किंवा जादा परवान्यांना सूट दिली. आता सर्व आयात बाहेर जाण्यासाठी पावती मिळाली.
२) आगाऊ परवाना (Advance Licence) निर्यातीबरोबर शुल्क मुक्त केला.
३) भांडवली वस्तूंच्या आयातीची प्रक्रिया सोपी केली.
४) या धोरणानुसार चालू प्रणाली महत्त्वपूर्णरीत्या कमी केल्या.
५) निर्यातगृहे, व्यापारी गृहे, तारांकित व्यापारी गृहे यांना परवानगी दिली.
६) निर्यात प्रक्रिया पट्टे (EPZs) यांना अनेक सवलती जाहीर केल्या.
७) रोख भरपाईची साहाय्य योजना बंद केली.
८) निर्यातीतील सर्व बाबींना फक्त अपवाद सोडून नाकारण्याची आवश्यकता नाही असे सरकारचे ध्येय होते.

खुल्या सर्वसाधारण सूचीचा विस्तार करून अनेक नवीन आयात वस्तूंचा त्यामध्ये समावेश करण्यात आला. त्यामुळे ज्या वस्तू देशात उपलब्ध होत नाहीत, त्या सहजपणे उपलब्ध होतील.

भारताचे आंतरराष्ट्रीय आयात-निर्यात व्यापारधोरण २००९-१४

भारताचे परकीय व्यापार धोरण १९९१ नंतर २००२-२००७, २००४-०९ची धोरणे जाहीर करून त्यांची अंमलबजावणी करण्यात आली असली तरी सुसंगत आणि अधिक क्रियाशील धोरण असावे म्हणून युपीए २ या सरकारने २००९-१४ या कालावधीसाठी नवीन धोरण जाहीर केले होते. २००४-०९ या धोरणांत युपीए सरकारने जागतिक व्यापारात भारताच्या वस्तू (दृश्य) व्यापाराचा हिस्सा दुप्पट करावयाचे ठरविले होते. व्यापारविस्तारामुळे आर्थिक वृद्धीला चालना देण्याबरोबर रोजगारनिर्मिती ही उद्दिष्टे निश्चित केली होती.

युपीए सरकारच्या परकीय व्यापार धोरण २००४-२००९च्या फलनिष्पत्तीचा आढावा खालीलप्रमाणे आहे -

(१) भारताची निर्यात २००३-०४ मध्ये ६३ मिलीयन युएस डॉलर्स वरून २००९अखेर १६८ मिलीयन डॉलर्स वाढली. उद्योग व शेतीच्या क्षेत्रात वाढ होऊन एकूण विकासदर वाढला. (२) भारताच्या जागतिक वस्तू व्यापारातील (दृश्य) वाटा ०.८३ टक्के (२००३) मध्ये होता तो वाढत जाऊन २००८मध्ये १.४५ टक्के झाला. (३) भारताचा जागतिक सेवा निर्यातीतील वाटा २००३मध्ये १.४ टक्के होता तो २००८ अखेर २.८ टक्क्यांवर पोहचला. (४) निर्यातीमुळे भारतात प्रत्यक्ष व अप्रत्यक्ष स्वरूपात जवळपास १४ दशलक्ष नोकऱ्या निर्माण झाल्या.

२००८ च्या सुमारास जागतिक स्तरावर आर्थिक संकट यायला सुरुवात झाली होती. २००८-०९ मधील 'सब-प्राईम क्रॉम्प्रेसेसमुळे स्टँडर्ड ॲन्ड प्युअर' या मानांकन करणाऱ्या संस्थेने अमेरिकेचे क्रेडिट रेटींग कमी केल्याने संपूर्ण जगात खळबळ माजली. अनेक जागतिक बँका व वित्तीय संस्था दिवाळखोरीत निघाल्या. त्याचे पडसाद संपूर्ण जगावर हळूहळू उमटले. औद्योगिक उत्पादन, व्यापार, भांडवली गुंतवणूक रोडावली, बेकारी वाढली. दरडोई उत्पन्न व गुंतवणूक कमी होत गेले. उपभोग पातळीचा ऱ्हास झाला. अशा पार्श्वभूमीवर अर्थव्यवस्था जागतिक आर्थिक संकटापासून सावरण्यासाठी अंतर्गत उपाययोजना करणे भाग पडले. परकीय व्यापार आकारमान (Volume) टिकवून ठेवणे जिकिरीचे होत असताना युपीए २ (UPA-2) या सरकारला २००९-२०१४ चे परकीय व्यापार धोरण जाहीर करावे लागले.

त्याची वैशिष्ट्ये खालीलप्रमाणे सांगता येतील-

१) निर्यात व्यापार १५ टक्के वार्षिक दराने वाढविणे तसेच दरवर्षी २०० बिलियनचा निर्यात व्यापार करणे.

२) २०१४पर्यंत भारतीय अर्थव्यवस्थेला अति उच्च निर्यात व्यापारदराच्या मार्गावर नेऊन दरवर्षी २५ टक्क्यांने निर्यात वाढविणे.

३) २०१४ पर्यंत भारताच्या वस्तू व सेवा निर्यात व्यापारात दुपटीने वाढ करणे.

४) विशेष उत्पादन योजने (Focus Product Scheme) खाली १३५ उत्पादनांवर ५ टक्क्यांवरून अधिक २ टक्के विशेष सूट देऊन निर्यातीस चालना देणे.

५) विशेष उत्पादन योजना (Focus Product Scheme) योजनेत अजून २५६ नवीन उत्पादनांचा समावेश करून २ टक्के अधिकची (FOB) निर्यात योजना लागू करण्यात आली.

६) शून्य शुल्क योजना (EPCG) २००९मध्ये लागू करण्यात येऊन ती २०११-१२ पर्यंत चालू ठेवण्याचे ठरले.

७) चहा आणि (CSNL) यांचा (VKGUY) समावेश करून ५ टक्के विशेष सूट निर्यातीवर जाहीर करण्यात आली.

८) प्रशुल्क माफ पुस्तक योजना (DEPB) २०११पर्यंत चालू ठेवण्यचे ठरले.

९) हस्तकला उद्योग, गृहउद्योगांतील उत्पादने, सतरंज्या आणि लघु आणि मध्यम उद्योगांतील जमा होणाऱ्या वस्तूंच्या निर्यातीसाठी सवलतीच्या दरात निर्यात कर्जयोजना, माल जहाजात भरण्यापूर्वी २ टक्क्यांने कर्जावरील व्याज माफी योजना केवळ निर्यात उद्योगासाठी राबविण्यात आली.

१०) निर्यातदारांना निर्यातप्रधान भांडवली वस्तू परवाने (EPCG) देताना लवचीक पद्धतीने अर्ज करताच वार्षिक परवाने दिले जातील.

११) तयार चामडे निर्यातीवर २ टक्के शुल्क क्रेडिट दिले जाईल.

१२) काही आस्थापनांसाठी ठरावीक वस्तू आयातीसाठी शुल्क लागणार नाही. यात विशेष करून हस्तकला उद्योगातील वस्तू निर्यातीवर ५ टक्क्यांने शुल्क (FOB) माफ केले जाईल.

१३) तयार कपडे निर्यात उद्योगांना (MLFPS) योजनेंतर्गत साहाय्य केले जाईल.

१४) बाजारकेंद्रित उत्पादन योजनेतील उत्पादनांच्या यादीत औषधे, रबर उत्पादन, काच उत्पादने, मोटारकार, सायकली व सायकलींचे सुटे भाग, यांचा समावेश करून निर्यात करण्यासाठी १३ देशांच्या बाजारपेठेत निर्यात केल्यास निर्यातदारांना सवलती देण्याचे जाहीर करण्यात आले.

निर्यात करण्याची सुविधा सुटसुटीत व सोपी करण्यात आली. यात प्रामुख्याने आयात शुल्क ना हरकत प्रमाणपत्र मिळण्यासाठी आयातदर देणाऱ्या जाहीर वस्तूंचे नमुने घेऊन आयात शुल्काचे ना हरकत दाखले देण्याची प्रक्रिया सुलभ करण्यात आली. आयात शुल्क अदा करण्याच्या दोन टप्प्यांवर सूट देण्यात येऊन रिफंड मिळविण्याच्या वाट पाहण्याच्या त्रासातून मुक्तता करण्यात आली. व्यवहारखर्च कमी

करण्याच्या हेतूने बंदर ते प्रत्यक्ष उत्पादन जागेवर माल पोहोचविण्यासाठी लागणारा वेळ वाचावा म्हणून आगाऊ परवाना सदराखाली माल आणणे सुलभ करण्यात आले. शिपिंगचे रूपांतर एक निर्यात प्रोत्साहन योजनेतून दुसऱ्या योजनेत करण्याची मुभा देण्यात आली.

वरील आयात-निर्यात धोरण २००९-१४ चा गोषवारा खालीलप्रमाणे आहे-

१) राजकोषीय प्रेरके (Fiscal Incentive) करसुटीच्या स्वरूपात
२) संस्थात्मक बदल.
३) आयात-निर्यात करण्यातील सुलभता, कामकाजात शीघ्रता .
४) जागतिक बाजारपेठा उपलब्ध करून देण्याचे प्रयत्न.
५) निर्यात बाजारपेठेचे विविधीकरण.
६) निर्यात-आयात सुलभीकरणासाठी पायाभूत सुविधांची निर्मिती.
७) व्यवहारखर्च कपातीसाठी प्रयत्न.
८) अप्रत्यक्ष कर व करेतर शुल्काचा पूर्णपणे वेळेत परतावा.
९) कृषिमालाच्या निर्यातीसाठी एक खिडकी योजना.
१०) औषधे उद्योगांना निर्यात प्रोत्साहन.

इत्यादी उपाययोजना करण्यात आल्या.

२०१५ चे भारताचे व्यापार धोरण

आयात-निर्यात धोरण २०१५-२०२०

२०२० पर्यंत भारत एक जगातील 'प्रमुख व्यापारी भागीदार देश' म्हणून उदयास यावा म्हणून सध्याचे पंतप्रधान नरेंद्र मोदी यांच्या मार्गदर्शनाखाली सुटसुटीत नवीन आयात-निर्यात व्यापार धोरण २०१५ जाहीर करण्यात आले. भारताच्या तात्कालीन वाणिज्य मंत्री **श्रीमती निर्मला सीतारामन** यांनी धोरण जाहीर करताना धोरणाच्या मुख्य आयात-निर्यातीला चालना देणे व निर्यात वाढीतील अडथळे कमी करणे हा असल्याचे सांगितले. 'मेक इन इंडिया' आणि 'डिजिटर इंडिया' या दोन प्रमुख कार्यक्रमांचे यश प्राप्त करणेसाठी नवीन आयात-निर्यात धोरणात बदल करण्यात आले आहेत.

नवीन आयात-निर्यात धोरण २०१५-२०२० ची ठळक वैशिष्ट्ये खालीलप्रमाणे आहेत -

१) यापूर्वीच्या धोरणातील ५ वेगवेगळ्या योजनांचे एकत्रीकरण करण्यात येऊन आता एकच योजना तयार करण्यात आली आहे. त्या योजनेचे नांव भारतातील दृश्य वस्तू निर्यात (Merchandise Export from India) (MEIS) करण्यात

आले असून, निर्यात करण्यात यापूर्वी घालण्यात आलेल्या अटी काढून टाकण्यात आल्या आहेत व निर्यात करणे सोपे व सुटसुटीत करण्यात आले आहे.

२) निर्यात बक्षीस योजनेंतर्गत जाहीर केलेल्या बाजारपेठा व वस्तू यांचा परतावा परकीय चलनात अदा केला जाईल. निर्यात केल्याने मिळणारी बक्षीस रक्कम व द्यावयाचे शुल्क यांची वजावट करून निर्यातदाराच्या खात्यात जमा केली जाईल.

३) नवीन आयात-निर्यात धोरणान्वये अगोदरची भारतातून सेवा निर्यात योजना (Served from India Schem (SEIS)) ऐवजी नवीन योजना भारतातून सेवा निर्यात (Service Exports from India Scheme (SEIS)) सुरू करण्यात आली आहे. या योजनेत जाहीर केलेल्या सेवांची भारतातून निर्यात केल्यास अथवा दिल्यास सेवा देणाऱ्यांना योग्य मोबदला दिला जाईल. सेवा देण्याचे विवरण अथवा घटना यांस फारसे महत्त्व दिले जाणार नाही.

४) भारतातून सेवांची निर्यात (SEIS) या योजनेंतर्गत दिले जाणारे बक्षीस (मोबदला) निव्वळ परकीय चलन व कमाई आधारे दिले जाईल.

५) भारतातील दृश्य वस्तू निर्यात योजना (MEIS) आणि भारतातून सेवा निर्यात योजना (SEIS) विशेष आर्थिक क्षेत्रांना (SEZs) लागू करण्यात आल्या आहेत. थोडक्यात, या योजनांखाली मिळणारे लाभ 'सेझ' ला मिळते.

६) शुल्क पत (Duty Credit Scripts) योजना मुक्तपणे हस्तांतरित करता येईल व त्यातून आयात-निर्यात, शुल्क/जकाती, उत्पादन शुल्क आणि सेवाकरांची रक्कम अदा करता येईल. यामुळे निर्यातदारांना सरकारकडील मोठ्या रकमेचा त्वरित वापर करता येईल.

निर्यात केल्याने मिळणारे प्रोत्साहनपर बक्षीस खालील प्रयोजनांस वापरता येईल.

१) भांडवली वस्तूंची आयात करताना भरावयाची आयात (Import Duty).

२) देशातील आदाने खरेदीवर भरावयाचे उत्पादनशुल्क अदा करणे.

३) सेवाकरांची रक्कम देणे.

७) निर्यात व्यापारात वाढ करीत परकीय चलनांची उत्तम प्रकारची व्याप्ती केली असेल तर अशा व्यक्तीला अथवा कंपनीला सरकारकडून एक वेगळा दर्जा दिला जाईल. याशिवाय विशेष वागणुकीअंतर्गत व्यापारवृद्धीसाठी सरकार प्रयत्न करेल. निर्यातदाराच्या खर्चात व वेळेत बचत होण्यास सरकार सर्वतोपरी सहकार्य करील.

८) यापूर्वी दिले जाणारे निर्यात गृह, चिन्हांकित निर्यात गृह, व्यापार गृह, नामवंत

व्यापार गृह या दर्जाऐवजी निर्यातगृहांना चिन्हे प्रदान करण्यात येऊन, पाच स्टारपर्यंत वर्गीकरण केले जाईल. जसे, फाईव्ह स्टार एक्सपो हाऊस इत्यादी.

९) निर्यातदारांची निर्यात कामगिरी ठरवितांना रुपयांऐवजी युएस् डॉलर्स किती मिळविले किंवा त्याची कमाई केली याचा आढावा घेऊन निर्यात कामगिरी ठरविली जाईल.

१०) प्रमाणित निर्यातदार योजना (Approved Exporter Scheme) राबविताना विशेष दर्जा प्राप्त निर्यातदारांना विविध योजनांखाली प्राधान्यक्रम मिळविण्यासाठी वस्तू भारतातच उत्पादित केल्या आहेत, असे स्वत:हून जाहीर करावे लागेल जाहीर केले असता प्राधान्यक्रम व्यापार करार (PTAS), मुक्त व्यापार करार (FTAS), सर्वसमावेशक आर्थिक सहकार्य करार (CECAS) सर्वसमावेशक आर्थिक भागीदारी करार (CECAS) योजनेखाली वस्तू स्वत: उत्पादित केल्या आहेत म्हणून 'निर्यात प्रोत्साहन मोबदला' मिळविता येईल.

११) 'मेक इन इंडिया' कार्यक्रमाच्या यशस्वीतेसाठी देशांतर्गत खरेदी करून निर्यात दायित्व/जबाबदारी कमी करण्यात आली. निर्यात प्रोत्साहन हमी योजनेमुळे (EPCG) उत्पादकांवर पडणारा निर्यात भार ५० टक्क्यांवरून ७५ टक्के करण्यात आला.

१२) मूल्यवर्धित व निर्यातक्षम वस्तूंचे उत्पादन मोठ्या प्रमाणात भारतातच केल्यास (MEIS) योजनेखाली मोठ्या प्रमाणावर लाभ मिळतील.

१३) व्यापार सुलभीकरण व सहजपणे व्यवसाय करता यावा म्हणून खालीलप्रमाणे उपाय करण्यात आले आहेत. (Easy Doing Business)

   १) २४ x ७ वातावरणात संकेतस्थळावरून इंटरनेटच्या साहाय्याने कागदपत्रे आवेदनपत्रे दाखल करता येतील तसेच कागदपत्राविना व्यापारास चालना दिली जाईल.

   २) परकीय व्यापार संचालनालयाकडून ऑन लाईन सुविधा पुरविली जाईल. आयात-निर्यातदारांना या सुविधेचा फायदा होईल.

   ३) प्रत्यक्ष कागदपत्रांची यापुढे गरज असणार नाही. (Hard copy are not required henceforth).

   ४) Scanned Copy / फोटा प्रत ऑन लाईन अपलोड करून डिजीटिल सही केली तरी, निर्यात पुरावा ग्राह्य धरला जाईल.

१४) आयात-निर्यात व्यापार पद्धतीचे सुसूत्रीकरण, सुटसुटीत पद्धत, साधेपणा, ई-प्रशासन व डिजिटीलायझेशन केले जाईल. आंतरराष्ट्रीय व्यापार करणे सोपे व सुलभ होईल.

भारताचे परराष्ट्र व्यापार धोरण २०२१-२०२६ (आयात-निर्यात क्षेत्रासाठी)

भारत १ एप्रिल रोजी २०२१-२०२६ चे परराष्ट्र व्यापार धोरण जाहीर करणार होते. कोविड-१९च्या कारणास्तव विद्यमान धोरण एका वर्षासाठी वाढविण्यात आले, ते ३१ मार्च रोजी संपले होते. सरकारने त्यास आणखी ६ महिने वाढविण्याचा निर्णय घेतला. सध्याचे धोरण आता ३० सप्टेंबरपर्यंत वैध असेल.

परकीय व्यापार धोरणात (एफटीपी) आर्थिक वाढीस चालना देण्याच्या उद्देशाने देशातील उत्पादन आणि निर्यातीला चालना देण्यासाठी भारताची रणनीती आणि टप्पे सांगितलेले आहेत.

साथीच्या दुसऱ्या लाटेत भारताने निकराने लढा दिल्यानंतर नवीन धोरण कसे प्रभावित होते हे पहाणे गरजेचे आहे. त्यासाठी नवीन धोरणाची आतुरतेने वाट पाहिली जात आहे. कारण जगभरात लॉकडाऊन व निर्बंधामुळे झालेल्या आंतरराष्ट्रीय व्यापारावर होणाऱ्या 'साथीच्या आजारा'चे परिणाम व विघटन यांतून अर्थव्यवस्थेचे काम चालू आहे. यूएन वर्ल्ड इकॉनॉमिक सिच्युएशन अँड प्रॉस्पेक्ट्स २०२१ च्या अहवालात म्हटले आहे की, भारताची अर्थव्यवस्था ९.६ टक्क्याने कमी झालेली आहे. २०११ मध्ये अर्थव्यवस्थेत ७.३ टक्क्याने वाढ झाली होती. सध्या निर्यातीमध्ये मोठ्या प्रमाणात वाढ होण्याची आशा आहे. त्यामुळे नवीन व्यापारी धोरणातील जागतिक व्यापार व सेवांच्या निर्यातीत भारताची स्थिती सुधारण्यासाठी आणि परराष्ट्र व्यापार धोरण २०१५-२०२० मधील उणीवा दूर करण्याच्या बाबींचा समावेश अपेक्षित आहे.

भारताचे परराष्ट्र व्यापार धोरण : परराष्ट्र व्यापार धोरणात मुलतः वस्तू आणि सेवांच्या आयात आणि निर्यातीसाठी मार्गदर्शक तत्त्वांचा एकत्रित समावेश केला आहे. वाणिज्य आणि उद्योग मंत्रालयाद्वारे निर्यात व आयातीला प्रोत्साहन देण्यासाठी संचालक मंडळाच्या विदेश व्यापार महासंचालयाने डी.जी.एफ.टी. (DGFT)ची स्थापना केली आहे. धोरण पाच वर्षांच्या कालावधीसाठी तयार केले जाते. हे दरवर्षी ३१ मार्च रोजी अद्ययावत केले जाते आणि हे बदल १ एप्रिलपासून लागू होतात.

व्यापार धोरणात आयात आणि निर्यात या दोन्ही गोष्टींचा समावेश आहे. परंतु व्यवहारांचे मूल्य आणि वेळ कमी करून व्यापार सुलभ करणे हे त्याचे मुख्य उद्दिष्ट आहे, ज्यामुळे भारतीय निर्यात अधिक जागतिक स्तरावर स्पर्धात्मक बनेल. त्याची ध्येये (aims) पुढीलप्रमाणे आहेत -

१) आर्थिक उपक्रम गतिमान करणे आणि जागतिक बाजारातील अनेक संधी मिळविणे.
२) कच्चामाल, घटक, मध्यस्थ वस्तू (इतर वस्तूंच्या उत्पादनासाठी वापरल्या जाणाऱ्या वस्तू) उपभोग्य वस्तू आणि उत्पादनासाठी आवश्यक भांडवली वस्तूंचा समावेश करून निरंतर आर्थिक वाढीला चालना देणे.
३) भारतीय शेती, उद्योग आणि सेवा मजबूत करणे.
४) रोजगार निर्माण करणे.
५) आंतरराष्ट्रीय दर्जाच्या गुणवत्तेसाठी उद्योजकांना अथवा भागधारकांना प्रोत्साहन देणे.
६) योग्य किंमतीत ग्राहकांना दर्जेदार उत्पादने पुरविणे.

परराष्ट्र व्यापार धोरण २०१५–२० उच्च आणि कमी (High & Lows): सध्याच्या व्यापार धोरणाला सद्यकालीन बाजारपेठेतील/उत्पादनांमध्ये भारताची कार्यक्षमता सुधारण्यासाठी आणि नवीन बाजारपेठा आणि उत्पादनांचा शोध लावण्यासाठी लक्ष केंद्रित केले आहे. त्यांची कारणे पुढीलप्रमाणे आहेत. –

१) वेगवेगळ्या अटी काढून निर्यातीस प्रोत्साहन देण्यासाठी अनेक योजना या दोन योजनांमध्ये एकत्रित केलेल्या आहेत. मर्चेंडायझ एक्सपोर्टस् ऑफ इंडिया स्कीम (MEIS) आणि सर्व्हिस एक्सपोर्ट ऑफ इंडिया स्कीम (SEIS) या त्या योजना आहेत.
२) या दोन योजनानुसार ड्युटी क्रेडिट स्क्रिप्टस्च्या रूपात निर्यात प्रोत्साहन देण्यात आले. त्याचा उपयोग निर्यातदार आयातशुल्क भरण्यासाठी वापरू शकतात. स्क्रिप्ट पूर्णपणे हस्तांतरणीय आहे. म्हणजेच एखाद्या निर्यातदारास त्याची आवश्यकता नसेल तर ते दुसऱ्याला पाठवू शकतात.
३) यामुळे निर्यात प्रोत्साहन भांडवल वस्तू योजना (EPCG) अंतर्गत स्थानिक उत्पादकांकडून मिळणाऱ्या भांडवली वस्तूंच्या निर्यात बंधनात ९० टक्क्यांवरून ७५ टक्के घट झाल्याचे दिसून आले.
४) जे उत्पादक 'स्टेटस होल्डर्स' आहेत त्यांच्या उत्पादित वस्तूंचे प्रमाणिकरण भारतातून प्रमाणित केले त्यांना विविध द्विपक्षीय आणि प्रादेशिक कराराअंतर्गत प्राधान्य देण्यास पात्र ठरविण्यास मदत करते.
५) निर्यातीला चालना देण्यासाठी १०८ सूक्ष्म, लघु व मध्यम उद्योग (MSME) क्लस्टर्सची निर्मिती केली गेली.
६) विविध डी.जी.एफ.टी. (DGFT) परवान्यांचे आणि अर्जांच्या पेपरलेस प्रक्रियेस प्रोत्साहन दिले.

परकीय व्यापार धोरण २०२१–२०२६ कडून अपेक्षा

कोविड–१९ आंतरराष्ट्रीय व्यापारासाठी आपत्तीजनक होते. एप्रिल २०२० मध्ये भारतीय निर्यात ६० टक्के आणि आयात ५९ टक्यांने कमी झाली. परिस्थिती सुधारली तरी पुनर्प्राप्तीचा मार्ग दूर आणि कठीण आहे. म्हणूनच नवीन व्यापार धोरणात वस्तू वितरित करणे आवश्यक आहे. व्यापारी, व्यापारी संघटना, संसद सदस्य आणि शासनाने नियुक्त केलेल्या उच्चस्तरीय सल्लागार गटाच्या माहितीच्या आधारे पुढील प्रमुख अपेक्षा आहेत.

१) **जागतिक व्यापार संघटना :** अनुपालन कर प्रोत्साहन : एमईआयएस (MEIS) आणि एसईआयएस (SEIS) अंतर्गत प्रोत्साहनासह डब्ल्यूटीओ (WTO) अनुपालन कर लाभ ही काळाची गरज आहे. या उद्देशाने सरकारने १ जानेवारी २०२१ पासून निर्यात उत्पादनांवर शुल्क (कर) किंवा निर्यात उत्पादनावर कर (रॉडटीईपी) जाहीर करण्याची घोषणा केली आहे. मात्र, त्याचे दर आणि अटी जाहीर केलेल्या नाहीत.

२) **सुलभ पत प्रवेश :** निर्यातदारांची विशेषत: एमएसएमईची दीर्घकाळ मागणी म्हणजे पत प्रवेश होय. बँकांसारख्या वित्तीय संस्था एमएसएमईला कर्ज देण्यास टाळाटाळ करतात. परंतु स्टार्टअपसारखे धोरण आर्थिक मदत करण्यास प्रोत्साहन देते. भारतीय निर्यात–आयता बँकेच्या कर्जाची मर्यादा वाढविण्याचे सुचवण्यात आले आहे.

३) **पायाभूत सुविधांच्या दर्जात वाढ :** चीन हा देश उत्पादन आणि निर्यातदार असल्याचे मुख्य कारण म्हणजे त्यांची बंदरे, महामार्ग आणि उच्च प्रतिची दळणवळण यंत्रणा ही जगातील सर्वोत्तम यंत्रणेपैकी एक आहे. भारताला विद्यमान बंदरे, गोदामे, गुणवत्ता चाचणी व प्रमाणपत्र केंद्रे यांच्या सुधारणांची गरज आहे. तशी यंत्रणा निर्माण करून पायाभूत सुविधांमध्ये सुधारणा करणे गरजेचे आहे. निर्यातीला चालना देण्यासाठी निर्यात क्षेत्रासाठीची ट्रेड इनफ्रास्ट्रक्चर ही योजना २०१७ मध्ये तीन वर्षांच्या कालावधीसाठी सुरू करण्यात आली. त्यामुळे उद्योगाबाबत बऱ्याच जणांचा आशावाद वाढला आहे.

४) **कमी अनुदान अधिकाआधार :** २०२० मध्ये वाणिज्य मंत्री पीयूष गोयल यांच्यामते, 'गुणवत्ता, तंत्रज्ञान आणि उत्पादनाचे प्रमाण' ही अनुदाने नव्हेत, तर भारताच्या जागतिक महत्त्वाकाक्षेला उत्तर आहे. तसेच अनुदानापेक्षा 'कौशल्य विकास कार्यक्रम' स्पर्धात्मक होण्यास मदत करतात, याच्याशी अनेक लोक सहमत आहेत. फॉर्मास्युटिकल्स, बायोटेक्नॉलॉजी आणि वैद्यकीय उपकरणे

या क्षेत्रात कौशल्य विकासाचा वापर आपण करू शकतो. तसेच व्यापारवाढीसाठी संशोधन व विकासासाठी प्रोत्साहन देण्यात येते. सध्याच्या सुधारित तंत्रज्ञान श्रेणी सुधारणा निधीमुळे वस्त्रोद्योगातील गुंतवणूक, उत्पादकता, गुणवत्ता आणि निर्यातीत सुधारणा करण्यास मदत होत आहे. तसेच हे तंत्रज्ञान इतर क्षेत्रातसुद्धा सुधारण्यास मदत करू शकते.

५) **कर थांबविणे :** भारतात अनुदानाचा बडगा उगारला जात असेल तर निर्यातदारांना अजूनही काही प्रमाणात सरकारच्या पाठिंब्याची गरज आहे. सुलभ व कमी कर हा त्यातील मध्यम मार्ग आहे. ईपीजीसी आणि ड्युटी ड्रॉबॅक स्कीम यासारख्या योजनांमध्ये फेरबदल अथवा सुधारणा करण्याची मागणी होत आहे.

६) **डिजिटलायझेशन आणि ईकॉमर्स :** कोविड-१९ मुळे पुरवठ्यात व्यत्यय निर्माण होत असून, सध्या भारताला आधुनिक व्यापार पद्धतीची गरज आहे. त्यासाठी 'डिजिटलायझेशन' आणि 'ई-कॉमर्स' हे दोन मार्ग आहेत.

७) **निर्यात जागरूकता :** भारतीय निर्यातदार व्यापार संधीच्या अभावामुळे नव्हे तर जागरूकता नसल्यामुळे अपयशी होतात, असे म्हटले जाते. व्यापार धोरण आंतरराष्ट्रीय कायदे आणि मानके, जागतिक बाजारपेठ, बौद्धीक मालमत्ता हक्क, पेंटटस् आणि भौगोलिकतेबाबत व्यापाऱ्यांना शिक्षित करण्यासाठी शासकीय कार्यशाळा व जागरुकता अशा कार्यक्रमांची तरतूद केली असून सध्या त्यांची गरजही आहे.

८) **आयात विशलिस्ट :** अनेक देशांचे भारताच्या निर्यातीकडे लक्ष असते. त्यामुळे भारतसुद्धा आयातदाराच्या यादीत आहे. भांडवली वस्तू आयात करण्याची स्वयं-प्रमाणन तत्त्वप्रणाली आहे. वस्तू आयात करण्याची परवानगीही मंत्रालयाअंतर्गत समितीमार्फत देण्यात येते.

१२ जानेवारी रोजी एफटीपी २०२१-२०२६ विषयी खासदारांना माहिती देताना वाणिज्य मंत्रालयाने नवीन धोरणासाठी काही योजना जाहीर केल्या त्या पुढीलप्रमाणे आहेत -

१) **जिल्हा निर्यात केंद्र :** लघुउद्योग व शेतकरी लक्षित असलेल्या उपक्रमासाठी प्रत्येक जिल्ह्यात सरकारतर्फे 'जिल्हा निर्यात पदोन्नती पॅनेल व जिल्हा निर्यात कृती योजना' स्थापन करण्यात येतील.

२) **असंतुलन दूर करणे :** भारताच्या निर्यात आणि आयातीतील असंतुलन दूर केले जाईल. देशांतर्गत आणि परदेशी अडचणी कमी करण्याचे, व्यवहारातील

खर्च कमी करणे तसेच नियम व चौकट कमी करून व्यापार वाढविण्यास प्रोत्साहन देण्यात येईल.

सरकारने जर एफटीपी २०२१-२०२६ दिलेल्या वचनबद्धतेचे पालन केले आणि उद्योगांच्या अपेक्षा पूर्ण केल्या, तर ५ ट्रिलियन डॉलर्सची अर्थव्यवस्था निर्माण करणे भारतासाठी फार दूर राहिलेले नाही.

१.६ विशेष आर्थिक क्षेत्र धोरणाचे निर्यात प्रोत्साहनबाबतचे मूल्यमापन धोरण (Evaluation of Policy of Special Economic Zones in Export Promotion)

'विशेष आर्थिक क्षेत्र' (SEZ) म्हणजे असे क्षेत्र ज्या ठिकाणी आयात व निर्यात बाबतीचे आर्थिक नियम, कायदे, देशातील इतर भूभागांपेक्षा लवचीक व व्यापक असतात. विशेष आर्थिक क्षेत्रात व्यापार, औद्योगिक उत्पादन, व्यवसाय करण्यासाठी शुल्क आणि जकाती यातून सूट दिली जाते. विशेष आर्थिक क्षेत्रात स्वत:च्या पायाभूत सुविधा आणि पूरक सेवा असतात ते इतरांवर (शासन, स्थानिक स्वराज्य संस्था, राज्यसरकारवर) अवलंबून नसतात. थोडक्यात, हे सर्व बाबतीत स्वयंपूर्ण असे उत्पादन केंद्र असते. 'सेझ'च्या कार्यक्षेत्रात वस्तू उत्पादन, प्रक्रिया, जुळणी, व्यापार, दुरुस्ती, पुर्नव्यवस्था, सोने व चांदी दागिने तयार करणे, सोने शुद्ध करणे, इत्यादी प्रकारच्या कृती केल्या जातात. सेझच्या कायद्यान्वये विशेष आर्थिक क्षेत्र (SEZ) आयात शुल्क आकारणी ही इतर क्षेत्राबाहेरची समजली जाते. सेझच्या कार्यक्षेत्रात भारतातील इतर स्थानिक जकाती क्षेत्रातून येणाऱ्या वस्तू व सेवांना 'भारतातील निर्यात' समजली जाते. सेझच्या कार्यक्षेत्रातून भारतातील इतर कार्यक्षेत्रात पाठविलेल्या वस्तू व सेवांना 'भारतातील आयात' समजली जाते. थोडक्यात, सेझ भारतातील विशेष उत्पादनक्षेत्र असले तरी ती वेगळी प्रांत/देश (Territory) मानली गेल्याने आयात व निर्यात शब्दप्रयोग केला जातो. भारतात असूनही वेगळेपण जपल्याने आयात शुल्क व जकाती, आर्थिक कायदे व नियम यांच्या जाचातून मुक्तता मिळाल्याने रोजगार, दळणवळण, पायाभूत सुविधा, यांमुळे राष्ट्रीय उत्पादनात कमी कालावधीत वाढ होते अशी धारणा सेझच्या निर्मितीमागे असते. दक्षिण आशियाई देश व चीन यांनी १९८०च्या दशकांत सेझच्या निर्मितीवर भर दिल्याने त्यांना प्रचंड यश आले. भारताने इतर देशातील सेझचे फायदे ओळखून सेझ (SEZ) निर्मितीला कायदा करून चालना दिली आहे.

अ) सेझचे (SEZ) फायदे

१) उद्योगधंद्यांना चालना : 'सेझ' प्रदेशात पायाभूत सुविधांची निर्मिती करून उद्योगधंदे स्थापन करण्याला चालना दिली जाते. इतर पूरक सेवादेखील एकाच

ठिकाणी उपलब्ध करून दिल्या जातात. उदा. शैक्षणिक संस्था, इंजिनिअरिंग महाविद्यालये, व्यवस्थापनशास्त्र संस्था, आरोग्यकेंद्रे, विमा, बँका, सल्ला केंद्र इत्यादी.

२) कुशल मनुष्यबळाचा पुरवठा : सेझच्या कार्यक्षेत्रात कार्यरत असणाऱ्या शैक्षणिक संस्था व सभोवतालच्या प्रदेशातील संस्थेमधून कुशल व सक्षम मनुष्यबळाचा पुरवठा होतो. मूलत: भारतात कुशल व सक्षम मनुष्यबळाचा प्रचंड पुरवठा असल्याने तसेच स्वस्तात पुरवठा होत असल्याने वस्तू उत्पादनाचा खर्च कमी येतो.

३) आर्थिक प्रलोभने : उत्पादकांना 'सेझ' प्रदेशात उत्पादन सुरू करण्याची प्रेरणा देण्यासाठी त्यांना आकर्षित करण्यासाठी सुरुवातीची पाच वर्षे १०० टक्के उत्पन्न हे कर माफ केले जाते. आणि पुढची दोन वर्षे ५० टक्के उत्पन्न कर माफ केले जाते.

४) प्रत्यक्ष परकीय गुंतवणूक : 'सेझ' कार्यक्षेत्रात प्रत्यक्ष/थेट परकीय गुंतवणूक आकर्षित करण्यासाठी अनेक प्रकारच्या सोयी व सवलती दिल्या जातात. उत्पादन क्षेत्रात १०० टक्के थेट परकीय गुंतवणुकीला चालना दिली जाते.

५) औद्योगिक आणि आयात परवाना : 'सेझ' कार्यक्षेत्रात उद्योग व उत्पादन करू इच्छिणाऱ्या संस्थांना औद्योगिक परवाना द्यावा लागत नाही; तसेच आयात परवाना घेण्यातून सूट दिली जाते. उत्पादन क्रिया सुरळीत व जलद, प्रवाही करण्यासाठी परवानगी घेण्याच्या कटकटीतून सूट दिली जाते.

६) विविध क्षेत्रे घोषित : 'सेझ'च्या अधिपत्याखाली अनेक प्रकारचे व्यापार, उद्योग व सेवाक्षेत्रे तयार करून घोषित केले जातात. उदा. निर्यात प्रक्रिया क्षेत्र, मुक्त व्यापार क्षेत्र, औद्योगिक क्षेत्र, मुक्त बंदर क्षेत्र, शहरी उद्योग व्यवसाय संस्था इत्यादी क्षेत्रे घोषित करून थेट परकीय गुंतवणूक आकर्षित केली जाते. सेझच्या स्थापनेसाठी 'एकल खिडकी' मंजुरी देण्यात आली आहे.

७) केंद्र तसेच राज्य सरकारशी संबंधीत विषयावर 'एकल खिडकी' मंजुरी अंमलात आणली जाते.

भारतातील सेझची (SEZ) वाटचाल

सध्या भारतात सेझची १४ केंद्रे कार्यरत असून महाराष्ट्रात सांताक्रुझ (मुंबई) कोचीन (केरळ), कांडला आणि सुरत (गुजरात), चेन्नई (तमिळनाडू), विशाखापट्टणम् (आंध्रप्रदेश), फाल्टा आणि साल्ट लेक (पश्चिम बंगाल), नोएडा (उत्तरप्रदेश), इंदोर (मध्यप्रदेश), जयपूर (राजस्थान) इत्यादी. आकर्षक आर्थिक प्रलोभने आणि उच्चतम गुंतवणूक संधीमुळे भारतातील अनेक उद्योग समूहांना सेझच्या केंद्राने आकर्षित केले आहे. उदा. महिन्द्रा आणि महिन्द्रा या उद्योग समूहाने चेन्नई येथे महिन्द्रा जागतिक शहर म्हणून सेझचे पहिले केंद्र विकसित केले आहे. अर्थात, यात तमिळनाडू औद्योगिक विकास महामंडळाचा ११ टक्के वाटा आहे.

रिलायन्स उद्योग समूहाने हरियाना सरकारबरोबर २५०० कोटी रुपयांचा गुरगांव जवळ 'सेझ प्रकल्प' करण्यासाठी करार केला आहे. भारत सरकारने ५८८ राज्यनिहाय व क्षेत्रनिहाय सेझ प्रकल्प मंजूर केले आहेत. २००४-०५ मध्ये सेझ क्षेत्रातून १७,७२९ कोटी रुपयांची निर्यात करण्यात आली. २००९-१०मध्ये निर्यातीचे प्रमाण २६.१ टक्के वाढून २,२०,७११ कोटी रुपये झाले. भारतात २५७ सेझचे प्रकल्प अहवाल शासनाने मंजूर केले आहेत, त्यांपैकी ६३ प्रकल्पांची शासनाच्या गॅझेटमध्ये घोषणा झाली आहे. (१०० एकर ते १००० एकर जमिनीचे क्षेत्रफळ सेझसाठी मंजूर केले जाते.) सेझच्या वाटचालीमध्ये २०१३-१४ मध्ये सेझक्षेत्रातून ४,९४०७७कोटी रुपयांची निर्यात करण्यात आली. अगोदरच्या वर्षाच्या तुलनेत केवळ ४० टक्क्यांने त्यात वाढ झाली व नव्याने ३४७ सेझ प्रकल्पाची सूचना केंद्र सरकारने शासकीय मुख्यालयात जाहीर केली आहे. ३१ मार्च २०१५ अखेर २०२ सेझचे प्रकल्प भारतात कार्यरत होते. सध्या ३७८ सेझ अधिसूचित असून त्यापैकी २५५ कार्यरत आहेत. सेझसाठी भूमीचे (Land Size) आकारमान क्षेत्र किती असावे याबाबत अनेक मतभेद आहेत. तसेच भूमी अधिग्रहणातील प्रक्रियेत अडचणी प्रचंड असल्याने सेझ प्रकल्पात फारशी प्रगती होऊ शकलेली नाही. संसदीय समितीच्या (२००७) ६३व्या अहवालानुसार सेझ प्रकल्पातून ४८६८५ लोकांना रोजगार प्राप्त झाल्याचे दिसून येते.

भारतात जलद उत्पादन आणि निर्यात वाढीसाठी एसईझेड कायदा हा २००५ मध्ये अंमलात आला. भारतातील कृषी व अन्न प्रक्रिया क्षेत्रासाठी सध्या आठ विशेष आर्थिक क्षेत्रे (SEZ) मंजूर झाली आहेत. त्यापैकी ७ अधिसूचित असून ४ कार्यरत आहेत.

मागील पाच वर्षांतील आणि चालू वर्ष २०२०-२१ची (३१ डिसेंबर २०२०) निर्यात पुढीलप्रमाणे आहे. -

तक्ता १.७

वर्षे	निर्यात (रुपये कोटी)
२०१५-१६	२३६५
२०१६-१७	४०६१
२०१७-१८	४११७
२०१८-१९	४४०५
२०१९-२०	५२१९
२०२०-२१	५४५६
३१-१२-२०२० पर्यंत	

राज्ये/केंद्रशासित प्रदेशानुसार मंजूर झालेल्या सेझचे वितरण पुढीलप्रमाणे आहे–

१) अधिनियम २००५ लागू होण्यापूर्वी केंद्र सरकारच्या सेझची स्थापना – एकूण ७ ठिकाणी होती. त्यापैकी महाराष्ट्रात एक सेझ प्रदेश होता.

२) एसईझेड कायदा २००५ लागू होण्यापूर्वी राज्य सरकार–खाजगी क्षेत्राच्या सेझची स्थापना केली, त्याची संख्या १२ एवढी होती. त्यापैकी एकही महाराष्ट्रात नव्हता.

३) सेझ कायदा २००५ अंतर्गत औपचारिक मंजुरी मिळाली, त्याची संख्या ४२५ एवढी आहे. त्यापैकी महाराष्ट्रात ५१ आहेत.

४) सेझ कायदा २००५ अंतर्गत एसईझेडला अधिसूचित केले ती संख्या ३५९ आहे. त्यापैकी ४५ महाराष्ट्रात आहेत.

५) एकूण ऑपरेशनल सेझस् २००५ च्या आधी आणि नंतरची एकूण संख्या २६५ आहे तर महाराष्ट्रातील ही संख्या ३७ आहे.

भारतातील सेझमधील गुंतवणूक आणि रोजगार

भारतातील सेझमधील गुंतवणूक आणि रोजगार स्थिती ही पुढील तक्त्यावरून दिसून येते.

तक्ता १.८ सेझमधील गुंतवणूक व रोजगार

वर्ष	सेझ कायदा २००५ अंतर्गत अतिरिक्त गुंतवणूक (रुपये कोटी)	एकत्रित रोजगार केंद्र, राज्य व खाजगी सेझ	सेझ कायदा २००५ नंतर अतिरिक्त रोजगार
३१-०३-२००९	१०८९०३	३९४४४२	२५९७३८
३१-१२-२००९	१२४०००	४९००००	९५५५८
३१-१२-२०१०	१९५०००	६४४०००	१५४०००
३०-०९-२०११	२३११५९	८१५३०८	१७१३०८
३१-१२-२०१२	२३८९९०	१०१९१४६	२०३८३८
२०-१२-२०१४	३१८४४६	१४१३८३५	१३०५२६

(संदर्भ : वाणिज्य मंत्रालयातील विविध वार्षिक अहवाल भारत सरकार)

सेझमध्ये ३१-३-२००९ मध्ये १०८९०३ कोटी रुपये गुंतवणूक झाली ती डिसेंबर २०१४ मध्ये ३१८४४६ कोटी रुपयांपर्यंत वाढली. ही वाढ जवळजवळ तीन

पट वाढली, तर याच काळात रोजगारातील बदल २५९७३८ वरून १३०५२६ पर्यंत झाला. म्हणजेच रोजगारात घट झाली आहे.

विशेष आर्थिक क्षेत्र सेझचे (SEZ) मूल्यमापन

तक्ता १.९ सेझची निर्यात

वर्ष	सेझ निर्यात (मूल्य कोटी रु.	सेझच्या निर्यातीतील वाढ (टक्के)	भारताची निर्यात (कोटी रु.)	निर्यात वाढीचा दर	भारताच्या निर्यातीतील सेझचा वाटा
२००५-०६	२२८४०	-	४५६४१८	-	५.००
२००६-०७	३४६१५	५१.६	५७१७७९	२५.३	६.०५
२००७-०८	६६६३८	९२.५	६५५८६४	१४.७	१०.१६
२००८-०९	९९६८९	४९.६	८४०७५५	२८.२	११.८६
२००९-१०	२२०७१२	१२१.४	८४५५३४	०.६	२६.१०
२०१०-११	३१५८६८	४३.१	११४२९२२	३५.२	२७.६४
२०११-१२	३६४४७८	१५.४	१४६८९५९	२८.५	२४.८१
२०१२-१३	४७६१५९	३०.६	१६३४३१८	११.३	२९.१४
२०१३-१४	४९४०७७	३.८	१९०५०११	१६.६	२५.९४
२०१४-१५	४६३०००	-६.३	१८९७०२६	-०.४	२४.४१

(संदर्भ - २०१४-१५ चा वार्षिक अहवाल वाणिज्य मंत्रालय आणि संख्याशास्त्र हॅण्डबुक भारतीय अर्थव्यवस्था, रिझर्व्ह बँक ऑफ इंडिया)

सेझचा वार्षिक निर्यात वाढीचा दर २००५-०६ ते २०१४-१५ मध्ये २२५.२४ टक्के होता. याच काळात भारताच्या वार्षिक निर्यात वाढीचा दर ४६.१८ टक्के होता. सेझच्या निर्यात वाढीचा दर चांगला आहे. २००५-०६ पासून सेझच्या निर्यातीत मोठ्या प्रमाणात वाढ झाली. याच काळात संपूर्ण निर्यात वाढीचा दर ०.६ टक्के होता. याचा अर्थ, भारतीय सेझची जागतिक पातळीवर मोठी वाढ झाली. परंतु गेल्या काही वर्षांत त्यामध्ये घट होत आहे. रसायने, मौल्यवान वस्तू (दागदागिने) फार्मास्युटिकल्स इत्यादींमध्ये गुंतवणुकीत वाढ होत आहे. परकीय व्यापार धोरण २०१५-२० मध्ये निर्यातीचे लक्ष्य दुप्पट ठेवले होते, परंतु त्याचा सेझ आणि निर्यातक्षम युनिटच्या एकूण निर्यातीत २५ टक्के वाटा हा सेझच्या निर्यातीचा होता.

तक्ता १.१० सेझ निर्यात आणि एकूण निर्यातीची वर्षवार रक्कम

वर्ष	एकूण निर्यात कोटी	वार्षिक वाढीचा दर (टक्के)	सेझ निर्यात (कोटी रु.)	वार्षिक वाढीचा दर (टक्के)	भारताच्या निर्यातीतील सेझचा वाटा (टक्के)
२००९-१०	८४५५३४	-	२२०७११	-	२६.१०
२०१०-११	११४२९२२	३५.१७	३१५८६८	४३.११	२७.६४
२०११-१२	१४६५९५९	२८.२६	२६४४७८	१५.३९	२४.८६
२०१२-१३	१६३४३१८	११.४८	४७६१५९	३०.६४	२९.१४
२०१३-१४	१९०५०११	१६.५६	४९४०७७	३.७६	२५.९४
२०१४-१५	१८९६४४५	-०.४५	४६३७७०	-६.१३	२४.४५
२०१५-१६	१७१६३८४	-९.४९	४६७३३७	०.७७	२७.२३
२०१६-१७	१८४९४३४	७.७५	५२३६३७	१२.०५	२८.३१
२०१७-१८	१९५६५१५	५.७९	५८१०३३	१०.९६	२९.७०
२०१८-१९	२३०७६६३	१७.९५	७०११७९	२०.६८	३०.३८
CAGR% (एकत्रित वार्षिक वाढीचा दर)	१०.५६	-	-	१२.१५	-

(संदर्भ - रिझर्व्ह बँक ऑफ इंडिया; भारतातील विशेष आर्थिक क्षेत्र)

* अंदाजे तरतूद (-IJEAT - Volume-9 Issue 1 Oct. 2019)

वरील तक्त्यावरून असे दिसून येते की, भारताची एकूण निर्यात २००९-१० ते २०१८-१९ या काळात ८४५५३४ कोटी रुपयांवरून २३०७६६३ कोटी रुपयांपर्यंत वाढली. २०१४-१५ आणि २०१५-१६ ची निर्यात घटली आहे. या सर्व काळात भारताची निर्यात २.७२ पट वाढली.

याच काळात एकत्रित वार्षिक वाढीचा दर (CAGR) १०.५६ टक्के एवढा होता. २०१४-१ आणि २०१५-१६ या वर्षांत ऋण वाढ झालेली दिसून येते.

भारताची सेझची निर्यात २००९-१० मध्ये २२०७११ कोटी रूपयांवरून २०१८-१९ मध्ये ७०११७९ कोटी रूपयांपर्यंत वाढली. ही निर्यात याच काळात ३.१७ पटीने वाढली. याच काळात काही वर्षांत वाढीचा दर घटला आहे. २०१४-१५ मध्ये -६.१३ ने घटला तर २०१५-१६ मध्ये ०.७७ टक्क्यांपर्यंत घटला.

सेझच्या निर्यातीचा एकत्रित वार्षिक वाढीचा दर (CAGR) १२.१५ टक्के एवढा होता. या दहा वर्षांच्या काळात एकत्रित वार्षिक वाढीच्या दरापेक्षा अधिक दर पाच वर्षे होता तर चार वर्षे एकत्रित वार्षिक वाढीच्या दरापेक्षा कमी होता.

भारताच्या एकूण निर्यातीत सेझच्या निर्यातीचा हिस्सा २००९-१० मध्ये २६.१० टक्के होता. या दरात १ अथवा २ टक्के दराने पुढील प्रत्येक वर्षी वाढ होताना दिसून येते. २०१८-१९ मध्ये ३०.३८ टक्क्यांने वाढ झाली.

सेझचे तोटे/मर्यादा

१) 'सेझ'च्या कार्यक्षेत्रातील उद्योगांना 'सार्वजनिक उपयोगिता सेवा' म्हणून कायदेशीर स्थान प्राप्त झाल्याने कामगारांना संप करता येत नाही. संप करण्याअगोदर ६ आठवडे लेखी सूचना देण्याव्यतिरिक्त औद्योगिक कलह कायदा १९४७ या कायद्याखालील तरतुदीचे पालन करावे लागते.

२) 'सेझ'च्या कार्यक्षेत्रातील विकसित भूखंडाचे वितरण 'लीज' अथवा 'परवाना' योजना राबवून देताना स्टॅम्प शुल्क आणि नोंदणावळीचा खर्च माफ करण्यात आल्याने राज्यसरकारला महसुलावर पाणी सोडावे लागते.

३) केंद्र सरकार व राज्य सरकारचे महसूल नुकसान 'सेझ'मुळे वाढते. उत्पन्न कर, भांडवलीकर, नफाकर, विक्रीकर, वॅट इत्यादी करातून पूर्णपणे आणि ५ वर्षानंतर अंशत: सूट दिल्यामुळे केंद्र सरकारच्या महसुलाचे नुकसान होते.

४) अनेक उद्योजक व व्यावसायिक 'सेझ'च्या कार्यक्षेत्रात उद्योग सुरू करण्यास तयार असल्याने व सेझ स्थापन करण्यासाठी पुढे येत असल्याने राज्य सरकारच्या सहकार्याने शेतकऱ्यांकडून स्वस्तात जमिनी अधिग्रहीत केल्याने उद्योगपती व उद्योगसमूहाकडे मोठ्या प्रमाणात जमिनीचे केंद्रीकरण होण्याचा धोका संभवतो.

५) अनेक उद्योगसमूहांनी व उद्योजकांनी 'सेझ'च्या उभारणीत रस दाखविला असला तरी प्रत्यक्षात अत्यंत मोजक्याच ठिकाणी सेझचे प्रकल्प कार्यरत झाले आहेत. त्यामुळे उद्योग व व्यवसायला भरभराट येण्याचे दिवस लांबच राहिले आहेत.

प्रश्न

प्र. १ एका वाक्यात उत्तरे लिहा.

१) मुक्त व्यापार म्हणजे काय?

२) आर्थिक विकासात परकीय व्यापाराचे एक महत्त्व सांगा.

३) परकीय व्यापाराची रचना म्हणजे काय?
४) भारताच्या परकीय व्यापाराची दिशा म्हणजे काय?
५) संरक्षित व्यापार म्हणजे काय?
६) संरक्षित धोरण म्हणजे काय?
७) २०१५ पासूनच्या आंतरराष्ट्रीय धोरणाचे प्रमुख दोन मुद्दे सांगा.
८) संरक्षण धोरणाच्या बाजूचे दोन युक्तीवाद सांगा.
९) 'विशेष आर्थिक क्षेत्र' म्हणजे काय?

प्र. २ टिपा लिहा.

१) आर्थिक विकासात परकीय व्यापाराची भूमिका
२) २००० पासून भारताच्या परकीय व्यापाराची दिशा
३) मुक्त व्यापार विरुद्ध संरक्षित व्यापार
४) संरक्षित धोरण
५) २०१५ पासूनचे भारताचे आंतरराष्ट्रीय व्यापार धोरण
६) 'विशेष आर्थिक क्षेत्र' निर्यात धोरण

प्र. ३ थोडक्यात उत्तरे लिहा.

१) आर्थिक विकासातील विदेशी व्यापाराची भूमिका थोडक्यात सांगा.
२) भारताच्या व्यापारात वृद्धी झाली आहे का?
३) मुक्त व्यापार म्हणजे काय?
४) संरक्षित व्यापार म्हणजे काय?
५) २०१५ पासूनचे परकीय व्यापार धोरणाचे महत्त्वाचे मुद्दे सांगा.

प्र. ४ सविस्तर उत्तरे लिहा.

१) २००० पासूनच्या भारताच्या परकीय व्यापाराची रचना आणि दिशा स्पष्ट करा.
२) २००० पासून भारताची परकीय व्यापाराची वृद्धी स्पष्ट करा.
३) मुक्त व्यापार म्हणजे काय? मुक्त बाजाराच्या बाजूचे व विरोधी युक्तीवाद स्पष्ट करा.
४) संरक्षित व्यापाराच्या बाजूचे व विरोधी युक्तिवाद स्पष्ट करा.
५) २०१५ पासूनचे भारताचे आंतरराष्ट्रीय धोरण/ठळक मुद्दे स्पष्ट करा.
६) विशेष आर्थिक क्षेत्र धोरणाचे निर्यात मूल्यमापन करा.

प्रकरण – २

परकीय भांडवल
(Foreign Capital)

२.१ प्रास्ताविक (Introduction)

विकसनशील देशांचे वैशिष्ट्य म्हणजे दरडोई उत्पन्नाची कमी पातळी; म्हणून बचत आणि गुंतवणूक उभारणीचा कल खूपच कमी पातळीचा असतो. जलद आर्थिक विकास साध्य करण्यासाठी ते देश यंत्रे, कच्चा माल, सुटे भाग, तांत्रिक ज्ञान इत्यादींची आयात करतात. निर्यात वाढविण्यांसाठी आयात वस्तूंवर खर्च करतात. तसेच देशातील उपभोग कमी केला जातो आणि उपभोग्य वस्तूंची आयात कमी केली जाते. सर्वसाधारणपणे साम्यवादी देश जसे चीनचा प्रवाह त्या पद्धतीचा आहे. परंतु लोकशाही देश या पद्धतीचा अवलंब करत नाहीत. त्यासाठी सर्वसाधारणपणे लोक त्याला विरोध करतात. म्हणून ते परकीय भांडवलावर अवलंबून असतात. अवलंबित्व विविध प्रकारे वाढते, जसे अंतर्गत साधनांची गतिमानता, आर्थिक तांत्रिक प्रगती आणि सरकारची प्रवृत्ती इत्यादी. त्यामुळे परकीय भांडवलाची भूमिका आर्थिक विकासाच्या प्रगतीसाठी महत्त्वाची असते. सद्यस्थितीत साम्यवादी चीनसुद्धा आर्थिक विकासाचा

उच्च दर साध्य करण्यासाठी परकीय भांडवलाचा मोठ्या प्रमाणात उपयोग करीत आहे. भारताने परकीय भांडवलाला सद्यस्थितीत अनेक क्षेत्रात मुक्त प्रवेश उपलब्ध करून दिलेला आहे.

२.२ परकीय अथवा विदेशी भांडवलाची आर्थिक विकासातील भूमिका अथवा महत्त्व (Role of Foreign Capital in Economic Development)

साधारणपणे भौगोलिक सीमा ओलांडून देशात आलेले विदेशी भांडवल म्हणजे परकीय भांडवल होय.

जगातील अनेक विकसनशील देश इतर देशांमध्ये भांडवलाची गुंतवणूक करतात. भारतासारखे विकसनशील देश भांडवलाची गरज पूर्ण करण्यासाठी काही प्रमाणात (सध्या त्याचे प्रमाण वाढत आहे.) परदेशावर अवलंबून असतात. परदेशातील व्यक्ती, संस्था अथवा सरकार याद्वारे भांडवल पुरविले जाते. तसेच आंतरराष्ट्रीय पातळीवरील अनेक संस्था जसे जागतिक बॅठक, आंतरराष्ट्रीय नाणेनिधी इत्यादींसारख्या भांडवलाचा पुरवठा करतात.

भारताने जलद आर्थिक विकासासाठी नैसर्गिक साधनसामग्रीचा वापर करण्याच्या दृष्टीने नियोजनाचा अवलंब केला. बारा पंचवार्षिक योजना पूर्ण केल्या. सध्या निती आयोगाद्वारे असे नियोजन केले जाते. देशाच्या आर्थिक विकासासाठी भांडवलाची गरज असते. भारताने औद्योगिक क्षेत्राद्वारे आर्थिक विकास करण्याचे योजले. देशातील स्रोत वापरल्यानंतरही विकासविषयक उपक्रम पूर्ण करण्यासाठी पुरेसे भांडवल उपलब्ध होत नाही. अशा वेळी वेगवेगळ्या देशांकडून आणि आंतरराष्ट्रीय वित्तीय संस्थांकडून मदत घेतली जाते. परकीय भांडवलाच्या मदतीने नैसर्गिक साधनसंपत्तीचा पुरेपूर उपयोग करून घेऊन आर्थिक विकास साधता येतो. अमेरिका व जपान या प्रगत देशांनीसुद्धा सुरुवातीला परकीय भांडवलाची मोठ्या प्रमाणात मदत घेतली आहे.

परकीय भांडवलाची आर्थिक विकासातील भूमिका पुढीलप्रमाणे सांगता येते.

१) **भांडवल साधनांची सुरक्षितता :** विकसनशील देशात दरडोई वास्तव उत्पन्न अतिशय कमी असते. म्हणून बचत आणि भांडवल उभारणीचा दर कमी असतो आणि म्हणूनच भांडवली साधनांचा तुटवडा भासतो. विकसनशील देशांना पायाभूत सुविधांच्या विकासासाठी भांडवली साधनात मोठ्या प्रमाणात गुंतवणूक करण्याची गरज असते. जसे रेल्वे, वाहतूक आणि दळणवळण, सिंचन प्रकल्प, उर्जा इत्यादी पायाभूत विकासासाठी आणि भांडवली वस्तूंच्या उद्योगासाठी गुंतवणूक आवश्यक असते. म्हणून परकीय भांडवलाची उपलब्धता विकासाच्या प्रकल्पात गुंतवणुकीसाठी आवश्यक असते.

२) **तांत्रिक प्रगती :** विकसनशील अर्थव्यवस्था पारंपरिक कालबाह्य तंत्राचा उपयोग करीत असल्याने उत्पादकतेची पातळी कमी असते. ते स्वत: तांत्रिक प्रगती करू शकत नाहीत; कारण भांडवली साधनांचा तुटवडा असतो. परकीय भांडवलाबरोबर आधुनिक तंत्र, व्यावसायिक अनुभव आणि व्यवस्थापनाचे तंत्र येते. त्याची जलद आर्थिक विकास साध्य करण्यासाठी आवश्यकता आहे.

३) **प्रारंभीची जोखीम (Initial Risk) :** विकसनशील देशात जबाबदारी किंवा जोखीम आणि तंत्राची व उच्च पातळीची कमतरता असते. प्रकल्पाची प्रारंभिक अवस्था, देशांतर्गत भांडवल साधनांचा अपुरेपणा या समस्यांना तोंड द्यावे लागते. त्यासाठी परदेशी भांडवल उपलब्धतेसाठी देशांतर्गत भांडवल चांगल्या दिशेने वळवून गुंतवणुकीला उत्तेजन देण्यासाठी सुरुवातीच्या अवस्थेत परकीय भांडवलाची जोखीम घ्यावी लागते. त्यामुळे खाजगी क्षेत्रास प्रेरणा मिळते आणि औद्योगिकरणास गती येते.

४) **व्यापार तोलासाठी साहाय्य :** विकसनशील देशांना सर्वसाधारणपणे व्यापारतोलाच्या समस्यांना तोंड द्यावे लागते. कठीण स्थितीत प्रारंभीच्या अवस्थेत पूर्ण वित्तपुरवठा प्राथमिक उत्पादनांच्या निर्यातीसाठी नसतो. मोठ्या प्रमाणात आयात चालू असते. निर्यातीचे मूल्य हे आयातीच्या मूल्यांपेक्षा जास्त असते. प्रतिकूल व्यापारतोलाच्या समस्येसाठी परकीय भांडवलाचा तात्पुरता उपाय म्हणून मदतीची आवश्यकता असते.

५) **अविकसित भांडवल बाजार :** विकसनशील देशात भांडवल बाजार विकसित झालेला नसतो. म्हणून विकासाच्या प्रकल्पांसाठी परदेशी भांडवलाची तात्पुरत्या उपायासाठी वित्त पुरवठ्याची गरज असते.

६) **नैसर्गिक साधनांचा जास्तीत जास्त उपयोग :** विकसनशील देशात भांडवलाची कमतरता असते व नैसर्गिक साधनसंपत्ती मोठ्या प्रमाणात उपलब्ध असते. यामुळे साधनांचा पूर्णपणे विकास झालेला नसतो. म्हणून परकीय भांडवलाची मदत विकसनशील देशांना नैसर्गिक साधनसंपत्तीच्या विकासासाठी तसेच आर्थिक विकासाच्या उच्च दरासाठी आवश्यक असते.

७) **चलनफुगवट्यावर नियंत्रण :** विकसित अर्थव्यवस्था प्रारंभीच्या अवस्थेत सर्वसाधारणपणे चलन फुगवट्याच्या दाबाने ग्रस्त असतात. आवश्यक वस्तूंच्या मागणी आणि पुरवठ्यामध्ये असमतोल असतो. उत्पन्नासाठी सार्वजनिक गुंतवणूक पैसारूपाने निर्माण केली जाते. त्यामुळे वस्तू व सेवांना मागणी येते.

म्हणून विकासाचे प्रकल्प दीर्घकाळ उत्पादन देतात. ही जबाबदारी अर्थव्यवस्था हेतूपूर्वक स्वीकारते. परकीय भांडवल चलनवाढीसाठी कमीतकमी वापरून अन्नधान्य आणि इतर ग्राहकोपयोगी वस्तूंची आयात केली जाते. म्हणून परकीय भांडवलाचा उपयोग आर्थिक विकासात चलन फुगवट्याच्या नियंत्रणासाठी केला जातो.

८) **उत्पादकता, उत्पन्न आणि रोजगारवाढीसाठी :** परकीय गुंतवणुकीबरोबर आधुनिक तंत्रज्ञान येत असते. त्यामुळे श्रमिकांची उत्पादकता वाढते. उच्च वास्तव वेतनात अधिक वाढ होते. वस्तूंच्या किमती कमी असतात व दर्जाच चांगली वाढ होते. परकीय भांडवली गुंतवणूक नवीन उद्योगात करण्याकडे कल वाढतो त्यामुळे रोजगार संधी निर्माण होऊन लोकांच्या उत्पन्नात वाढ होते.

९) **गुंतवणुकीचा पातळीचा उच्च दर टिकविणे किंवा राखणे :** विकसनशील देशांचे ध्येय अल्पवधित जलद औद्योगिकीकरण साध्य करणे हे असते. त्यासाठी स्थैर्यात्मक पातळींसाठी गुंतवणूक करण्याची गरज असते. मोठ्या प्रमाणात गुंतवणूक साधनांची सर्व ठिकाणी अधिक बचत करण्याची आवश्यकता असते. परंतु त्या देशांची गुंतवणूक विशिष्ट पद्धतीने वाढत नाही. म्हणून दरडोई उत्पन्नाची पातळी कमी असते. अशा रीतीने उपलब्ध बचत आणि आवश्यक गुंतवणूक या दोन्हीत दरी (gap) भरून काढण्यासाठी तसेच आर्थिक विकासाच्या उभारणीसाठी परदेशी गुंतवणुकीची मदत जलद आर्थिक विकासाच्या दरासाठी आवश्यक आहे.

१०) **आर्थिक विकासाचा वेग वाढविणे :** सुरवातीच्या काळात आर्थिक विकासाचा वेग अतिशय कमी असतो. लोकसंख्या वाढ, दारिद्र्य, दरडोई उत्पन्न कमी, बचत कमी त्यामुळे आर्थिक विकासाचा वेग कमी राहतो. अशा वेळी गुंतवणूक वाढविणे आवश्यक असते. त्यासाठी परकीय भांडवलाची भूमिका महत्त्वपूर्ण ठरते.

११) **दारिद्र्याचे दुष्ट चक्र खंडीत करणे :** विकसनशील देशात दारिद्र्याचे दुष्टचक्र असते. भांडवल उभारणीची पातळीसुद्धा कमी असते. अशा वेळी परकीय भांडवल उपयोगी ठरते. उत्पादकता वाढण्याबरोबरच अर्थव्यवस्थेतील उत्पादक उपक्रमांच्या विस्तारालासुद्धा परकीय गुंतवणुकीमुळे चालना मिळते.

१२) **उत्पादन पातळी वाढविण्यासाठी :** विकसनशील देश दुर्मिळ, कच्चा माल आयात करतात. तसेच अर्ध उत्पादित वस्तू, आधुनिक यंत्रे, हत्यारे आणि

साधने इत्यादींमुळे उत्पादनाची पातळी वाढते. तसेच उच्च पातळी टिकविण्यासाठी परकीय भांडवलाची भूमिका महत्त्वपूर्ण ठरते.

यावरून परकीय भांडवलाची भूमिका स्पष्ट होते. भांडवल आधुनिक संस्थेला मदत करण्याबरोबरच खाजगी व सार्वजनिक क्षेत्राच्या बळकटीला महत्त्वाची भूमिका पार पाडते. त्यामुळे देशाच्या आर्थिक विकासात महत्त्वाची भूमिका दिसून येते.

२.३ परकीय भांडवल गुंतवणुकीचे प्रकार (Types of Foreign Investment)

परकीय भांडवल परकीय गुंतवणुकीच्या स्वरूपात मिळविता येते. परकीय गुंतवणुकीला बऱ्याच वेळेस परकीय मदत असेही म्हटले जाते. परंतु ही मदत अनुदान अथवा मदत म्हणून दिलेली नसते. येथे परकीय भांडवल गुंतवणुकीचा विचार करावयाचा आहे. परकीय भांडवलाचे दोन प्रकार आहेत. (अ) खाजगी परकीय भांडवल, (ब) सार्वजनिक परकीय भांडवल

अ) खाजगी परकीय भांडवल गुंतवणूक (Private Foreign Capital Investment)

खाजगी भांडवल गुंतवणुकीचे दोन महत्त्वाचे स्त्रोत म्हणजे

१) रोखेरूपी गुंतवणूक (Portfolio Investment) अथवा अप्रत्यक्ष गुंतवणूक

या गुंतवणुकीला पोर्टफोलिओ गुंतवणूक, रोखेरूपी गुंतवणूक तसेच रेंटिअर गुंतवणूक असेही म्हटले जाते. त्याचे प्रकार पुढीलप्रमाणे असतात. –

i) अनिवासी नागरिकांनी कंपन्यांच्या शेअर्समध्ये केलेली गुंतवणूक

ii) खाजगी मार्गाने कंपन्यांमध्ये केलेली गुंतवणूक

iii) कार्यालयीन मार्गाने कंपन्यांत केलेली गुंतवणूक परकीय गुंतवणूकदारांनी भारतीय कंपन्यांच्या रोख्यामध्ये (शेअर्स, डिबेंचर्स इत्यादींमध्ये) गुंतवणूक केल्यास तिला 'परकीय अप्रत्यक्ष' गुंतवणूक असे म्हणतात. अशा रोख्यांना भारत सरकारतर्फे हमी दिलेली असते.

अप्रत्यक्ष गुंतवणुकीमुळे गुंतवणूकक्षम निधी निर्माण होण्यास मदत होते. त्यामुळे विकसनशील देशातील संस्था विकसित देशातील संस्थाकडून कर्ज घेतात. अलीकडे जागतिक बँक व तिच्या संलग्न संस्था अल्पविकसित देशांना वित्तपुरवठा करण्यासाठी रोखे काढतात.

२) प्रत्यक्ष परकीय गुंतवणूक

i) बहुउद्देशीय संस्था किंवा बहुराष्ट्रीय कंपन्या (MNCs) परदेशातील कंपन्यांच्या

समभागात भांडवल गुंतवणूक करतात. सर्वसाधारणपणे १० टक्क्यांपेक्षा जास्त शेअर्स खरेदी करतात. या कंपन्यांच्या शेअरधारकांचे नियंत्रण मान्य केले जाते. या प्रकारात व्यवस्थापनामुळे लाभप्राप्ती आणि नवीन सुविधेची निर्मिती होते.

ii) बहुराष्ट्रीय कंपन्या लाभांशाची मिळालेल्या उत्पन्नातून पुन्हा विभागणी करीत नाहीत, हे गृहित धरूनच संबंधित ठिकाणी पुनर्गुंतवणूक वेतन देऊनही नफा मिळविण्यासाठी केली जाते.

iii) इतर भांडवल अल्प प्रमाणात सामावून घेऊन किंवा दीर्घ काळासाठी कर्ज किंवा निधी घेऊन बहुराष्ट्रीय कंपन्या संबंधित कंपन्यांना कर्ज देतात.

प्रा. मेयर (Prof. Meier) यांच्या मते, 'प्रत्यक्ष परदेशी गुंतवणूक करून घेणारे देश फक्त भांडवलाची परदेशी मदत घेत नाहीत तर व्यवस्थापकीय क्षमता, तांत्रिक कामगार, तांत्रिक ज्ञान, प्रशासकीय व्यवस्थापन, उत्पादनात सहभाग आणि उत्पादनतंत्र यांची मदत घेतात. म्हणून परदेशी खाजगी भांडवल सामावून घेतले जाते. फक्त संख्यात्मकपणे विकसनशील देशात भांडवल उभारणीचा आकार सहभागी नसतो तर काही गुणात्मक फायदेसुद्धा विकसित देशांकडून मिळतात.'

ब) सार्वजनिक परकीय गुंतवणूक (Public Foreign Investment)

सार्वजनिक परकीय गुंतवणूकीचे भांडवल हे कर्ज आणि अनुदानाच्या स्वरूपात असते. त्याचे प्रकार पुढीलप्रमाणे आहेत. –

१) **द्विपक्षी दुर्लभ (Bilateral Hard) कर्जे :** उदा. अमेरिकेच्या किंवा इंग्लंडच्या सरकारने भारत सरकारला ठरलेल्या दराने व ठरलेल्या कालावधीसाठी दिलेली कर्जे.

२) **द्विपक्षीय अल्पव्याजी (Bilateral Soft) कर्जे :** उदा. अमेरिकेने भारताला PL 480 Aid कायद्यांतर्गत दिलेली कर्जे

३) **बहुपक्षीय (Multilateral) कर्जे :** यात बहुराष्ट्रीय संस्थांनी भारताला दिलेल्या कर्जाचा समावेश होतो. उदा. Aid India Club तसेच जागतिक बँक, आंतरराष्ट्रीय वित्त महामंडळ (IFC), राष्ट्रसंघ विकास कार्यक्रम (UNDP), आशियाई विकास बँक (ADB) अशा संस्थांनी भारताला दिलेल्या कर्जाचा समावेशही या प्रकारात होतो.

देशातील अर्थव्यवस्थेत सार्वजनिक परकीय गुंतवणूक महत्त्वाची भूमिका बजावते. विकसनशील देशात अशा गुंतवणुकीची गरज असते. देशाचे सरकार हे विकासाच्या कार्यक्रमासाठी परदेशी खासगी भांडवल हे मर्यादित स्वरूपातच वापरते. परंतु तरीही

सार्वजनिक परकीय गुंतवणुकींवरच सरकारचा भर असतो. दुसऱ्या शब्दात, विकसनशील देशात परदेशी खासगी गुंतवणुकींमधून आर्थिक समस्या सोडवण्याचा अल्पसा प्रयत्न असतो.

सार्वजनिक परकीय भांडवलाचे प्रकार पुढीलप्रमाणे आहेत. –

१) **सरकारअंतर्गत कर्ज (Inter-Governmental Lending) :** विविध देशातील सरकारे विशेषत: विकसित देशातील सरकार; अविकसित देशातील सरकारला त्या देशाच्या आर्थिक समस्या सोडविण्यासाठी जी कर्जे देतात त्याला 'सरकारअंतर्गत कर्जे' म्हणतात. दुसऱ्या शब्दात, हे एका देशातील सरकारने दुसऱ्या देशातील सरकारला दिलेले 'अनुदान' होय. असे अनुदान हे विशिष्ट कारणासाठी दिले जाते आणि त्यासाठीच त्याचा वापर कारावयाचा असतो. त्यामुळे असे अनुदान घेणाऱ्या देशाला काही अटींची पूर्तता करावी लागते.

२) **द्विपक्षीय कर्ज (Bilateral Hard Lending) :** अल्प विकसित देश आणि विकसित देश यांच्यामध्ये द्विपक्षीय परकीय भांडवलासाठी कर्जे दिली जातात. विशिष्ट प्रकल्प पूर्ण करण्यासाठी अल्प विकसित देश विकसनशील देशाशी करार करतात. अल्प विकसित देशांना या करारानुसार कर्ज मिळते. त्यास द्विपक्षीय कर्ज म्हणतात. भारत, असे इंग्लंड अथवा अमेरिकेबरोबर द्विपक्षीय करार करू शकतो. या करारानुसार इंग्लंड व अमेरिकेकडून पौंड आणि डॉलर या रूपात कर्ज मिळू शकते. अशी कर्जे विशिष्ट अथवा ठराविक मुदतीसाठी दिली जातात व त्यांवर विशिष्ट व्याजदर आकारला जातो. करारातील उद्दिष्टांप्रमाणेच कर्जाचा वापर करावा लागतो.

३) **द्विपक्षीय अल्पव्याजी (Bilateral Soft Lending) :** विकसित देश अल्प विकसित देशांच्या समस्या लक्षात घेऊन त्या दूर करण्यासाठी अल्प विकसित देशांना द्विपक्षीय करारांतर्गत कर्ज देतात. अशी कर्जे विशिष्ट उद्देशानेच दिली जातात, ज्यांची परतफेड कर्ज घेणाऱ्या देशाच्या चलनात करावयाची असते. उदा. अमेरिकेने भारताला PL 480 Aid कायद्यातंर्गत दिलेली कर्जे. या कर्जावरील व्याजदर कमी असून त्याची परतफेड भारतीय रुपयात करावयाची होती.

४) **बहुपक्षीय कर्ज (Multilateral Lending) :** यात बहुराष्ट्रीय संस्थांनी दिलेल्या कर्जाचा समावेश होतो. अशा कर्जाला कोणत्याही प्रकारची मर्यादा येत नाही. जो विकसनशील देश अथवा अल्पविकसित देश असे कर्ज घेतो, तो देश कोणत्या कामासाठी व कशा पद्धतीने त्याचा उपयोग करावयाचा आहे, याचा निर्णय घेतो. या संस्था विकसनशील देशांना कर्ज देण्याच्या उद्देशाने स्थापन

झालेल्या असतात. Aid India Club तसेच जागतिक बँक, आंतरराष्ट्रीय वित्त महामंडळ, राष्ट्र संघ विकास कार्यक्रम (UNDP) आशियाई विकास बँक इत्यादी संस्थांनी भारताला कर्ज दिले आहे. या संस्था आपल्या सभासद देशांना त्यांच्या विकासासाठी कर्जपुरवठा करतात. मुख्यत: रेल्वे, रस्ते, उद्योग इत्यादी पद्धतीच्या विकासासाठी ही कर्जे दिली जातात.

क) संस्थात्मक कार्य (Institutional or Organizalional Work)

आंतरराष्ट्रीय स्वरूपाच्या संस्था परकीय भांडवल राजकीय घटकांच्या संमतीविना विकसनशील देशांना गरज आणि व्याप्तीच्या तत्त्वावर उपलब्ध करून देते. त्या संस्था म्हणजे-

१) आंतरराष्ट्रीय नाणेनिधी (IMF)
२) पुनर्रचना बांधणी आणि विकासासाठीची आंतरराष्ट्रीय बँक (IBRD)
३) आंतरराष्ट्रीय विकास सहाय्य (IDA)
४) आंतरराष्ट्रीय वित्त संस्था (IFC)
५) आशियाई विकास बँक (ADB)
६) संयुक्त राष्ट्र विकास कार्यक्रम (UNDP)
७) आर्थिक विकासासाठी खास निर्माण केलेला संयुक्त राष्ट्रनिधी (UNDP)

या संस्था विकसनशील देशांसाठी परकीय भांडवलाचे स्रोत आहेत. राजकीय हस्तक्षेपाविना आर्थिक परिस्थिती अनुकूल नसतानाही या संस्था कर्ज देतात. त्यामुळे परकीय भांडवल प्रवाहाचे स्रोत सध्या या स्थितीत उलपब्ध होतात.

ड) परकीय उद्योग (Foreign Collaberation)

परकीय भांडवलाचा हा नवीन स्रोत आहे. परकीय आणि देशांतर्गत भांडवलाचे सहभागी दायित्व असते. ते विविध प्रकारे दिसून येते. त्यातील काही -

१) खाजगी व्यक्तींचे (पार्टीज) सहभागदायित्व
२) परकीय संस्था आणि देशातील सरकारमध्ये
३) परकीय सरकार आणि देशातील सरकार यांच्यामध्ये कर्ज उपलब्ध होते.

इ) बाह्य व्यावसायिकांचे कर्ज (External Businessman Loan)

विकसित देशातील निर्यात पतपुरवठ्याचे (credit) फायदे होतात, जसे अमेरिकेन एक्झिम बँक (US Exim Bank), जापनीज एक्झिम बँक (Japanese Exim Bank) इत्यादी जास्तीत जास्त व्यावसायिक कर्ज भांडत्तल बाजारातून उपलब्ध करून देतात.

२.४ १९९१ पासूनचे भारताचे परकीय गुंतवणूक धोरण (Foreign Investment Policy in Indian since - 1991)

भारत सरकारने २४ जुलै १९९१ मध्ये नवीन आर्थिक धोरण जाहीर करून या नवीन आर्थिक धोरणात उदारीकरण, खासगीकरण आणि जागतिकीकरणाचा समावेश केला. तसेच नव्या आर्थिक धोरणाची वैशिष्ट्ये परवाना-राज संपुष्टात आणण्यास सुरुवात झाली. बंदिस्त अर्थव्यवस्थेकडून खुल्या अर्थव्यवस्थेकडे वाटचालीस सुरुवात झाली. यामध्ये खाजगी क्षेत्राला अग्रक्रम दिला गेला. तसेच सरकारी क्षेत्रात निर्गुंतवणूकीची सुरुवात झाली. थेट परकीय गुंतवणूक (FDI) तांत्रिक सहकार्य यासाठीची दारे खुली झाली. परकीय गुंतवणूक प्रोत्साहन मंडळ (FIPB) स्थापन केले गेले. नव्या धोरणाचे परिणाम म्हणून स्पर्धा वाढली. देशातंर्गत बाजार विस्तारला बहुराष्ट्रीय कंपन्या बाजारात दाखल झाल्या. ग्राहकांना निवडीची संधी वाढली आणि परकीय गुंतवणूक देशात वाढू लागली.

१९९१ च्या नवीन आर्थिक धोरणात काही उपाययोजना अथवा भारताचे परकीय गुंतवणूक धोरण - १९९१

१) भारतीय उद्योग व व्यवसायात ५१ टक्क्यांपर्यंत प्रत्यक्ष परकीय गुंतवणूक करण्यास ताबडतोब मान्यता देण्यात आली.

२) अग्रक्रम क्षेत्रातील उद्योगांच्या समभागात १०० टक्के गुंतवणूक करण्यास अनिवासी भारतीयांना आणि त्यांच्या मालकीच्या कंपन्यांना परवानगी देण्यात आली.

३) १९९१ च्या धोरणामुळे दळणवळण, पर्यटन, व्यापारी संस्था इत्यादींमध्ये परदेशी गुंतवणूक करण्यास मान्यता मिळाली. पायाभूत सेवा उद्योगात उदा. वीजनिर्मिती रस्ते बांधणी इत्यादी एकूण समभागाच्या १०० टक्क्यांपर्यंत परदेशी गुंतवणुकीस मान्यता मिळाली.

४) परदेशी गुंतवणूकदारांना देशात गुंतवणूक करण्यासाठी 'सेबी'कडे नोंदणी करावी लागते. १९९२ पासून भारतीय कंपन्यांच्या समभागात केलेली गुंतवणूक मोकळी करण्याची आणि मिळालेला पैसा परदेशी चलनात मायदेशी नेण्याची परवानगी देण्यात आली.

५) परकीय भांडवलासाठी फेरा (FERA) या कायद्यात सुधारणा करून नवीन असा उदार फेमा (FEMA) कायदा तयार करण्यात आला.

६) भारतात काम करणाऱ्या कंपन्यांना स्वत:चे नाव आणि स्वत:चा ट्रेडमार्क वापरण्याची परवानगी देण्यात आली.

७) खाजगी क्षेत्रास विशेष मदत करण्याचे ठरले.

८) नवीन आर्थिक धोरणात दळणवळण, पर्यटन व्यापारी संस्था इत्यादींमध्ये परकीय गुंतवणूक करण्यास परवानगी देण्यात आली.

९) प्रत्यक्ष व अप्रत्यक्ष करांचे दर कमी करण्यात आले. आयात शुल्क २०० टक्क्यांवरून ३५ टक्के केले. तसेच भांडवली वस्तूंवरील आयातशुल्क ३५ टक्क्यांवरून २५ टक्के केले.

नवीन आर्थिक धोरणामुळे भारताच्या प्रत्यक्ष परकीय गुंतवणुकीत वाढ झाली. १९९९ मध्ये प्रत्यक्ष परकीय गुंतवणूक २१६९ (०.२३) दशलक्ष डॉलर्स एवढी झाली, ती २००३ मध्ये ४२६९ (०.७४) दशलक्ष डॉलर्सपर्यंत वाढली. याचा अर्थ प्रत्यक्ष परकीय गुंतवणूक जगाच्या तुलनेत भारतात १९९९ मध्ये ०.२३ टक्के होती ती वाढून २००३ मध्ये ०.७४ टक्क्यांपर्यंत वाढली.

भारताचे थेट परकीय गुंतवणूक धोरण

१९९१ पासून अर्थव्यवस्थेत गुंतवणुकीसाठीचे वातावरण बऱ्यापैकी सुधारले आहे. ईज ऑफ ड्रॉइंग बिझिनेसवर (ईओबीडी) भारत हा उच्च १०० क्लबचा भाग आहे. २०१४-१५ मध्ये भारतात एफडीआयचा प्रवाह ४५.२६ अब्ज डॉलर्स होता आणि तेव्हापासून त्यात सातत्याने वाढ झाली आहे. शिवाय थेट गुंतवणूक म्हणजेच परदेशी गुंतवणुकीची आवक ६५.३ टक्क्यांने वाढली आहे. म्हणजे २००७-१४ मधील २६६.२१ अब्ज डॉलर्स ते २०१४-२१ मध्ये ४४०.०१ अब्ज डॉलर्सवर आणि एफडीआय इक्विटीचा प्रवाह सुद्धा २००७-१४ मध्ये १८५.०३ अब्ज डॉलर्सच्या तुलनेत ६८.६ टक्के वाढून ३१२.०५ अब्ज डॉलर्सवर (२०१४-२०२१) आला.

एप्रिल ते मार्च २०२१ या कालावधीत भारताने एकूण ७६.३० अब्ज डॉलर्सची थेट परकीय गुंतवणूक नोंदविली आहे. आर्थिक वर्षातील पहिल्या दहा महिन्यातील हा उच्चांक असून २०१९-२०च्या (२.२२ अब्ज डॉलर्स) तुलनेत १९ टक्के जास्त आहे. भारतातील प्रवाह हा जगातील पाचव्या क्रमांकाचा प्रवाह आहे.

एप्रिल ते डिसेंबर या काळात भारतात एफबीआयचा प्रवाह ५६७.५४ अब्ज डॉलर्स होता. २०१९-२०च्या सुरवातीच्या नवव्या महिन्यात ५५.१४ अब्ज डॉलर्स झाला. तुलनेने, आर्थिक वर्षातील पहिल्या नवव्या महिन्यांसाठी तो प्रवाह आतापर्यंतचा सर्वांत उच्च आणि २२ टक्क्यांनी जास्त होता.

एकूण देशातील थेट विदेशी गुंतवणूक गेल्या २१ वर्षात (एप्रिल २००० - मार्च २०२१) या काळात ७६३.५ अब्ज डॉलर्स तर गेल्या ५ वर्षांत (एप्रिल २०१४ - सप्टेंबर २०१९) या काळात एकूण गुंतवणुकींपैकी ३१९ अब्ज डॉलर्स म्हणजे सुमारे ५० टक्के होती. गेल्या वीस वर्षात एफडीआयचा प्रवाह जास्त आहे.

एकूण एफडीआयचा प्रवाह आर्थिक वर्ष २०२०-२१ दरम्यान पहिल्या आठ महिन्यात २०१९-२० च्या तुलनेत २० टक्क्यांने उच्च आहे. एकूण ५८.३७ अब्ज डॉलर्सची थेट परकीय गुंतवणूक झाली आहे. एप्रिल ते नोव्हेंबर २०२० या काळात एफडीआय इक्विटीची आवक ४३.८५ अब्ज डॉलर्स इतकी होती जी एप्रिल ते नोव्हेंबर २०२०च्या (३२.११ अब्ज डॉलर्स) तुलनेत ३७ टक्क्याने जास्त होती.

भारताने १९९५ मध्ये सेवाविषयक करार (GATS) करून त्यानुसार अनेक क्षेत्रात विदेशी गुंतवणुकीला परवानगी देण्यात आली.

सरकारने १९९७ मध्ये Cash and carry wholesale तसेच निर्यात व्यापार यात १०० टक्के विदेशी गुंतवणुकीला परवानगी दिली. अशी गुंतवणूक (Approval Route) अर्थात शासनाची पूर्व परवानगी घेऊन करता येणे शक्य झाले. २००६ साली त्यात बदल करून विदेशी गुंतवणूक (Automatic Route) अर्थात पूर्व परवानगी न घेता करण्याची मुभा दिली. तसेच Single Brand Retail मध्ये ५१ टक्क्यांपर्यंत गुंतवणूक करण्यास सरकारने परवानगी दिली.

जुलै २०११ मध्ये कॅबिनेट सेक्रेटरी अजित कुमार सेठ यांच्या अध्यक्षतेखाली नेमलेल्या सचिवांच्या समितीने Multi Brand Retail मध्ये ५१ टक्के परवानगी देण्याचे धोरण तत्त्वत: स्वीकारले. त्यानंतर सरकारने ऑगस्ट २०११ रोजी Single Brand Retail मध्ये १०० टक्के आणि Multi Brand Retail मध्ये ५१ टक्के विदेशी थेट गुंतवणूक करण्यास मान्यता देण्यात आली.

केंद्र सरकारने रिटेलमध्ये विदेशी थेट गुंतवणुकीस परवानगी दिली तरी, प्रत्येक राज्याला आपल्या राज्यातीले परिस्थितीनुसार सदर धोरणात बदल करण्याची मुभा दिली होती. नोव्हेंबर २०१५ मध्ये सरकारने विदेशी थेट गुंतवणुकीच्या धोरणात आणखी शिथिलता आणली. त्यानुसार Apple आणि Sony सारख्या जागतिक टेक्नॉलॉजी ब्रँड्सना भारतात पूर्ण स्वमालकीची दुकाने काढण्यास परवानगी मिळाली. आपले पहिले दुकान उघडल्यापासून पाच वर्षात ३० टक्के स्थानिक खरेदीची अट पूर्ण करण्याची मुभा मिळाली. शिवाय Online विक्रीचीही परवानगी दिली गेली.

२० जून २०१६ रोजी सरकारने आणखी उदार धोरण जाहीर केले. मार्केट प्लेस फॉरमेट ऑफ इ कॉमर्समध्ये तसेच मल्टी ब्रँड प्रोसेस्ड फूड रिटेलिंगमध्ये १०० टक्के विदेशी थेट गुंतवणुकीस परवानगी दिली गेली. त्यामुळे वॉलमार्ट, आयकिया यांचा भारतात प्रवेश झाला.

भारतात रिटेल क्षेत्रात डिसेंबर २०१६ पर्यंत ९३५.७४ दशलक्ष डॉलर्स इतकी थेट परकीय गुंतवणूक झाली. त्यावेळी टिस्को ही एकच विदेशी मल्टी ब्रँड रिटेल कंपनी भारतात आली.

२०१७ चे भारताचे एफडीआय धोरण

२८ ऑगस्ट रोजी भारत सरकारने परदेशी गुंतवणुकीसाठी अद्ययावत व एकत्रित धोरण जाहीर केले. जुने अडथळे दूर केले गेले. नियमांत बदल केले गेले. थेट परकीय गुंतवणुकीच्या धोरणात बदल करण्यात आलेल्यांमध्ये 'स्टर्टअप्स' आणि 'सिंगल ब्रँड रिटेल कंपन्यां'चा समावेश केला गेला. सरकारने गुंतवणूकदारांसाठी अनुकूल वातावरण निर्माण केले आणि भारतात व्यवसाय करणे अधिक सुलभ करण्यात आले.

२०१७ च्या एफडीआय धोरणातील मोठे बदल : भारतीय 'स्टार्टअप्स' कंपन्या आता परदेशी उद्यम भांडवल गुंतवणूकदारांकडून (एफव्हीसीआय) १०० टक्के निधी जमा करू शकतात. सेबी (व्हेंचर कॅपिटल फंड) १९९६ च्या नियमांनुसार नोंदणीकृत निधी म्हणून या धोरणात 'व्हेंचर कॅपिटल फॅडस्'ची व्याख्या सुलभ केली गेली.

सिंगल ब्रॅण्ड रिटेलमध्ये स्थानिक स्रोतांच्या नियमांत शिथिलता आणली. परदेशी कंपन्यांकरिता त्यांच्या स्थानिक व्यवसायातील अनिवार्य स्थानिक स्रोतांचे नियम देशात त्यांचा व्यवसाय सुरू झाल्यापासून तीन वर्षापर्यंत लागू होणार नाहीत. इतर नियम पुढीलप्रमाणे आहेत –

- ई–कॉमर्स संस्था त्यांच्या एका ग्रुप कंपन्याद्वारे फक्त २५ टक्के विक्री करू शकतात.
- अन्नधान्याच्या किरकोळ क्षेत्रातील १०० टक्के थेट विदेशी गुंतवणुकीला परवानगी. भारतात उत्पादित खाद्यपदार्थांच्या बाबतीत ई–कॉमर्सद्वारे व्यापारासाठी शासकीय मान्यताद्वारे १०० टक्क्यांपर्यंत विदेशी गुंतवणुकीला परवानगी आहे.
- औषध क्षेत्रात थेट परकीय गुंतवणुकीचा विस्तार करण्यात आला आहे. भारताच्या औषधी क्षेत्रात ७४ टक्क्यांपर्यंत एफडीआयची परवानगी असेल. या मर्यादेपेक्षा अधिक परकीय गुंतवणुकीसाठी सरकारच्या परवानगीची गरज आहे.
- बँकिंग, खाण, संरक्षण, प्रसारण, नागरी उड्डाण, दूरसंचार आणि औषध निर्माणविषयक गुंतवणुकींच्या प्रस्तावांना संबंधित फेडरल मंत्रालयाची मान्यता आवश्यक आहे. डीआयपीपी हा किरकोळ – सिंगल आणि मल्टी – ब्रँड आणि फूड आणि स्टार्टअपशी संबंधित प्रस्तावांना मान्यता देणारा अधिकार असेल. सेबी किंवा विमा नियामक आणि विकास प्राधिकरण (आयआरडीए) यांसारख्या कोणत्याही वित्तीय क्षेत्राच्या नियमांकाने नियंत्रित न केलेल्या वित्तीय सेवांमध्ये गुंतवणुकीसाठी अथवा जेथे वित्तीय सेवांच्या कामकाजाचा फक्त एक भाग नियमित केला आहे, तेथे फेडरल विभागाला आर्थिक बाबींचा निर्णय घेण्याचा अधिकार आहे.

– अनिवासी भारतीयांना गुंतवणूक करताना एफडीआय धोरणात नमूद केलेल्या काही तरतुदींच्या अधीन अशी कंपनी, ट्रस्ट अथवा भागीदारी फर्म यांना भारताबाहेर एकत्रित आणि ज्या एनआरआय यांच्या मालकी नियंत्रणात आहेत, त्यांना भारतात गुंतवणूक करण्यास परवानगी आहे.

भारताचे एकत्रित एफडीआय धोरण २०२० (India's Consolidated FDI Policy 2020)

भारताने आपले नवीनतम एकत्रित थेट गुंतवणूक (एफडीआय) धोरण जाहीर केले आणि ते १५ आक्टोबर २०२० पासून लागू केले. (सरकारने जाहीर केलेल्या पत्रकानुसार)

लॉकडाऊन दरम्यान आणि कोविड–१९ (साथीचा रोग) सर्व देशभर असलेल्या सामान्य परिणामामुळे, एकत्रित एफडीआय धोरण २०२० द्वारे परदेशी संस्थांद्वारे किंवा चीनसह भारताच्या सीमेवरील भागातील शेजारच्या देशांमधील नागरिकांकडून येणाऱ्या एफडीआयवर ज्यांचा ऑपरेशन्स आणि वित्तीय गोष्टींचा त्रास होऊ शकतो यांवर बंदी घालण्यात आलेली आहे.

मागील धोरण (२८ ऑगस्ट २०१७) लागू केल्यापासून २०२० एफडीआय धोरणातील अन्य अद्यतनांमध्ये भारताच्या एफडीआय नियमनांमध्ये एकत्रित बदल केले आहेत. त्यामध्ये तीन वर्षात उद्योग व अंतर्गत व्यापार विभागाने (डीपीआयआयटी) आणि आरबीआयच्या नियमांद्वारे प्रसिद्ध केलेल्या संबंधित नोटांचा समावेश आहे.

२०२० च्या धोरणातील प्रमुख बाबी पुढीलप्रमाणे आहेत –

अ) शेजारी देशाकडील परकीय गुंतवणूक आणि अशा प्रकारच्या कोणत्याही देशातील नागरिक असलेल्यांच्या भारतातील अशा प्रकारच्या गुंतवणुकीचे गुंतवणूकदार यांच्या गुंतवणुकीची व्याप्ती विचारात न घेता ती सरकारतर्फे तपासण्यात येणार आहे.

ब) एखाद्या देशाची एखादी संस्था, जी भारताची सीमारेषा सामायिक करते अथवा त्या गुंतवणुकीचा लाभदायक मालक अशा कोणत्याही देशाचा रहिवासी आहे, ती फक्त सरकारी परवानगीद्वारेच गुंतवणूक करू शकते. पाकिस्तानच्या नागरिक अथवा पाकिस्तानमध्ये समाविष्ट असलेली एखादी संस्था फक्त सरकारच्या परवानगीनेच गुंतवणूक करू शकते. पाकिस्तानकडून संरक्षण, आकाश, अणुउर्जा आणि परदेशी गुंतवणुकींसाठी प्रतिबंधित क्षेत्र, अशा प्रकारच्या गुंतवणुकीला भारतात परवानगी नाही.

क) प्रत्यक्ष किंवा अप्रत्यक्षपणे भारतातील अस्तितत्वात असलेल्या कोणत्याही

विद्यमान किंवा भविष्यातील एफडीआयच्या मालकीचे हस्तांतरण झाल्यास फायदेशीर मालकी उपरोक्त मर्यादा/कार्यक्षेत्रात येते, त्यांना सरकारची मान्यता आवश्यक आहे.

ड) डिजिटल बातमी माध्यमांवर गुंतवणूक कॅप : डिजिटल बातम्या या क्षेत्रामध्ये इक्विटी/एफडीआयवरील २६ टक्के कॅप सादर करण्यात आला आहे, ज्यास सरकारची मान्यता आवश्यक आहे. वृत्तपत्रे आणि नियतकालिकांची प्रकाशने आणि सरकारी बातम्या यामध्ये सध्याच्या घडामोडींशी संबंधित असलेल्या परदेशी मालकीच्या भारतीय आवृत्त्यांचा समावेश आहे.

इ) २०२० एफडीआय धोरणात भारतातील ई-कॉमर्समधील परदेशी गुंतवणुकींच्या नियमांत बदल केला आहे, तो पुढीलप्रमाणे आहे -

- वेबसाईड पोर्टलवर व्यवसाय करण्यापासून ई-कॉमर्स प्लॅटफॉर्मला इक्विटीद्वारे संबंधित घटकास प्रतिबंधित करणे.

ई) स्वयंचलित मार्गाने अथवा सरकारीमार्गे भारतीय कंपन्या इक्विटी शेअर्स, डिबेंचर्समध्ये अनिवासी रहिवासी गुंतवणूक करू शकतात.

- स्वयंचलित मार्गाने, अनिवासी गुंतवणूकदार अथवा भारतीय कंपनीला गुंतवणुकीसाठी भारत सरकारकडून कोणतीही मान्यता घेण्याची आवश्यकता नाही.
- शासनामधील गुंतवणुकीसाठी भारत सरकारची पूर्ण परवानगी आवश्यक आहे.

२.५ परकीय भांडवलाच्या समस्या (Problems of Foreign Capital)

परकीय भांडवलाचे जसे फायदे आहेत तसे काही धोकेही आहेत. म्हणून काही वेळा विकसनशील देश; मोठ्या पातळीवरील भांडवल आयात करण्यास नाखुश असतात. दोन्ही बाजूने आर्थिक आणि राजकीय धोक्याचे सारांश पुढीलप्रमाणे आहेत.-

१) **देशांतर्गत कर्जाच्या तुलनेत मोठे ओझे (Heavier burden as compared to Domestic Loans) :** परकीय कर्ज देणारे श्रीमंत देश परकीय विनिमयाच्या मार्गाने गरीब देशांना कर्ज देतात. कर्जाची परतफेड करण्यासाठीसुद्धा या मार्गाचा अवलंब केला जातो. सर्वसाधारणपणे विकसनशील देशांना परतफेडीसाठी घेतलेली जबाबदारी परकीय कर्ज अधिक वाढल्याने परत करण्याचे ओझे वाटते. म्हणून विकसनशील देश कर्जाच्या चक्रात अडकतात.

२) **व्यापारतोलावर दीर्घकालीन परिणाम :** विकसनशील देशांचा व्यापारतोल हा अधिक परकीय कर्जाच्या परिणामी असमतोल होतो. कर्जाची परतफेड करावी लागते. परकीय भांडवलाचे ओझे फार जुने असल्याने व्यापारतोलावर

अडचणी येतात आणि हा अडचणीचा कल अल्पकाळात अवघड ठरतो.

३) **परकीय भांडवलावर वाढते अवलंबित्व :** परकीय भांडवलाचा कल परकीय देशांवर अवलंबित्व वाढण्याकडे असतो. हा विकसित देशांचा कल घातक ठरतो. तो आर्थिक आणि राजकीय स्वातंत्र्याला हानिकारक ठरतो. सर्वसाधारणपणे राजकीय संबंध प्रत्यक्ष आणि अप्रत्यक्ष जोडला जातो. परकीय कर्जाची तुलनात्मक स्थिती आंतरराष्ट्रीय संघटनेसारखी होते. म्हणून विकसनशील देशांच्या अर्थव्यवस्थेवर कर्ज देणारे स्वत:ची धोरणे लादत असतात.

४) **देशांतर्गत गुंतवणुकीला कमी व्याप्ती :** बहुतेकवेळा परकीय भांडवलाचा उपयोग उपलब्धता किती होते, गुंतवणूक फायदेशीर आहे का व संधी किती उपलब्ध होतील यावर केला जातो. त्यामुळे देशांतर्गत गुंतवणुकीला व्याप्ती कमी राहते व परकीय गुंतवणुकीला महत्त्व दिले जाते.

५) **आर्थिक आणि राजकीय धोरणात हस्तक्षेप :** विकसित देश परकीय भांडवल हे पायाभूत आणि अवजड उद्योगांच्या विकासासाठी; विश्वास ठेवून देत असते. नंतर हेच देश त्या देशाच्या आर्थिक आणि राजकीय धोरणात आर्थिक हस्तक्षेपाची भूमिका घेऊन त्यांना खाली ओढण्याचा प्रयत्न करतात. तसेच विकसनशील देशांवर स्वत:ची धोरणे लादतात.

६) **स्थैर्यासाठी आव्हान :** सर्वसाधारणपणे भांडवलाचा पुरवठा हा चुकीच्या दिशेने होतो. त्यामुळे हे आव्हान जलद आर्थिक विकास साध्य करण्यासाठी मोठी समस्या आहे. आणि देशांतर्गत बाजाराच्या स्थैर्यासाठी आव्हान निर्माण करणारे आहे.

७) **विकासाच्या पद्धतीत निरुपण (Distartion in the Pattern of Development) :** देशात कायम विकासाला प्राधान्य असल्याने विकसित देशांचा कल हा परकीय गुंतवणुकीच्या मुक्त प्रवाहात अडथळा आणण्याचा असतो. सध्या विकसित देश प्राधान्याने त्यांच्या खात्रीशीर कामासाठीच गुंतवणुकीला मान्यता देतात. काही परिस्थितीत विकसित देश स्वत:च्या फायद्यासाठी मुख्यत्वे वित्तपुरवठ्याच्या पद्धतीत परकीय भांडवलातील मुक्त प्रवाहात अडचणी निर्माण करतात.

८) **नैसर्गिक साधनांचा स्वार्थासाठी निष्ठूर वापर :** वसाहतवादाच्या इतिहासानुसार स्वत:च्या फायद्यासाठी व स्वार्थासाठी नैसर्गिक साधनांचा वापर केला जातो. त्यामुळे परकीय गुंतवणूक नैसर्गिक साधनांचा फायदा घेण्यासाठी केली जाते.

पूर्वी परकीय भांडवल मुख्यत: निर्यात उद्योगात गुंतविले जात असे.

विकसित देश त्यांच्या फायद्याशिवाय विकसनशील देशांच्या विकासासाठी इतर उद्योगांसाठी भांडवल देत नाहीत. परिणामी, विकसनशील देशातील इतर उद्योगांना भांडवल उपलब्ध होत नाही.

९) **नफ्याचे मोठे नि:सारण (Heavy drain of Profit) :** परकीय भांडवल हे औद्योगिक आणि व्यापारी फायद्यासाठी दिले जाते. विकसनशील देशातील किमती साधनांची पिळवणूक केल्याने ते जास्तच गरीब होतात.

१०) विदेशी मदतीमध्ये अनेक अडचणी व गुंतागुंत असल्यामुळे त्यामध्ये अनिश्चितता असते. त्यामुळे या मदतीचा परिणाम योग्य व प्रभावशाली राहील याबाबत साशंकता असते. एखाद्या पंचवार्षिक योजनेतील विशिष्ट प्रकल्प पूर्ण करण्यासाठी परकीय भांडवलाची गरज असते, ती वेळेत मिळाली नाही तर प्रकल्प पूर्ण होत नाही. परिणामी, नियोजन अयशस्वी होते. त्यामुळे देश संकटात सापडण्याची शक्यता असते.

११) परकीय भांडवलामुळे उपलब्ध होणारे तंत्रज्ञान व कौशल्य विकसनशील देशांना अनुकूल ठरेलच असे नाही. त्याचा परिणामसुद्धा देशांच्या विकासावर होतो.

१२) परकीय भांडवलाचा मर्यादित वापर केला जात नाही; कारण मिळणारी मदत वेळेवर मिळत नाही. परिणामी, विकासाचा वेग मंदावतो. म्हणजेच भांडवलाचा पर्यायी वापर होत नाही.

१३) परकीय भांडवलामुळे स्वयंकतृत्वाचा विनाश होतो व आत्मसंतुष्टता निर्माण होते, अशी टीका केली जाते. परकीय भांडवलामुळे व विदेशी तंत्राचा वापर केल्यामुळे त्याला पर्यायी देशांतर्गत तंत्रज्ञान शोधले जात नाही. परिणामी, देश आपल्या स्वयंपूर्णतेकडे दुर्लक्ष करतो.

१४) भारतात रिंगल ब्रँड रिटेल आणि मल्टी ब्रँड रिटेलमध्ये परदेशी गुंतवणुकीमुळे समस्या निर्माण होण्याच्या भितीमुळे या धोरणाला विरोध आहे, असे विरोध करणाऱ्यांचे मत आहे. तसेच बेरोजगार वाढण्याची, स्थानिक लघुउद्योगांची ससेहोलपट होण्याची, आयात वाढण्याची, नफा रूपाने पैसा विदेशात जाण्याची, पर्यावरणाचे नुकसान होण्याची भीतीही व्यक्त केली जाते. भारतात असंघटित क्षेत्रात किराणा, माल, कपडे अशा अनेक किरकोळ व्यापारात काही कोटी लोक कार्यरत आहेत. बहुराष्ट्रीय महाकाय कंपन्यांशी स्पर्धा करण्याइतकी त्यांची आर्थिक आणि व्यवस्थापकीय क्षमता नाही. अशा छोट्या भारतीय रिटेलर्सची वाताहत होणे हे अर्थव्यवस्थेला परवडणारे नाही.

परकीय भांडवलाचा धोका देश त्या भांडवलाचा उपयोग कसा करतो त्यावर

अवलंबून असतो. विकसित देश त्यासाठी मोठी काळजी घेऊन सावध रहातात. ते देश अधिक कर्ज देण्याचे टाळतात. परकीय गुंतवणुकीचा उपयोग निर्यात निर्मितीसाठी किंवा उत्पादकता वाढविण्यासाठी केला तर धोका कमी होतो. त्यामुळे भांडवलाचा सहभाग हा आर्थिक निर्मितीच्या विकासासाठी जास्तीत जास्त होणे गरजेचे आहे.

प्रश्न

प्र. १ एका वाक्यात उत्तरे लिहा.

१) परकीय भांडवल म्हणजे काय?

२) परकीय भांडवलाचे आर्थिक विकासातील दोन महत्त्वाचे मुद्दे सांगा.

३) परकीय भांडवल गुंतवणुकीचे प्रकार कोणते.

४) भारताने नवीन आर्थिक धोरण कोणत्या वर्षात जाहीर केले.

५) भारताने सेवाविषयक करार कोणत्या वर्षी केला.

६) परकीय भांडवलाच्या दोन समस्या सांगा.

प्र. २ टिपा लिहा.

१) परकीय भांडवलाची आर्थिक विकासातील भूमिका

२) विदेशी गुंतवणुकीचे प्रकार

३) १९९१ पासूनचे भारताचे परकीय गुंतवणूक धोरण

४) परकीय भांडवलाच्या समस्या

प्र. ३ थोडक्यात उत्तरे लिहा.

१) आर्थिक विकासातील परकीय भांडवलाचे महत्त्व थोडक्यात सांगा.

२) खाजगी परकीय भांडवल थोडक्यात सांगा.

३) सार्वजनिक परकीय भांडवल थोडक्यात सांगा.

४) १९९१ चे भारताचे परकीय धोरण थोडक्यात सांगा.

५) परकीय भांडवलाच्या महत्त्वाच्या समस्या सांगा.

प्र. ४ सविस्तर उत्तरे लिहा.

१) परकीय भांडवलाची आर्थिक विकासातील भूमिका स्पष्ट करा.

२) परकीय गुंतवणुकीचे प्रकार स्पष्ट करा.

३) १९९१ पासूनचे भारताचे गुंतवणूक धोरणाचे विवेचन करा.

४) परकीय भांडवलाच्या समस्या विशद करा.

प्रकरण – ३

परकीय/विदेशी विनिमय
(Foregign Exchange)

३.१ प्रास्ताविक (Introduction)

जगामध्ये आंतरराष्ट्रीय स्तरावर विविध देश एकमेकांच्या साहाय्याने आपला आर्थिक विकास साध्य करीत आहेत. त्यामध्ये एका राष्ट्रापेक्षा दुसरे राष्ट्र कसे विकासाच्या बाबतीत पुढे जाईल याची चढाओढ लागलेली असते. या कारणास्तव एकमेकांच्या वस्तू, सेवा, तंत्रज्ञान यांची एकमेकांना देवाणघेवाण केली जाते. परंतु या देवाणघेवाण होणाऱ्या घटकांचे मूल्य निश्चित करावे लागते आणि त्यामुळे आंतरराष्ट्रीय व्यापारात सहभागी होणाऱ्या व देवाणघेवाण होणाऱ्या वस्तूंच्या बदल्यात एकमेकांच्या चलनाला महत्त्वाचे स्थान आहे. यासाठी विनिमय दर (Exchange Rate) महत्त्वाचा असतो.

दोन देशांच्या चलनाची देवाणघेवाण किंवा दोन चलनांचा विनिमय ज्या दराने होतो, त्यास विनिमय दर असे म्हणतात. विनिमय दराचे दोन प्रकार आहेत.

१) स्थिर विनिमय दर (Fixed Exchange Rate)

२) लवचिक किंवा बदलता विनिमय दर (Flexible Exchange Rate)

वरील दोन घटकांच्या माध्यमांतून आर्थिक विकासासाठी आवश्यक साधनसामग्रीची देवाणघेवाण करणे, विदेशी कर्जाची परतफेड व्यवस्था करणे, देशाची सौदाशक्ती वाढवणे, भांडवल निर्गमन नियंत्रण करणे, विदेशी चलनाच्या खरेदी-विक्रीवर नियंत्रण ठेवणे आणि विनिमय दरात स्थैर्य निर्माण करणे हे उद्देश डोळ्यासमोर ठेऊन विनिमय दरास महत्त्व आहे.

३.२ विदेशी विनिमयदर : संकल्पना, स्थिर आणि बदलते गुण आणि दोष (Exchange Rate - Concept, Fixed & Flexible Meritst & Demerites)

आंतरराष्ट्रीय व्यापारात एका देशाचे चलन देऊन दुसऱ्या देशाचे चलन घेणे अशी देवाणघेवाण होते. आंतरराष्ट्रीय स्तरावरील व्यापारात देवाणघेवाणीच्या चलनाचे मूल्य निश्चित केले जाते. त्यास विदेशी विनिमय दर असे म्हणतात.

व्याख्या

१) **क्लेयर ॲण्ड क्रॅम्प :** 'विनिमय दर म्हणजे एका देशाच्या चलनाची दुसऱ्या देशाच्या चलनात व्यक्त केलेली किंमत होय.'

२) **क्राउथर/एल्सवर्थ :** 'विनिमय दर म्हणजे एका चलनाच्या बदल्यात प्राप्त होणारे इतर चलनाचे प्रमाण'

३) **नॉर्मन क्रॅम्प :** 'विनिमय दर म्हणजे इतर देशाचे चलन विकत घेताना आपल्या देशाचे चलन ज्या प्रमाणात द्यावे लागते, ते प्रमाण निश्चित करणारा दर'

४) **हांर्टले विदर्स :** 'विदेशी विनिमय हे आंतरराष्ट्रीय मौद्रिक देवाण-घेवाणीतील कला व शास्त्र होय.'

विनिमय दर ही संकल्पना आजच्या काळात अत्यंत महत्त्वपूर्ण आहे. यामध्ये एका देशाचे चलन दुसऱ्या देशाच्या चलणाच्या बदल्यात जी देवाणघेवाण होते त्यास 'विदेशी विनिमय दर' असे म्हटले जाते. साधारणपणे ज्या दोन देशांमध्ये विनिमय दर होतो त्यातील एका देशाचे चलन हे वजनदार, जास्त किमतीचे असते. त्यामुळे त्या चलनाशी दुसऱ्या देशातील चलनाचा दर ठरविला जातो. त्यामुळे या दोन्ही चलनांना त्यांच्या मूल्यानुसार दोन चलने दोन नावाने ओळखली जातात. उदाहरणार्थ भारताचा 'रूपया' आणि अमेरिकेचा 'डॉलर' या दोन्ही चलनाचे त्यांच्या मूल्यानुसार पुढीलप्रमाणे सांगता येते.

विनिमय दर संकल्पना (Concept Exchange Rate)

काउटर चलन/प्रति चलन व आधार चलन Counter Currency and Base Currancy)

देशाचे हे चलन आधार चलनाच्या आधाराने दिले अगर घेतले जाते. उदाहरणार्थ भारतीय रुपया हे काऊंटर/प्रति चलन असेल तर अमेरिकन डॉलर हा आधार (Base) चलन म्हणून काम करते. जुलै २०२१ रोजी USA 1 Doller = 74.49 (Indian Rupees)

(अमेरिका ०१ डॉलर = (भारतीय रूपये)

येथे डॉलर हे 'आधार चलन' आहे. कारण एक डॉलर हा आधार/बेस (Base) असून रुपया हे 'प्रति चलन' (Counter Currency) आहे.

विनिमय दर (Exchange Rate)

प्रास्ताविकमध्ये विनिमय दर ही संकल्पना विस्ताराने घेतली आहे. आता त्या संदर्भातील संकल्पना

स्थिर आणि बदलते विनिमय दर (Fixed Exchange Rate and Flexible Exchange Rate)

स्थिर विनिमय दर (Fixed Exchange Rate)

'जेव्हा दोन देशातील निश्चित झालेला विनिमय दर हा कायम/स्थिर असतो. त्यात बदल होत नाही त्या विनिमय दरास 'स्थिर विनिमय दर' असे म्हणतात.'

बाजारातील वस्तूची किंमत ही जशी तिच्या मागणी आणि पुरवठ्याच्या स्थितीवरून निश्चित होते तसेच परकीय विनिमय दर हा विशिष्ट चलनाची मागणी आणि चलनाचा पुरवठा यांच्या संतुलनातूनच निश्चित होत असतो. स्थिर विनिमय दरामुळे देशाच्या चलनावर लोकांचा विश्वास बसतो. देशांची मध्यवर्ती बँक ही चलन बाजारात बँक कायद्याने हस्तक्षेप करून विनिमय दर निश्चित करते व हीच मध्यवर्ती बँक परकीय चलनाचा राखीव साठा जवळ ठेवते. निश्चित केलेल्या दराने परकीय चलन उपलब्ध करून देण्याची जबाबदारी चलनविषयक सत्तेची असते.

हा दर स्थिर ठेवण्यासाठी देशाची मध्यवर्ती बँक नेहमी मुक्त बाजाराचा प्रयत्न करते जो पुढीलप्रमाणे आहे. -

१) खाजगी क्षेत्राच्या पैशाच्या मागणीच्या वेळी परकीय चलन मागवते.
२) स्वत:च्या परकीय पैशाच्या साठ्यामधून परकीय चलन विकते.
३) देशी चलन पुन्हा खरेदी करते.

वरील तीन प्रक्रियेतून पैशाच्या मागणी व पुरवठ्यामध्ये योग्य ते निर्णय घेऊन विनिमय दर स्थिर ठेवला जातो.

स्थिर विनिमय दराचे गुण (Merits of Fixed Exchange Rate)

१) **आंतरराष्ट्रीय व्यापार वाढीसाठी उपयुक्त :** जर आंतरराष्ट्रीय व्यापार हा दोन देशातील विश्वासार्हता चालत असेल तर त्यामध्ये स्थिर विनिमय दर अत्यंत महत्त्वाचा असतो. स्थिर विनिमय दरामुळे दोन देशांतील व्यापारामधील देवाणघेवाण ही स्थिर आणि अपेक्षित राहतात. त्यामध्ये अनिश्चितता निर्माण होत नाही. परिणामी, आंतरराष्ट्रीय व्यापार वाढीस मदत होते.

२) **चलनाच्या मूल्यात वाढ किंवा घट होत नाही. :** चलनाचे मूल्य स्थिर असल्याने अस्तित्वातील देवाणघेवाणीचे व्यवहार आणि त्यांची रक्कम (Amount) वाढत किंवा घटत नाही. त्यामुळे व्यवहार करणाऱ्यांमध्ये विश्वासार्हता निर्माण होते व ते निश्चिंत राहतात.

३) **आंतरराष्ट्रीय चलनविषयक सहकार्यात वाढ :** स्थिर विनिमय दर व्यवस्था ही आंतरराष्ट्रीय चलनविषयक सहकार्य, विश्वास व व्यापारवाढ इत्यादींचे महत्त्वाचे कारण आहे.

४) अनेक देण्याघेण्याचे व्यवहार करणाऱ्यांना सुरक्षितता प्राप्त होते.

५) **सट्टेबाजीला आळा बसतो :** जर नेहमी बदलते विनिमय दर असतील तर देण्याघेण्यामध्ये नेहमी अनिश्चितता असते. परिणामी, अशा स्थितीमुळे सट्टेबाजांना सट्टेबाजी करण्यास संधी मिळते. परंतु स्थिर विनिमय दरामुळे सट्टेबाजीला आळा बसतो.

६) **सामाईक चलन क्षेत्राच्या दृष्टीने फायदेशीर व पोषक :** जगातील देशामध्ये आपआपले चलन हे सुरक्षित असावे असेच वाटते. आणि ते ठेवण्यासाठी स्थिर विनिमय दर पद्धती ही युरो, डॉलर वगैरे सामाईक चलन क्षेत्रांच्या दृष्टीने सोईस्कर व फायदेशीर ठरते. स्थिर विनिमय दरामुळे व्यापार वाढण्यास हातभार लागतो.

७) **देशांतर्गत बचत आणि भांडवल निर्मितीस प्रेरणा निर्माण होते :** जेव्हा देशाचा विनिमय दर स्थिर असतो त्यावेळेस विदेशी भांडवलाची आयात मोठ्या प्रमाणात होते. त्यामुळे प्राप्त होणारे भांडवल देशाच्या आर्थिक विकासासाठी उपयुक्त ठरते. त्या भांडवलामुळे नवीन रोजगार निर्माण होतो. रोजगार वाढला म्हणजे उत्पन्न वाढते. उत्पन्नात वाढ झाली म्हणजे बचतीत वाढ होते. आणि त्याद्वारे भांडवल निर्मितीस प्रेरणा आणि चालना प्राप्त होते. म्हणून स्थिर विनिमय दराचे समर्थन केले जाते.

८) **आंतरराष्ट्रीय नाणेबाजाराच्या विकासास फायदेशीर :** कारण आंतरराष्ट्रीय देण्याघेण्यामध्ये फरक होत नसल्यामुळे स्थिरता प्राप्त होते.

९) **देशादेशातील कर्ज व आयात-निर्यात याबाबतीत महत्त्वपूर्ण :** वेगवेगळ्या देशांमध्ये आयात निर्यात चालू असते देणेघेणे यासाठी धोरण निश्चित केलेले असते. हे धोरण स्थिर विनिमय दरामुळे या व्यवहारामध्ये स्थिरता व विश्वासार्हता निर्माण करते. त्यामुळे आंतरराष्ट्रीय 'व्यापारतोल' आणि 'व्यवहारतोल' स्थिर व संतुलित राहण्यास मदत होते.

१०) **देशाचे राष्ट्रीय उत्पन्न स्थिर राहण्यास मदत होते :** 'देशातील भूमी, श्रम, भांडवल आणि संघटन या उत्पादन घटकांना प्राप्त होणाऱ्या मोबदल्याची एका विशिष्ट काळातील बेरीज म्हणजे देशाचे राष्ट्रीय उत्पन्न होय.' देशाचे राष्ट्रीय उत्पन्न सतत वाढत राहते आणि त्या सोबत त्या देशाचे दरडोई उत्पन्न वाढणे, हे आर्थिक मागासलेपणाची बाब समजली जाते. देशाच्या विनिमय दराचे धोरण हे स्थिर असल्यास देशाच्या राष्ट्रीय उत्पन्नात नकारात्मक बदल होत नाही. देशाचे राष्ट्रीय उत्पन्न स्थिर राहण्यास मदत होते.

११) आंतरराष्ट्रीय देण्याघेण्याचे व्यवहार स्थिरता राहते व व्यापारवाढ होते. अशा प्रकारे स्थिर विनिमय दराचे फायदे सांगता येतील.

स्थिर विनिमय दराचे तोटे (Demerits of Fixed Exchange Rate)

१) **महत्त्वाचे पूर्ण रोजगार व किंमत स्थैर्य या उद्दिष्टांकडे दुर्लक्ष होते :** स्थिर विनिमय दर ठेवण्यासाठी सरकारला व यंत्रणेला मोठी कसरत करावी लागते. त्यामध्येच अर्थव्यवस्थेतील महत्त्वपूर्ण अशा पूर्ण रोजगार व किंमत स्थैर्य याकडे दुर्लक्ष होते. तसेच आंतरराष्ट्रीय मौद्रिक धोरण प्रभावी पद्धतीने कार्यान्वित करण्यासाठी सहभागी देशातील आर्थिक विकास, रोजगार पातळी, किंमत स्थिरता, सामाजिक न्याय विकासाला प्रेरणा, गुंतवणुकीत स्थैर्य आणि आंतरराष्ट्रीय व्यवहारावर निर्बंध नसणे या बाबी महत्त्वाच्या असतात.

२) **गरज नसताना अगर महत्त्वाच्या कामाच्या वेळेस परकीय चलनाच्या राखीव निधीचा साठा केला जातो :** स्थिर विनिमय दर ठेवण्यासाठी देशातील परकीय चलनाचा साठा राखीव ठेवावा लागतो. असे म्हटले जाते की आवश्यक अगर गरजेची कामे सोडून हा निधी जवळ बाळगावा लागतो. यामुळे परकीय चलन साठ्याच्या व्यवस्थापनाची मोठी जबाबदारी चलनविषयक यंत्रणेवर येते.

३) **कृत्रिम दर पद्धती :** साधारणपणे चलनातील बाजार व पुरवठा या आधारे

विनिमय दर ठरत असतो. तो साधारण सहज व नैसर्गिक पद्धतीने ठरतो. परंतु स्थिर विनिमय दर ठेवण्यासाठी अनेक उपाय करावे लागतात. यामुळे गुंतागुंत निर्माण होण्याची शक्यता असते.

४) **महागाई वाढण्याची शक्यता :** विनिमय दर स्थिर ठेवण्यासाठी यंत्रणेला चलनपुरवठ्यात मोठ्या प्रमाणात बदल करावे लागतात. तसेच अनेक गुंतागुंतीचे निर्णय घ्यावे लागतात. त्यामुळे किंमत वाढ होऊ शकते. याचे कारण म्हणजे वस्तूंच्या मागणी-पुरवठ्यात असमतोल निर्माण होतो व त्याचा परिणाम महागाई वाढण्यास होऊ शकतो.

५) **बऱ्याच वेळा राष्ट्रीय हिताकडे दुर्लक्ष होते :** स्थिर विनिमय दर ठेवण्याच्या नादात देशातील रोजगार पातळी, उत्पादन, आयात-निर्यात, राष्ट्रीय कामे, ग्रामीण विकास याकडे दुर्लक्ष होऊन परकीय चलनाचा साठा करून ठेवला जातो.

६) **सरकारचे नियंत्रण स्थिर विनिमय दरावरून हाताबाहेर जाण्याची शक्यता :** चलनाचे विनिमय मूल्य ही पद्धती मुळातच कृत्रिम, गुंतागुंतीची, परकीय चलनाचा साठा करणारी, अशी असल्यामुळे कधीकधी यावरील नियंत्रण हाताबाहेर जाण्याची शक्यता असते.

७) **विदेशी चलनाची चोरी होण्याची शक्यता :** स्थिर विनिमय दराच्या काळात अप्रगत देशाच्या चलनास मागणी कमी होते. तर विदेशी चलनाचा विनिमय दर जास्त पटीने वाढतो. त्यामुळे अशा चलनामध्ये सट्टेबाजी किंवा चोरी होण्याची शक्यता असते.

अशा पद्धतीने स्थिर विनिमय दराचे तोटे आहेत.

बदलता विनिमय दर /लवचिक विनिमय दर (Flexible Exchange Rate)

व्याख्या

'जेव्हा आंतरराष्ट्रीय स्तरावर दोन देशात झालेला चलनातील विनिमय दर हा सतत बदलत असतो, तेव्हा त्या विनिमयदरास बदलता अगर लवचिक विनिमय दर असे म्हणतात.'

साधारणपणे लवचिक विनिमय दर हा बाजारातील चलनाची मागणी व चलनाचा पुरवठा यांच्या समतोलातूनच निश्चित होत असतो किंवा तो ठरत असतो. विनिमयदरावर नियंत्रण किंवा प्रभाव टाकण्याचा प्रयत्न चलनविषयक यंत्रणा करत नाही. अशा पद्धतीमुळे विदेशी चलनाची टंचाई निर्माण होत नाही व त्यामुळे सट्टेबाजीला प्रोत्साहन मिळत नाही. बदलता विनिमय दराचा अर्थ असाही नाही की देशांमध्ये त्यांच्या

चलनांच्या किंमतीत हस्तक्षेप करण्याचा प्रयत्न यंत्रणा करत नाही. तर सरकार व केंद्रीय बँका नियमितपणे आंतरराष्ट्रीय चलनासाठी स्वत:च्या देशाच्या चलनांची किंमत अनुकूल ठेवण्याचा प्रयत्न करत असतात. सोन्याच्या मानकानंतर आणि ब्रेटन वुडस् कराराच्या अपयशानंतर प्लोटींग/बदलते विनिमय दर अधिक लोकप्रिय झाले आहेत.

अर्थव्यवस्थेमध्ये असणारे परकीय चलन हे एका विशिष्ट पातळीला असणे अपेक्षित असते परंतु जर ते खूपच कमी किंवा खूप जास्त झाले तर त्याचा परिणाम अर्थव्यवस्थेवर नकारात्मक (Nagative) होऊ शकतो.

आंतरराष्ट्रीय स्तरावर जर चलनाची मागणी जास्त असेल, तर पैशाचे मूल्य वाढते आणि जर मागणी कमी झाली, तर त्यामुळे चलनाची किंमत कमी होते. यासाठी जगातील सर्वच देश प्रयत्न करत असतात. स्थिर विनिमय दर त्या त्या देशांच्या मध्यवर्ती बँका करत असतात. सध्या साधारणपणे वेगवेगळे देश हे काही विशिष्ट चलनांच्या आधारे आपल्या चलनांचे मूल्य निश्चित करतात, जसे डॉलर (Doller, (Euro) युरो, येन (Yen) या चलनाशी आपल्या चलनाचे दर एका विशिष्ट पातळीला खुंटुन/जोडून (Pegged) निश्चित करतात. साधारणपणे जास्तीत जास्त देश हे युएस डॉलरशी (U.S.Doller) चलन पेग (peg) करतात. यामध्ये चीन व सौदी अरेबिया यांचा समावेश होतो. जी ७ (G-7) देशांचा गट त्यांच्या मध्यवर्ती अंकांचे गट (कॅनडा, फ्रान्स, जर्मनी, इटली, जपान, युनायटेड किंगडम आणि युनायटेड स्टेटस) आपला चलनावर प्रभाव पाडण्यासाठी एकत्रित प्रयत्न करतात, परंतु तरी ते यशस्वी होत नाहीत.

बदलत्या विनिमय दरांचे गुण–दोष (Merrits and Demerits for Flatting Exchange Rate)

बदलत्या विनिमय दराबद्दलची विस्तृत माहिती प्रस्तावनेमध्ये पाहिल्यानंतर गुण–दोष (फायदे-तोटे) यांचाही विचार करणे गरजेचे आहे.

१) **विदेशी चलनाची टंचाई निर्माण होत नाही :** विदेशी विनिमय दरात झालेले बदल हे हेतुपूर्वक केलेले असतात. जर विनिमय दर स्थिर असेल तर अनेक प्रश्न निर्माण होतात. पण जर बदलता विनिमय दर असेल तर असे प्रश्न निर्माण होत नाहीत.

२) **सट्टेबाजीला प्रोत्साहन मिळत नाही :** चलनाचा दर जर स्थिर असेल तर चलन टंचाई निर्माण होऊ शकते. परिणामी, सट्टेबाजी होते, पण बदलत्या विनिमय दरामुळे सर्व विनिमय दर बदलत असल्याने, सट्टेबाजी करणाऱ्यास वाव मिळत नाही.

३) **विनिमय दरात समस्या निर्माण होत नाही :** असे म्हटले जाते की बदलत्या विनिमय दरामुळे विनिमय दरात समस्या निर्माण होत नाहीत. आंतरराष्ट्रीय स्तरावरील परिस्थितीतील बदलांमुळे विनिमय दरात बदल घडून येतात. म्हणून, आंतरराष्ट्रीय व्यापाराच्या विकासासाठी विनिमय दरात बदल होणे आवश्यक आहे.

४) **राखीव निधीची बचत :** बदलत्या विनिमय दराचा अभ्यास केल्यानंतर असे दिसून येते की, येथे विनिमय दरात सतत बदल होत असतात. त्यामुळे व्यवहारतोलातील निर्माण झालेले असंतुलन कमी होण्यास मदत होते व त्यामुळे राखीव साठा वाढण्यास मदत होऊन राखीव निधीची बचत होते.

५) **आंतरराष्ट्रीय व्यापार सुरळीत सुरू राहण्यास मदत :** देशाच्या विनिमय दरात वेळोवेळी परिस्थितीनुसार बदल होत असल्याने आंतरराष्ट्रीय देण्याघेण्याचे व्यवहार हे त्यामुळे सुरळीत तर होतात शिवाय देशोदेशीमधला आंतरराष्ट्रीय व्यापार सुरळीत राहण्यास मदत होते.

६) **नेहमीच्या किंमतवाढीला अगर भाववाढीला आळा बसतो :** देशात नेहमीच किंमत अस्थैर्याचे प्रश्न असतात, परंतु बदलत्या विनिमयदरामुळे यावर वेळीच उपाय करणे शक्य होते.

७) **देशात पूर्ण रोजगार पातळी उद्दीष्टे पूर्ण करणे शक्य :** बदलता/अस्थिर विनिमय दरात बाह्य अडचणींशिवाय सरकारच्या कर्जाचा बोजा आणि परकीय चलन तुटवडा, न झाल्यास देशात अनुकूल परिस्थिती तयार होऊन रोजगार संधीसाठी शासन प्रयत्न करू शकते.

८) **प्रत्येक देशाचे व्यवस्थापन कार्यप्रणाली सुधारते :** प्रसिद्ध विचारवंत जी. ई. भिडे यांनी असे स्पष्ट केले की, बदलता विनिमय दर असेल तर राष्ट्रीय सरकारे अधिक कार्यक्षम व विवेकी पद्धतीने कार्य करतात व आर्थिक विकास घडवून आणतात.

९) **आंतरराष्ट्रीय चढउताराचे धक्के जाणवत नाहीत. :** जर स्थिर विनिमय दर असेल आणि जर आंतरराष्ट्रीय स्तरावर आर्थिक चढउतार झाले तर त्याचे परिणाम अनेक देशांवर होतात, कधी चांगले तर कधी वाईट. पण बदलत्या विनिमय दरामुळे हा धोका पोहचत नाही हे सर्वांत महत्त्वाचे. कारण यामुळे वेळीच आर्थिक बदलास प्रतिसाद देऊन अनुकूल बदल घडवून आणणे शक्य होते.

अशा प्रकारे स्थिर विनिमय दराचे गुण/फायदे अगर समर्थनीय मुद्दे विशद करता येतील.

१०) बदलत्या विनिमय दरामुळे मोठा परकीय चलनसाठा ठेवण्याची गरज पडत नाही. म्हणून ते साठे इतर कामांसाठी वापरता येतात.

लवचिक विनिमय दराचे तोटे व दोष

१) **आंतरराष्ट्रीय स्तरावर अनेक आर्थिक व्यवहारामध्ये अनिश्चितता निर्माण होते :** जगातील देशांमध्ये वारंवार विनिमय दर बदलांमुळे मूल्यांमध्ये बदल होत असतो. त्यामुळे व्यापारातील देण्याघेण्यामध्ये असमतोल किंवा अनिश्चितता होत असते.

२) **आंतरराष्ट्रीय स्तरावरून होणारी देशांतर्गत गुंतवणूक कमी होते अगर अनिश्चितता निर्माण होते :** नेहमीच्या बदलणाऱ्या विनिमय दरामुळे आंतरराष्ट्रीय गुंतवणूक करणाऱ्या व्यक्ती व संस्था यांना; या बदलत्या विनिमय दरामुळे अनिश्चितता वाटते, विश्वास ठेवता येत नाही. परिणामी, गुंतवणूक कमी होते.

३) **सट्टेबाजीला प्रोत्साहन देणारी पद्धत :** विनिमय दरामध्ये दिवसेंदिवस होणारे चढउतार देशातल्या व्यवहारांना दिशा देण्याऐवजी सट्टेबाजी मोठ्या प्रमाणात वाढवण्यात मदत होते. विनिमय दरातील चढउताराचे फायदे घेण्यासाठी सट्टेबाजांना प्रोत्साहन मिळते.

४) **कर्ज बोजावर परिणाम :** नेहमीच्या बदलत्या विनिमय दरामुळे देशाचे कर्ज हे त्यास बळी पडते. कधीकधी दरातील बदलांमुळे परकीय कर्जवाढ ही विनिमय दरातील बदलामुळे होते. कुठलाही व्यवहार न करता विनिमय दरात बदल झाल्याने कर्जाच्या बोजात वाढ होते.

५) **देशातील मध्यवर्ती बँक व इतर यंत्रणांनी लक्ष न दिल्यास देशात आर्थिक अस्थिरता निर्माण होऊ शकते :** विनिमय दरातील बदल हा आंतरराष्ट्रीय स्तरावरील पैशाची मागणी व पैशाचा पुरवठा यांच्या समतोलातून व होणाऱ्या व्यवहारामधून जरी होत असला, तरी यावर देखरेख ठेवण्याचे काम देशातील सरकार व वित्तीय नियंत्रण संस्थांना करावी लागते. परंतु जर थोडेही दुर्लक्ष झाले तर देशाला त्याचे वाईट परिणाम भोगावे लागतात.

६) देशातील किंमतपातळीमध्ये नेहमी चढउतार होत राहतात, त्यामुळे देशातील किंमती अस्थिर राहतात.

७) विनिमय दर निश्चित होत असताना त्याचा दर हा साधारणपणे विकसित देशांच्या 'मुख्य आधारचलनांवर' (Base Currency) ठरतो. त्यामुळे गरीब, विकसनशील देशांच्या चलनाला त्या संबंधीत विकसित देशाच्या चलनाशी जुळवून घ्यावे लागते. दुसरे चलन हे (Counter Currency) प्रतिचलन,

म्हणून काम करते. त्यामुळे प्रतीचलनाचे अवमूल्य न होण्याचा धोका मोठा असतो.

८) बदलते विनिमय दर हे अर्थव्यवस्थेत अनेक बाबतीत अनिश्चितता निर्माण करतात. तसेच नियंत्रणरहीत अगर नियंत्रणाशिवाय कुठलीही व्यवस्था म्हणजे भरकटलेली बोट अगर जहाज आहे त्याला कुठलीही दिशा नसते. म्हणून बदलत्या विनिमय दराचे समर्थन केले जात नाही.

अशा प्रकारे बदलत्या विनिमय दराचे तोटे स्पष्ट करता येतील.

३.३ विदेशी विनिमय बाजार : अर्थ, रचना आणि कार्ये (Foreign Exchange Market - Meaning, Stracture & Functions)

आंतरराष्ट्रीय पातळीवर आंतरराष्ट्रीय आयात व निर्यात यांच्या देण्याघेण्याच्या व्यवहारातून परकीय विनिमय बाजार हा महत्त्वाचा ठरला आहे. व्यापार होत असताना अनेक देश आपआपल्या चलनाचा वापर देशातंर्गत करत असतात, पण आंतरराष्ट्रीय स्तरावर देणे घेणे हे व्यवहारात आलेल्या समोरील देशाच्या चलनात करावे लागते. आयात केलेल्या वस्तूच्या बदल्यात त्या संबंधीत देशाचे (आयातमूल्य) देणे गरजेचे असते ते देण्यासाठी परकीय विनिमय दराच्या साहाय्याने हे पूर्ण केले जाते. विदेशी चलनाच्या खरेदी-विक्रीचे व्यवहार ज्या बाजारात अगर घटकांकडून पूर्ण केले जातात त्या बाजारास विदेशी विनिमय बाजार संबोधले जाते. या बाजाराचे विशिष्ट स्थान नसते. ज्याप्रमाणे वस्तुविक्रीचा बाजार भरतो आणि व्यक्ती त्या ठिकाणी जाऊन वस्तूंची खरेदी-विक्री करतात तसे स्थान अगर स्वरूप हे विदेशी विनिमय बाजाराचे नसते. या बाजारात मध्यस्थाचे काम संस्था, दलाल, ब्रोकर अश्या सुसंघटीत बाजाराच्या माध्यमातून २४ तास हे व्यवहार चालू असतात. परकीय चलनाच्या खरेदी-विक्रीच्या व्यवस्था व यंत्रणा असल्याशिवाय आंतरराष्ट्रीय व्यापार आणि गुंतवणूक शक्य होत नाही.

भारताच्या संदर्भात विचार करता, भारतीय रुपया हे आंतरराष्ट्रीय पातळीवरील विनिमयाचे साधन नाही. त्यामुळे दोन देशांच्या चलनाची अदलाबदल केली जाते. खुल्या बाजारात आंतरराष्ट्रीय व्यवहारासाठी परकीय चलन बाजाराची आवश्यकता असते. परकीय चलन खरेदी आणि विक्रीसाठी 'परकीय चलन बाजारपेठ' आहे. हे एक जागतिक ऑनलाईन नेटवर्क आहे जेथे वेगवेगळ्या देशांची चलने खरेदी केली जातात. परकीय चलन बाजारपेठ जगभरातील चलनांसाठी विनिमय दर निश्चित करते. या बाजारास करन्सी एफ. एक्स (Currency FX) किंवा फोरेक्स मार्केट (Forex Market) असेही म्हणतात. यांच्या घटकांमध्ये व्यक्ती, कंपन्या, व्यावसायिक

बँका, मध्यवर्ती बँका, आयात करणारे आणि निर्यातदार, गुंतवणूकदार, दलाल, स्थलांतरीत, पर्यटक यांचा समावेश आहे.

या जागतिक बाजाराला दोन स्तर आहेत.

१) **इंटर बँक बाजार (Inter Bank Market) :** येथे मोठ्या बँका व्यापार करतात आणि एकमेकांच्या चलनाची देवाणघेवाण करतात.

२) **ओव्हर-द-काऊंटर बाजार (Over the Counter Market) :** येथे फक्त व्यक्ती व कंपन्यांचा व्यापार होतो.

परकीय चलन बाजार हा जगातील सर्वांत गतीशील बाजार आहे. या बाजारात जगातील विविध चलनाच्या व्यापाराचा समावेश आहे. साधारण दर दोन तासाला येथे मूल्ये बदलतात आज जागतिक परकीय चलन बाजारात डॉलर (Doller) हे सर्वांत प्रबल चलन आहे. जवळजवळ ५० टक्के व्यवहार हे डॉलरमध्ये होतात.

परकीय विनिमय बाजाराचे काही प्रकार आहेत ते पुढीलप्रमाणे आहेत -

१) **स्पॉट मार्केट (Spot Market) :** येथे चलनाची खरेदी-विक्री कमी वेळेत अगर त्वरीत केली जाते.

२) **फॉरवर्ड मार्केट (Forward Market) :** येथे भविष्यातील काही व्यवहार केले जातात. येथे भविष्यातील मान्य केलेल्या विनिमय दराने व्यवहार होतात याला 'अग्रेषित विनिमय दर' असेही म्हणतात.

३) **भविष्यातील बाजार (Futur Market) :** हा बाजार अग्रेषित बाजारासारखाच आहे. भविष्यात व्यापार करण्यासाठी खरेदीदार आणि विक्रेते यांच्यात करार केला जातो. या बाजारात सर्व देणी आणि वितरण निश्चित विनिमय दराने केले जाते, ज्यास भविष्यातील दर असेही म्हणतात.

४) **स्वॅप्स मार्केट (Swaps Market) :** येथे गुंतवणुकदारासाठी एकाचवेळी कर्ज आणि दोन भिन्न चलनासाठी कर्ज व्यवहार होतो. हा दोन किंवा अधिक पक्ष/संस्थामधील करार असतो.

५) **पर्याय बाजार (Options Market) :** येथे हे एक असे मार्केट आहे की जेथे मान्य केलेल्या दरानुसार व विशिष्ट ठरवलेल्या दिनांकास/तारखेस एका चलनाची देवाणघेवाण करण्यासाठी व्यवहार केले जातात.

विदेशी विनिमय बाजार रचना (Structure of Foreign Exchange Market):

विदेशी चलनबाजार हा आंतरराष्ट्रीय स्तरावरील विनिमयाचे महत्त्वाचे कार्य करत असतो. परकीय चलनबाजाराच्या रचनेत मध्यवर्ती बँका, व्यापारी बँका, दलाल,

निर्यातदार आणि आयातदार, गुंतवणुकदार यांचा समावेश होतो. ही रचना पुढील आकृतीच्या साहाय्याने दर्शविता येते.

आकृती ३.१

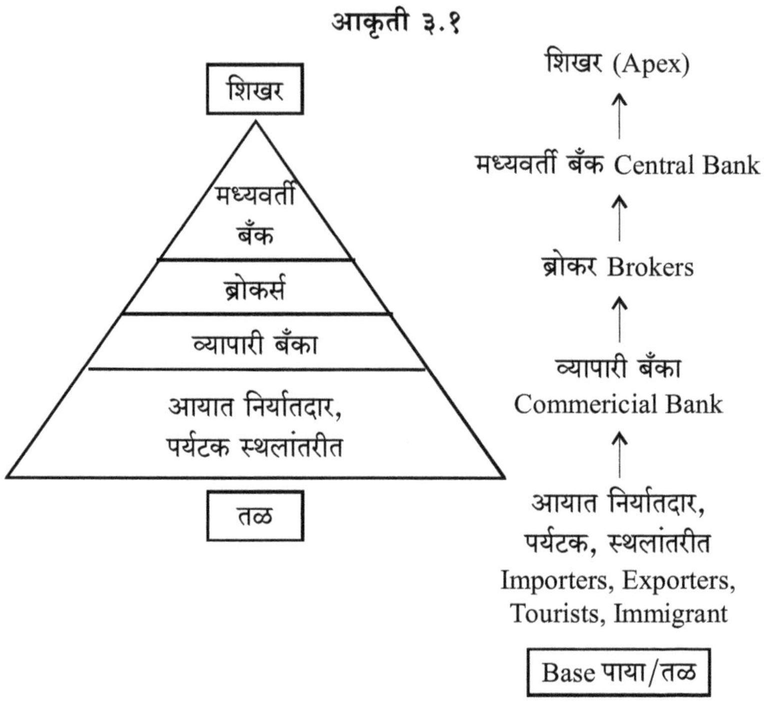

वरील आकृती व रचनेच्या आधारे असे स्पष्ट होते की प्रत्येक देशामध्ये त्या त्या देशातील मध्यवर्ती बँक ही 'शिखर बँक' तसेच देशाच्या चलन बाजारात 'शिखर संस्था' आहे. परकीय चलन बाजाराचे नियमन व नियंत्रण ठेवण्याची क्षमता अगर जबाबदारी केंद्रीय बँकेकडे आहे. बाजारातील विनिमयदरातील चढ-उतारांना रोखण्याचे काम मध्यवर्ती बँक करते. ही मध्यवर्ती बँक चलनाचे मूल्य कमी झाले की चलन खरेदी करते. तसेच मध्यवर्ती बँकांकडील चलन खरेदी करण्याचे काम दलाल करतात व ते त्यांची विक्री देखिल करतात. दलाल हे मध्यवर्ती बँक आणि वाणिज्य बँक यांच्याकडून खरेदी करून मध्यस्थाचे काम करतात. त्यांच्यातील दुवा म्हणून महत्त्वाची भूमिका बजावतात. दलाल हे स्वत: किंवा स्वत:साठी चलन खरेदी करत नाहीत तर ते कमिशनसाठी खरेदीदार आणि विक्रेता (आयातदार आणि निर्यातदार) यांच्यात करार करतात.

विदेशी/परकीय चलन बाजाराची कार्य (Functions of Foreign Exchange Market)

१) **विनिमय करणाऱ्या देशामधील चलनाचे हस्तांतरण :** आंतरराष्ट्रीय स्तरावर होणाऱ्या आयात व निर्यातदार देशांमधील देवाणघेवाण ही एका चलनाच्या माध्यमातून एका देशातून दुसऱ्या देशात हस्तांतरीत करण्याचे काम 'विदेशी चलन बाजार' करतो.

    उदा. जर भारताच्या निर्यातदाराने अमेरिकेमधून माल आयात केला असता, भारताला अमेरिकेचे देणे हे डॉलरमध्ये द्यावे लागते. त्यामुळे या रुपयाचे हस्तांतरण फॉरेक्सद्वारे केले जाते आणि यांचे क्रेडीट ड्राफ्ट वापरातून केले जाते, जसे बॅकड्राफ्ट, टेलीफोन हस्तांतरण केले जाते.

२) **पतपुरवठा कार्ये :** वेगवेळ्या देशातून आयात-निर्यात इतर व्यापार, देवाणघेवाण होत असते. यामध्ये व्यापाऱ्यांसाठी अल्पकालीन कर्जपुरवठा करण्यासाठी स्वत:चे क्रेडीट वापरून वित्तपुरवठा केला जातो. यामुळे आयात निर्यातीमध्ये येणाऱ्या अडचणी कमी होऊन व्यापाराची देवाणघेवाण सुरळीत होते.

३) **परकीय चलन जोखीम स्वीकारणे अगर सट्टेबाजीसारख्या धोक्यापासून संबंधित पक्षाला आधार देणे :** आंतरराष्ट्रीय स्तरावर नेहमी विनिमयदर हा बदलत असतो. त्यामुळे व्यापारी, आयात-निर्यातदार हे घाबरत आणि काळजी करतात. त्यांना त्यापासून संरक्षण देण्याचे काम परकीय चलन बाजार करतो. अग्रेषित कराराच्या माध्यमातून देण्याघेण्याचे व्यवहार पूर्ण होतात.

४) विदेशी हुंड्यांचा नेहमीच्या मागणीनुसार पुरवठा करणे.

५) विदेशी विनिमय बँकांकडून विदेशी चलनाच्या संदर्भातील अधिकार पत्र गोळा करून आयात करणाऱ्यांना किंवा गरजूंना विक्री करणे इत्यादी.

अशा प्रकारे विदेशी विनिमय चलन बाजाराचे कार्य स्पष्ट करता येतील.

३.४ रुपयाची परिवर्तनीयता (Convertibility of Rupee)

जागतिक स्तरावर अनेक घडामोडी घडत असतात त्यामध्ये जागतिक पातळीवरील आयात-निर्यात व त्यामधून निर्माण होणारी देणीघेणी हे एक होय. एका देशाकडून दुसऱ्या देशाला व्यापारातील देणी देण्यासाठी एका विशिष्ट विनिमय दराचा आधार घेऊन व्यापारवृद्धी करण्याचे व्यापारी व संबंधित देश नेहमीच प्रयत्न करतो. याचाच एक भाग म्हणून बाजारदराने एका चलनाचा दुसऱ्या चलनाबरोबर होणाऱ्या विनिमयाशी संबंधित आहे. भारतीय विनिमय दराच्या संदर्भात अभ्यास करताना स्वातंत्र्योत्तर काळात भारताने विदेशी चलनाच्या नियंत्रणाचे धोरण स्वीकारले. रिझर्व्हे

बँकेने विदेशी चलनाची जपवणूक करून विदेशी चलनाचा अपव्यय, अनिश्चिता, गैरव्यवहार होणार नाही यासाठी अनेक प्रकारची फायदेशीर व नियंत्रण निर्माण करणारी भूमिका अथवा नीती ही अवलंबली आहे. सुरुवातीच्या काळात भारतामध्ये आयातीवर निर्बंध ठेवण्यात आले. विदेशी देणी देण्यासाठी रिझर्व्हे बँकेचे नियंत्रण ठेवले म्हणजे विदेशी व्यापाऱ्यांना भारताचे अधिकृत चलन रिझर्व्हे बँकेच्या नियंत्रणाखाली देण्यात येत होते. भारतीय चलन म्हणजे 'रुपया' हा सरकारी विनिमय दराने विदेशी चलनाच्या बदल्यात निर्यातदारांच्या खात्यावर जमा केला जात होता. याचा मुख्य हेतू म्हणजे विदेशी चलनाचा वापर हा सुयोग्य, नियंत्रित व काळजीपूर्वक करणे. यामुळे अर्थव्यवस्था ही योग्य त्या दिशेने, पद्धतीने पुढे जाऊ शकेल.

भारताने सुरुवातीला अस्थिर विनिमयदराचे धोरण स्वीकारले. विशेष आंतरराष्ट्रीय नाणेनिधीनेदेखील अस्थिर विनिमय धोरणाचा स्वीकार केला व मान्यता दिली. भारतीय खात्यावर भारतीय रुपया परिवर्तनीयतेकडे झालेली वाटचाल ही महत्त्वपूर्ण आहे.

१९९२-९३ च्या अंदाजपत्रकात लोकसभेमध्ये अर्थमंत्री डॉ. मनमोहन सिंग यांनी भारतीय विनिमय दराच्या व्यवस्थापनेसाठी चालू खात्यातून प्राप्त होणाऱ्या विदेशी चलनाचे दोन गट करण्याचे जाहीर केले. यामध्ये १ मार्च १९९२ पासून रुपायाची आंशिक रूपांतरण सुरू केले.

अ) प्राप्त होणाऱ्या चलनापैकी ४० टक्के चलन स्थिर विनिमय दराने रिझर्व्ह बँकेत अधिकृत चलन व्यापाऱ्यांमार्फत जमा करणे.

ब) उर्वरित ६० टक्के रक्कम निर्यात दराने स्वत:कडे ठेवणे.

म्हणजे ०१ मार्च १९९२ पासून दुहेरी विनिमय दराची चलनपद्धती स्वीकारण्यात आली. ही पद्धत एकच वर्ष चालली. परंतु १९९२-९३ पूर्वी अमेरिकेचा डॉलर आणि इंग्लंडचा पौंड स्टर्लींग, यापैकी एक चलन निवडण्याचा आणि त्यानुसार विनिमय व्यवहार करण्याचा अधिकार हा रिझर्व्ह बँकेला होता.

सन १९९४ पासून एकच विनिमय दर पद्धत लागू करण्यात आली.

चलनाची परिवर्तनियता

'प्रत्येक देशात जसे भारतात रुपया हा इतर कोणत्याही देशाच्या चलनात मुक्तपणे, विना अडथळा रूपांतरीत केला जाऊ शकतो. यालाच 'रुपयाची' परिवर्तनीयता असे संबोधले जाते.'

चालू खात्यावरील व्यापार व देणे घेणे निर्बंध हटवणे यामुळेदेखील रुपयाची परिवर्तनियता ओळखली जाऊ शकते. ही व्यवस्था अशी असते की बाजारपेठेत मागणी व पुरवठा दलालांशिवाय विनिमय दर निश्चित करणे होय.

चलनाची परिवर्तनियता अभ्यासताना चालू खात्यावरील परिवर्तनीयशीलता व भांडवली खात्यावरील परिवर्तनीयशीलता या दोन संकल्पना पुढीलप्रमाणे आहेत.

१) **चालू खाते परिवर्तनियता :** हे खाते परिवर्तनियतेचे उद्दिष्ट, सेवा आणि घटकांच्या उत्पन्नाच्या आंतरराष्ट्रीय एक्सचेंजशी हटवण्याशी संबंधित आहेत. यामध्ये सामान्य अल्पमुदतीच्या बँकिंग सेवा व पतसुविधांसह परदेशातील व्यापार या संदर्भातील सर्व देय रकमा कर्जावरील व्याज, गुंतवणुकीतील निव्वळ उत्पन्न, घसारा देय रक्कम, कौटुंबिक गरज रक्कम इत्यादींचा समावेश होतो. याशिवाय दुसऱ्या चलनाच्या बदल्यात चलन भरणा याचाही प्राप्त करणे समावेश होतो.

२) **भांडवली खाते परिवर्तनियता (Capital Account Convertibility) :** यामध्ये अल्पमुदती व दीर्घमुदती कर्ज हे मोठ्या प्रमाणावरील गुंतवणुकी करणाऱ्या देशाच्या भांडवलाच्या व्यवहाराचे समान उदारीकरण होय. येथे चलन परिवर्तनीयता ही कोणत्याही व्यवहाराशिवाय व अन्य कोणत्याही चलनात रूपांतरीत केली जाते. यामध्ये परदेशी गुंतवणुकदार गुंतवणूक करतात.

वरीलप्रमाणे परिवर्तनशीलतेचा विचार करता ३१ जुलै २००६ रोजी भारताच्या पंतप्रधानांनी, मा. एस. एस. तारापोर यांच्या अध्यक्षतेखाली एक समिती नियुक्त केली होती. या कमिटीने भांडवली खात्यात रक्कम परिवर्तनशीलतेसाठी मार्गदर्शक सूचना देण्यास सांगितल्या होत्या. या समितीने अभ्यास करून काही शर्ती व सूचना केल्या होत्या. ०१ मे २००६ रोजी नियुक्त केलेल्या तारापोर समितीने ३१ जुलै २००६ रोजी आपला अहवाल सादर केला. तारापोर समितीच्या रुपयाच्या पूर्ण परिवर्तनीयतेसाठीच्या दिलेल्या काही अटी पुढीलप्रमाणे आहेत –

१) तारापोर समितीने असे स्पष्ट केले की, सरकारची वित्तीय तूट आणि स्थूल राष्ट्रीय उत्पन्न यांचे गुणोत्तर ३.५ टक्क्यापर्यंत खाली आणणे आवश्यक आहे.
२) केंद्र सरकार व राज्य सरकार यांनी आपल्या हिशोब पद्धतीत पारदर्शकता ठेवावी.
३) भारतातील चलन वाढीचा दर हा ३ ते ५ टक्के दरम्यान स्थिर करावा.
४) भारताच्या एकूण चलन पुरवठ्याशी विदेशी चलनाचे प्रमाण हे ४० टक्यांपर्यंत नियंत्रित ठेवावे.
५) ६० टक्के रक्कम निर्यात दाराने स्वत:कडे ठेवावी.

अशा पद्धतीने रुपयांच्या परिवर्तनशिलतेसंदर्भात माहिती देता येईल.

३.५ विदेशी विनिमय व्यवस्थापन कायदा (फेमा) Foreign Management Act 1999, Main Provision (FEMA)

विदेशी विनिमय व्यवस्थापन कायदा हा फेमा (FEMA) या नावाने ओळखला जातो. 'फेमा' हा भारतातील सर्व परकीय चलन व्यवहारांसाठी औपचारिकता व कार्यपद्धती निर्माण करणारा कायदा आहे.

'फेमा' कायद्याअंतर्गत विविध देशातील नागरिकांमधील वस्तू, सेवा आणि मालमत्तेचे व्यवहार पाहिले जातात. यासंदर्भात देणी किती शिल्लक आहेत हे पाहिले जाते. तसेच त्याचे दोन विभाग 'चालू खाते' (Current Account) आणि 'भांडवली खाते' (Capital Account) यामध्ये विभागलेले आहेत.

'फेमा' हा कायदा भारतातील विनिमय व्यवहारांवर नियंत्रण व व्यवस्थापनासाठी तसेच संपूर्ण भारतभर लागू केलेला कायदा आहे. याशिवाय हा कायदा भारताबाहेरील; पण भारतीय नागरिकांची मालकी असलेली एजन्सी, कार्यालये, व्यवस्थापन यांनाही लागू आहेत. फेमाचे मुख्य कार्यालय दिल्ली (Delhi) येथे असून ते 'अंमलबजावणी संचलनालय' म्हणून ओळखले जाते.

फेमा कायदा पुढील घटकांवर लागू होतो.

१) परकीय चलन
२) परदेशी सुरक्षा
३) कोणत्याही वस्तू व सेवा निर्यात भारताबाहेरील देशात केल्यास
४) वस्तूंची आयात
५) सार्वजनिक कर्ज अधिनियम १९९४ अन्वये पारिभाषीत केलेल्या सेक्युरिटीज
६) बँकींग, आर्थिक आणि विमा सेवा इत्यादी.

फेमा १९९९ च्या कायद्याने पूर्वीच्या फेरा (FERA) १९७३ च्या कायद्याची जागा घेतली आहे. फेमा या १९९९ च्या कायद्याची अंमलबजावणी १ जून २००० रोजी अंमलात आली. पूर्वीचा फेरा (FERA) Foreign Exchange Requlation Act हा विशेष म्हणजे अपुरे परकीय चलन यामुळे समंत झालेला आहे, तर फेमा (FEMA) हा भारतातील परकीय चलनावरील नियंत्रणे शिथिल करावी या उद्देशाने संमत करण्यात आला आहे.

फेमा कायद्यातील प्रमुख तरतुदी

१) फेमा लागू करण्याचे मुख्य उद्दिष्ट म्हणजे परकीय चलनावरील निर्बंध कमी करणे.

२) भारतातील परकीय चलन वाढवणे. कुठल्याही कायदेशीर अडथळ्याशिवाय परदेशी चलन भारतात आणता येते.

३) फेमा २००० नुसार केवळ शासकीय नियमानुसार व अटीनुसार अधिकृत व्यक्तीच भारतात परकीय चलन व्यवहार करू शकते.

४) ज्या लोकांना केवळ अधिकार प्रदान केले आहेत, किंवा दिले आहेत, तेच लोक भारतात किंवा भारताबाहेर परकीय चलन ठेवू शकतात किंवा खरेदी करू शकतता.

५) फेमा २००० च्या कलम ५ नुसार चालू खाते असल्यास अथवा व्यवहार असल्यास विक्री किंवा सौदे यासाठी परकीय चलनविषयक कुठलेही बंधन नाही.

६) फेमा कायद्यानुसार निर्यातदाराचे मुख्य कर्तव्य हे आहे की, त्याने वस्तू बाहेर बाजारात निर्यात करताना विक्री करताना त्यासंबंधीचा संपूर्ण अहवाल रिझर्व्हे बँक ऑफ इंडियाकडे पाठवावा.

७) एखाद्या व्यक्तीने फेमा कायद्याचे उल्लंघन केल्यास त्यास दंड व शिक्षा देण्याची तरतूद असून त्याने केलेल्या व्यवहाराच्या स्वरूपावरून दंड व शिक्षेची तरतूद आहे.

   १) १ कोटीपेक्षा कमी रक्कम असल्यास – सहा महिने कोठडी

   २) १ कोटी रुपयापेक्षा जास्त असल्यास – तीन वर्ष कोठडी

प्रश्न

प्र. १ एका वाक्यात उत्तरे लिहा.

१) स्थिर विनिमय दर म्हणजे काय?

२) बदलता विनिमय दर म्हणजे काय?

३) परकीय चलन बाजार म्हणजे काय?

४) रुपयाची परिवर्तनीयता म्हणजे काय?

५) विदेश विनिमय कायद्याचे वर्ष सांगा.

प्र. २ टिपा लिहा.

१) स्थिर विनिमय दर

२) बदलता विनिमय दर

३) विदेशी विनिमय बाजाराची कार्ये

४) रुपयाची परिवर्तनीयता

प्र. ३ थोडक्यात उत्तरे लिहा.

१) स्थिर व बदलता विनिमय दर म्हणजे काय?

२) स्थिर विनिमयदराचे फायदे सांगा.

३) विदेशी विनिमय बाजाराची रचना सांगा.

४) विदेशी विनिमय व्यवस्थापन कायदा म्हणजे काय?

प्र. ४ सविस्तर उत्तरे लिहा.

१) स्थिर व बदलत्या विनिमयदराचे गुण व दोष सांगा.

२) विदेशी विनिमय बाजाराची रचना व कार्ये सांगा.

३) रुपयाची परिवर्तनीयता स्पष्ट करा.

४) विदेश विनिमय व्यवस्थापन कायदा विशद करा.

प्रकरण - ४

प्रादेशिक व आंतरराष्ट्रीय सहकार्य - स्वरूप व कार्ये

(Regional & International Co-operation : Nature & Function)

४.१ प्रास्ताविक (Introduction)

आंतरराष्ट्रीय आर्थिक सहकार्य आणि वित्तीय पद्धती यांचा आंतरराष्ट्रीय संबंध आहे. सध्याचा जागतिक व्यापार आणि त्यासंबंधीच्या मदतीचे स्वरूप विस्कळीत स्वरूपाचे आहे. जागतिक व्यापाराचा जलद विकास हा मागील चार दशकात झाला आहे. या व्यापरातील विकसित देशांच्या वृद्धीमुळे त्यांचे वर्चस्व निर्माण झाले असून त्या देशांनी निर्बंधात्मक आणि संरक्षणात्मक धोरणे अवलंबली. त्यामुळे विकसनशील देशांच्या निर्मितीच्या वाढीवर आर्थिक परिणाम झाला आणि गरीब आणि श्रीमंत देशातील अंतर हळूहळू वाढत आहे.

जगाच्या आरंभापासून जगाच्या आर्थिक स्थितीत व्यापारामुळे बदल घडून आला. बाजारपेठांचा विस्तार करण्यासाठी परस्पर सहकार्य आणि एकत्रीकरणाशिवाय पर्याय नसल्याने त्यातूनच आर्थिक, राजकीय व सैनिकी व एकीकरणाची भावना

विकसित होऊ लागली. युरोपीय देशांनी 'नाटो संघटने'ची स्थापना केली आणि सहकार्य व एकीकरणाच्या भावनेला मूर्तरूप दिले. सैनिकी समन्वयाला फारसे यश आले नाही; परंतु त्यातून सहकार्य व एकीकरणाला प्रोत्साहन मिळाले. सहकार्य व एकीकरणातूनच बँकिंग व अर्थविषयक समस्या सोडविण्यासाठी १९४४ मध्ये ब्रेटनवूड (यु. एस. ए.) येथे १ ते २२ जुलै १९४४ रोजी संयुक्त राष्ट्र चलनविषयक आणि वित्तीय परिषदेच्या माध्यमातून एकत्र आले. त्यातूनच आंतरराष्ट्रीय नाणेनिधी, जागतिक बँक, जागतिक व्यापार संघटना स्थापन झाल्या. त्यानंतर अनेक प्रादेशिक व आंतरराष्ट्रीय संस्था व संघटना स्थापन झाल्या आणि आर्थिक सहकार्याची अनेक क्षेत्रे जगाला उपलब्ध झाली. सदर प्रकरणात सार्क, जागतिक व्यापार संघटना, युरोपियन आर्थिक समुदाय ब्रिक्स इत्यादींचा अभ्यास करण्यात आला आहे.

४.१.१ प्रादेशिक व आंतरराष्ट्रीय आर्थिक सहकार्य (Regtional & International Co-operation)

प्रादेशिक व आंतरराष्ट्रीय आर्थिक सहकार्य ही बहुअर्थी संकल्पना आहे. संपूर्ण जगात मुक्त व्यापार करणे शक्य नाही; कारण त्यामध्ये आर्थिक राजकीय, कायदेविषयक अनेक अडथळे निर्माण होतात. त्यासाठी जर प्रादेशिक स्तरावर संघ स्थापन करून त्यांच्यात मुक्त व्यापार सुरू केला, तर विकासाचा वेग वाढविणे शक्य होते. हे लक्षात आल्याने वेगवेगळे प्रदेश आणि खंड व उपखंड यांत राजकीय, आर्थिक संघटना स्थापन करण्याची प्रेरणा निर्माण होऊन वेगवेगळे करार आणि संघटना स्थापन झाल्या.

प्रादेशिक संघटनांतील सदस्य देशांतील व्यापार आणि आर्थिक व आर्थिकेतर अडथळे दूर करून परस्पर सहकार्य निर्माण करणे, हे प्रादेशिक व आंतरराष्ट्रीय आर्थिक सहकार्यात अपेक्षित असते. या संघटनेतील परस्पर केले जाणारे करार हे व्यापारी आणि द्विपक्षीय तसेच बहुपक्षीय स्वरूपाचे असू शकतात. जागतिक पातळीवर आंतरराष्ट्रीय करार व संघटना व प्रादेशिक पातळीवरील करार यांमध्ये मोठ्या प्रमाणात वाढ झाल्याचे दिसून येते. त्याची सुरुवात आंतरराष्ट्रीय नाणेनिधी, आंतरराष्ट्रीय पुनर्निमाण आणि विकास बँका, तसेच जकात व व्यापारविषयक सामान्य करार ते २००९ मध्ये स्थापन झालेली ब्रिक्स येथपर्यंत व विविध संघटना व करार अस्तित्वात आल्याचे दिसून येते.

४.२ प्रादेशिक सहकार्यासाठी दक्षिण आशियाई संघटना (सार्क) – स्वरूप आणि कार्ये (Nature and Functions of South Asian Association Regional Co-operation - SAARC)

डिसेंबर १९८५ मध्ये दक्षिण आशियाई प्रादेशिक सहकार्य संघटनेची स्थापना

झाली. या संघटनेत सात देश कायमस्वरूपी सदस्य आहेत. भारत, बांगला देश, पाकिस्तान, नेपाळ, श्रीलंका, भूतान मालदिव आणि अफगाणिस्तान या देशांचा त्यामध्ये समावेश होतो. 'सार्क' चे मुख्य ध्येय मानवी आणि भौतिक साधनसंपत्तीचा अधिकाधिक उपयोग करून सामाजिक आणि आर्थिक विकास साध्य करणे हे आहे.

अ) उद्दिष्टे

सार्क संघटनेच्या चार्टर कलम I मध्ये पुढील उद्दिष्टे दिली आहेत-

१) दक्षिण आशियातील लोकांच्या सामाजिक आर्थिक कल्याणात सुधारणा करणे, आणि त्यांच्या जीवनमानाचा दर्जा सुधारणे.

२) आर्थिक वाढीचा वेग वाढविणे, प्रदेशातील सामाजिक प्रगती आणि सांस्कृतिक विकास साधणे, सर्व व्यक्तींना आत्मसन्मानाने जगण्याची संधी देणे आणि त्यांच्या क्षमतेचा पूर्णपणे उपयोग करून घेणे.

३) दक्षिण आशियातील देशांमध्ये सामुदायिकरीत्या आत्मनिर्भरता वाढवून ती बळकट करणे.

४) एकमेकांच्या समस्या समजावून घेऊन एकमेकांवरील विश्‍वास वाढविणे.

५) सभासद देशांच्या विकासाचा वेग वाढविण्यासाठी एकमेकांतील आर्थिक, सामाजिक, सांस्कृतिक, तांत्रिक आणि विज्ञान क्षेत्रातील सहकार्य वाढविणे.

६) समान हितसंबंधी प्रश्‍नांवर आंतरराष्ट्रीय मंचावर आपापसातील सहकार्य वाढविणे.

७) समान उद्दिष्ट आणि हेतू असलेल्या आंतरराष्ट्रीय आणि प्रादेशिक संघटनेबरोबर सहकार्य करणे.

सार्कची कार्ये (Functions of SAARC)

सार्कची कार्ये पुढीलप्रमाणे सांगता येतात -

१) दक्षिण आशियाई देशांत विभागीय सहकार्य वाढविणे.

२) सदस्य देशांतील मतभेद दूर करण्याचा प्रयत्न करणे. तसेच चर्चेद्वारे मतभेद दूर करणे.

३) सार्कच्या सदस्य देशांमध्ये आर्थिक, सामाजिक व सांस्कृतिक मूल्यांची देवाणघेवाण करणे.

४) सार्कच्या सदस्य देशांत व्यापाराला चालना देणे आणि व्यापारात वाढ करणे.

५) सार्क देशांतील नैसर्गिक साधनसामग्री, मनुष्यबळ आणि कौशल्याचा जास्तीतजास्त वापर करणे व सहकार्यातून विकास साधणे.

६) दक्षिण आशियाई देशांतील दारिद्र्य, उपासमार, रोगराई, निरक्षरता यांचे निर्मूलन करणे, तसेच पर्यावरणाचे संवर्धन करणे.
७) दक्षिण आशियाई देशांच्या सांस्कृतिक व ऐतिहासिक परंपरांचा सांभाळ करणे.
८) दक्षिण आशियाई देशांमध्ये तांत्रिक सहकार्य वाढीस लावणे.
९) सार्कचे सदस्य देश व इतर संघटना यांच्यात विचारांची देवाण-घेवाण वाढविणे.
१०) प्रादेशिक सहकार्यासाठी सक्षम क्षेत्रे निर्माण करणे.

क) सार्कचे स्वरूप (Nature of SAARC)

'सार्क'च्या कार्यकारी मंडळाने 'उच्च धोरण' ठरविले आहे. त्यानुसार सभासद देशांच्या सरकारचा प्रमुख घटनेनुसार कार्यकारी मंडळावर विश्वास असतो. कार्यकारी मंडळाची बैठक दोन वर्षातून एकदा होते. विदेश व्यवहारमंत्री हे या समितीचे 'सभासद' असतात व विदेश व्यापार सचिवांची एक 'स्थायी समिती' असते. ही समिती मागील कार्याचा आढावा घेऊन, नवीन योजना मंजूर करून, त्याची कार्यवाही करते. स्थायी समितीचे मुख्य कार्य म्हणजे-

१) सल्लामसलत आणि सहकार्यविषयक कार्यक्रम राबविणे.
२) आजूबाजूच्या प्रदेशात सहकार्य निर्माण करणे.
३) आंतरक्षेत्रियांना प्राधान्य देणे.
४) चलनविषयक अद्ययावतता ठेवणे.
५) स्थायी समिती, गरज असेल तेव्हा कार्यकारी मंडळाच्या मंत्र्यांना अहवाल सादर करते. त्याचा मुख्य हेतू अंमलबजावणी हा असतो. स्थायी समिती अंमलबजावणीसाठी एक समिती तयार करते. या कार्यक्रम समितीला स्थायी समिती मदत करते. या समितीत सभासद सरकारचे वरिष्ठ अधिकारी असतात. कार्यक्रम समितीचे (Programme Committee) कार्य पुढीलप्रमाणे असते-

१) सचिवाच्या अंदाजपत्रकाची छाननी करणे.
२) सचिवांच्या वार्षिक अनुसूचीचे अंतिम स्वरूप तयार करणे.
३) स्थायी समितीला चालू उपक्रम नेमून देणे.
४) तांत्रिक समितीचा अहवाल आणि प्रादेशिक केंद्राच्या विश्लेषणाचा अभ्यास करणे आणि पुढील कार्यवाहीसाठी स्थायी समितीकडे पाठविणे.

तांत्रिक समिती

या समितीमध्ये सदस्य देशांच्या प्रतिनिधींचा समावेश असतो. या समितीवर सार्कच्या धोरणांची अंमलबजावणी, समन्वय आणि देखरेख ही जबाबदारी असते.

सभासद देशांसाठी घटनेनुसार पुढील कार्ये केली जातात–

१) प्रतिनिधीच्या क्षेत्रात कार्यक्रम आणि प्रकल्पांची उभारणी करणे.

२) मुख्य प्रकल्पांची अंमलबजावणी करणे.

३) प्रकल्प कमिटीचा अहवाल स्थायी समितीला सादर करणे.

सार्कच्या तांत्रिक समितीचा संबंध – (१) कृषी (२) पर्यावरण (३) विज्ञान आणि तंत्रज्ञान (४) दळणवळण (५) आरोग्य आणि लोकसंख्या (६) ग्रामीण विकास (७) पर्यटन इत्यादींशी असतो.

ड) सार्क अधिमान्य व्यापार करार (SAARC - Prefrential Trading Agreement)

या करारावर कार्यकारी मंडळाच्या मंत्र्यांनी ११ एप्रिल १९९३मध्ये सह्या केल्या.

अ) सार्क अधिमान्य व्यापार कराराची (SAPTA) उद्दिष्टे पुढीलप्रमाणे –

१) सार्कच्या सदस्य देशांचा हळूहळू व्यापारविस्तार करणे.

२) 'सार्क' देशातील अडथळे काढून टाकणे.

३) सदस्य देशात आर्थिक सहकार्य आणि अंतर्गत व्यापाराची स्थैर्याधिष्ठित उभारणी करणे.

ब) SAPTA च्या प्रशासनाची तत्त्वे पुढीलप्रमाणे–

१) परस्पर समझोत्याच्या आधारे एकत्रित समानतेने सभासद देशांना फायदे मिळवून देणे.

२) कराराप्रमाणे टप्प्याटप्प्याने सुधारणा, परस्पर सहकार्यातून तडजोडी करणे. कच्चा माल आणि अर्धसिद्ध उत्पादित वस्तूंना अंतर्गत सवलत दिली जाते.

क) जकाती

जकातीत सवलत दिली जाते. 'जकाती' तसेच जकातीशिवाय वेगळ्या मार्गाचा अवलंब केला जातो. जकातीवर उपाय योजण्याचे मार्ग म्हणजे–

१) निर्यातक्षेत्रात व्यापाराच्या सुविधा उपलब्ध करून देणे.

२) निर्यात पुरवठा, विमा आणि बाजाराची माहिती उपलब्ध करून देणे.

३) तांत्रिक मदत उपलब्ध करून देणे, उद्योगाची स्थापना, निर्यातीसाठी कृषी प्रकल्प उभारणे इत्यादी.

४) दीर्घकाळाचा करार करणे.

५) जकातीचे अडथळे दूर करणे, त्यासाठी प्रशुल्क मुक्त करणे, निर्यात वस्तूंना जकातीपासून सूट देणे इत्यादी.

ड) व्यवहारतोल

व्यवहारतोलाचा गंभीर प्रश्न निर्माण झाल्यास निर्यात वाढविण्यासाठी सवलत देणे.

सहभागी समिती करार आणि विभागणीच्या अंमलबजावणीचा आढावा घेणे. तसेच सर्व देशांना समान फायदे देणे, दिलेल्या सवलती काढून घेणे किंवा त्यात बदल करण्यासाठी अंतर्गत सल्लामसलत करणे इत्यादी. हे सर्व प्रत्येक तीन वर्षांनी केले जाते.

इ) सार्कवर टीका

व्यापाराच्या उदारीकरणामध्ये सार्क देशांची सुरुवात चांगली झाली. परंतु त्यावेळी त्यांना अनेक समस्यांना तोंड द्यावे लागले.

१) काही वस्तूंबरोबर देशांतर्गत व्यापारात मोठ्या जकातीची सवलत पूर्ण करता आली नाही किंवा पोहोचली नाही.

२) या प्रादेशिक संघाचा परकीय जागतिक व्यापारात अगदी लहान हिस्सा आहे. त्यामुळे संघटनेतील देशांचे इतर देशांबरोबर आयात-निर्यातीचे अधिक संबंध आहेत.

३) संघटनेतील सदस्य देशात दारिद्र्य, बेकारी, अतिरिक्त लोकसंख्या या समस्या आहेत; त्यामुळे परस्पर वित्तीय साहाय्य करणे कठीण आहे.

४) भारत आणि पाकिस्तान या दोन देशात राजकीय वैमनस्य असल्याने परस्परात विधायक सहकार्य निर्माण होणे कठीण आहे.

५) भारत हा आकाराने, आर्थिकदृष्ट्या, लोकसंख्येने इतर सदस्य देशांपेक्षा मोठा आहे. इतर सदस्य देशांना भारताच्या वर्चस्वाचे भय वाटते.

६) तांत्रिक समितीद्वारे वाहतूक, जमीन आणि जलवाहतूक सुविधा सदस्य देशात उपलब्ध झाली नाही; म्हणून सदस्य देशातील व्यापार विकसित झाला नाही.

७) सदस्य देशांची पतपुरवठ्याची साधने वेगवेगळी आहेत. तो एक महत्त्वाचा अडथळा देशांच्या व्यापाराच्या विकासाला निर्माण होतो.

८) वस्तूचा व्यापार बेकायदा आणि अव्यवहार्य असल्यास सदस्य देशांत व्यापारात अडथळे येतात.

सध्या 'सार्क' ही संघटना त्यांची उद्दिष्टे साध्य करण्यात महत्त्वपूर्णरीत्या प्रगती

करण्यात अपयशी ठरली आहे. सदस्य देशांमधील संबंधाचे चांगले वातावरण राहिले नाही. सार्कचे भवितव्य अंधारमय वाटते.

ई) सार्क आणि भारत

भारताच्या पुढाकाराने स्थापन झालेल्या दक्षिण आशियाई देशांची संघटना (सार्क) ८ डिसेंबर १९८५ रोजी स्थापन झाली आहे. दक्षिण आशियाई देशांची अंतर्गत व्यापार वृद्धी व्हावी, विना अडथळ्याचा व्यापार व्हावा तसेच आर्थिक व सामाजिक प्रगती या गटातील राष्ट्रांची व्हावी; म्हणून सार्क गेली ३० वर्षे कार्यरत आहे. कोलंबो येथे भरलेल्या दहाव्या (१९९८) सार्क परिषदेत दक्षिण आशियाई मुक्त व्यापार करार करण्यात येऊन त्याची अंमलबजावणी १९९९ पासून सुरू झाली. भारताने केलेल्या मुक्त व्यापार अहवालाला श्रीलंकेने सकारात्मक प्रतिसाद दिल्याने भारताचा द्विपक्षीय मुक्त व्यापार श्रीलंकेशी सुरू झाला. या अगोदरच भारताचा द्विपक्षीय व्यापार नेपाळ आणि भूतानशी सुरू होता. तक्ता ४.१मध्ये भारताचा सार्क देशांशी होणाऱ्या व्यापाराचा आढावा घेतला आहे.

तक्त क्र. ४.१ भारताचा सार्क देशांशी व्यापार

(कोटी रुपये)

देश	भारताची आयात		%	भारताची निर्यात		%
	२०१२-१३	२०१३-१४	बदल	२०१२-१३	२०१३-१४	बदल
१) श्रीलंका	३४०४	४०६४	१९.३८	२१६८८	२७६४४	२७.४६
२) नेपाळ	२९५८	३२०४	८.२८	१६८०६	२१७७०	२९.५३
३) बांगलादेश	३४६८	२९०३	१६.२९	२७९८३	३७४११	३३.६९
४) पाकिस्तान	२९४४	२६०७	११.४४	११२३३	१३८३३	२३.१४
५) अफगाणिस्तान	८६१	१२८८	४९.५९	२५६९	२८७९	१२.०६
६) भूतान	८९२	९१९	३.०२	१२६७	२१५५	७०.०८
७) मालदिव	३४	२४	२९.४१	१०६	६४३	५०६.६०

(स्रोत : आर्थिक पाहणी २०१४-१५, भारत सरकार, अर्थमंत्रालय)

भारताची सार्क देशांकडून होणारी आयात २०१३-१४ मध्ये १५००९ कोटी रुपयांची होती. मात्र, निर्यात १०६३३५ कोटी रुपयांची झाल्याने भारताला सार्क देशांमुळे ९१३२६ कोटी रुपयांचा फायदा झाला आहे. भारताच्या एकूण निर्यातीत व

आयातीत सार्क देशांचा हिस्सा अनुक्रमे ५.६ टक्के व ०.५ टक्के २०१३-१४ मध्ये होता. भारताला सार्क देशांना निर्यात वाढविण्यास वाव असून पाकिस्तान बरोबरचे संबंध सुरळीत झाल्यास आखाती देशाच्या मार्गाने होणारी निर्यात पाकिस्तानला सरळ पंजाबमार्गे करता येईल. २०१८-१९ ते २०१९-२० मध्ये एकूण निर्यातीतील हिस्सा ७ टक्के एवढा आहे.

तक्त क्र. ४.२ भारताचा सार्क देशांशी व्यापार

(कोटी रुपये)

देश	भारताची आयात		%	भारताची निर्यात		%
	२०१८-१९	२०१९-२०	बदल	२०१८-१९	२०१९-२०	बदल
१) श्रीलंका	७३३९	८९७५	२१.१	३२९९६	२६९३५	-१९.३
२) नेपाळ	३५५८	५०४५	४०.०	५४३०१	५०७१३	-७.८
३) बांगलादेश	७३३९	९७५	२१.१	६४३९३	५८१७७	-१३.४
४) पाकिस्तान	३४७६	९८	-९७.२	१४४२७	५७१८	-६०.५
५) अफगाणिस्तान	३०७८	३७६६	२१.७	४९९२	७०८५	३९.४
६) भूतान	२५९०	२८७१	९.४	४५९१	५२३५	१२.४
७) मालदिव	१४७	४२	-७०.६	१५५७	१६०८	१.६
एकूण	**३०५६५**	**२७२०३**	**-१२.१**	**१७७२५८**	**१५५४७१**	**-१३.४**

(स्रोत : आर्थिक पाहणी २०२०-२१, भारत सरकार, अर्थमंत्रालय)

वरील तक्त्यावरून असे दिसून येते की सार्कची एकूण आयात २०१८-१९ मधील ३०५६५ कोटी रुपयांवरून २०१९-२० मध्ये २७२०३ कोटी रुपयांपर्यंत म्हणजे १२.१ टक्क्याने कमी झाली. तर याच काळात निर्यात १७७२५८ कोटी रुपयांवरून १५५४७१ कोटी रुपये म्हणजे १३.४ टक्क्याने कमी झाली आहे. एकूण आयातीत सार्क देशांचा हिस्सा ०.८ टक्के एवढा २०१९-२० मध्ये होता तर निर्यातीतील हिस्सा ७ टक्के एवढा होता.

फ) सार्कचे मूल्यमापन व यश

'सार्क' ही जगातील 'सर्वांत लहान प्रादेशिक व्यापार संघटना' असून सदस्य देशांच्या सामाजिक व आर्थिक विकासाला चालना देणे हे या संघटनेचे प्रमुख उद्दिष्ट आहे. १९९७ मध्ये जागतिक वार्षिक व्यापाराच्या १०९ बिलीयन डॉलर्स इतका व्यापाराचा हिस्सा सार्क देशांचा होता. २०१३-१४ मध्ये हा वाटा झाला आहे. सार्क

देशांच्या एकूण व्यापारात ६० टक्के वाटा केवळ भारताचा असून उरलेल्या ४० टक्के बाकी सदस्य देश आहेत. भारताचा २००० मध्ये सार्क देशांशी ७५०० कोटी रुपयांचा व्यापार होत होता. यांपैकी निर्यातीचे आकारमान ६१००कोटी रुपयांचे होते तर आयातीचे मूल्य केवळ १४०० कोटी रुपये होते.

सार्कचे यश : सार्क या व्यापार व सहकार्य संघटनेमुळे खालील प्रकारचे यश सदस्य देशांना प्राप्त झाले आहे-

१) सार्कची स्थापना होऊन व्यापारातील बंधने, जकाती आणि जकातेतर अडथळे कमी झाले शिवाय व्यापारवृद्धीसाठी अनेक सदस्य देशांनी सवलती जाहीर केल्या.

२) कृषी, दळणवळण, शिक्षण, सांस्कृतिक घटक, पर्यावरण, आरोग्य, लोकसंख्या, ग्रामीण विकास, विज्ञान व तंत्रज्ञान, पर्यावरण व वाहतूक इत्यादींसाठी तांत्रिक समित्यांची स्थापना करण्यात आली.

३) सदस्य देशातील दारिद्र्याचे प्रमाण कमी करण्यासाठी जागतिक बँक, युएनडीपी, एस्केपकडून आलेल्या निधीचे सदस्य देशामध्ये वाटप केले जाते.

४) सार्कने संकटसमयी अन्नधान्य टंचाईवर मात करता यावी व सदस्य देशांची अन्नसुरक्षितता वाढावी म्हणून २ लाख ४१ टन धान्याचा राखीव साठा निर्माण केला आहे.

५) सार्कच्या प्रयत्नातून कृषी माहिती केंद्र स्थापले आहे; तसेच सार्क विद्यापीठाची स्थापना करण्यात आली आहे. विज्ञान व तंत्रज्ञानाची देवाण-घेवाण होण्यासाठी केंद्रित माहितीकेंद्र निर्माण केले आहे. सार्कने सदस्य देशांच्या विकासासाठी सार्क विकास निधी व सार्क जपान विशेष निधी निर्माण केला आहे.

४.३ ब्राझील, रशिया, भारत, चीन आणि दक्षिण आफ्रिका (ब्रिक्स) स्वरूप आणि कार्ये (Brazil, Russia, India, China & South Africa (BRICS) Nature & Function)

ब्रिक्स (BRICS) हे भारत, ब्राझील, रशिया, चीन आणि दक्षिण आफ्रिका या देशांच्या शिखर संघटनेचे संक्षिप्त नाव आहे. सुरुवातीला फक्त चार देश या संघटनेचे सदस्य होते. आणि 'ब्रिक' या संक्षिप्त नावाने ओळखले जात होते. २०१० मध्ये दक्षिण आफ्रिका समाविष्ट झाल्यावर संघटनेचे नाव 'ब्रिक्स' झाले.

या गटाची वैशिष्ट्ये : (१) भौगोलिकदृष्ट्या विस्तीर्ण देश (२) अतिजलद विकास दर गाठणाऱ्या अर्थव्यवस्था (३) विकसनशील आणि नव्याने औद्योगिकीकरण झालेल्या अर्थव्यवस्था

२०१४ मध्ये या पाच ब्रिक्स देशांची लोकसंख्या ३ बिलीयन इतकी होती, जी जवळपास जगाच्या एकूण लोकसंख्येच्या ४० टक्के होती. सध्या ती ५० टक्के आहे.

या संस्थेचे कायम सदस्य असलेले पाचही देश विकसनशील देश असून ते अलिप्तता, समानता आणि परस्परांचा फायदा या उद्देशांना बांधील आहेत. अफगाणिस्तान, अर्जेंटिना, इंडोनेशिया, टर्की, इजिप्त, इराण, नायजेरिया, सूदान, सिरिया, बांगला देश आणि ग्रीस यांसारख्या अनेक देशांनी ब्रिक्सचे कायम सदस्य बनण्याची इच्छा व्यक्त केलेली आहे.

स्वरूप आणि कार्ये : आंतरराष्ट्रीय 'नाणेनिधी' आणि 'जागतिक बँक' या दोन्ही जागतिक वित्तीय संस्थांवर पाश्चिमात्य देशांचे वर्चस्व आहे. त्यामुळे या संस्थांना पर्याय निर्माण करणे, हाच ब्रिक्स स्थापनेमागील हेतू होता. या उद्दिष्टासाठी ब्रिक्सचे सदस्य देश स्थापनेपासून दरवर्षी वर्षातून एकत्र येत असतात. याबाबत साकल्याने विचार केल्यानंतर या देशांनी 'न्यू डेव्हलपमेंट बँक (NDB)' आणि 'काँटिन्जन्ट अरेंजमेन्ट (CRA)' या दोन वित्तीय संस्थांची स्थापना केली. या संदर्भातील ठरावांवर २०१४ साली स्वाक्षऱ्या करण्यात आल्या. आणि २०१५ पासून त्यांचे काम सुरू झाले.

एन.डी.बी. पूर्वी 'ब्रिक्स डेव्हलपमेंट बँक' या नावाने ओळखली जात असे. ही बहुराष्ट्रीय विकास बँक आहे. ब्रिक्सच्या सदस्यांद्वारे ती चालविली जाते. या बँकेचे मुख्य कार्यालय दक्षिण आफ्रिकेत आहे. या बँकेचे भागभांडवल सुरुवातीला ५० अब्ज डॉलर्स होते आणि नंतर ते १०० अब्ज डॉलर्सपर्यंत वाढविण्यात आले. सदस्य देश सुरवातीला प्रत्येकी १० अब्ज डॉलर्सचे भागभांडवल बँकेत जमा करण्यात आले.

रोखीच्या उपलब्धतेवरील जागतिक स्तरावरील ताण कमी करण्यासाठी सी.आर.ए. ही यंत्रणा उभी करण्यात आली. जागतिक स्तरावरील आर्थिक ताणामुळे सदस्य देशांपुढे काही समस्या पुढे उभी राहिल्यास त्यातून मार्ग काढण्यासाठी ही यंत्रणा निर्माण करण्यात आली आहे. सामान्यपणे या यंत्रणेकडे जागतिक बँकेची स्पर्धक म्हणून पाहिले जाते. दक्षिण गोलार्धातील देशांच्या परस्पर सहकार्याचा उत्तम नमुना म्हणून एन.डी.बी.कडे (न्यू डेव्हलपमेंट बँक) पाहिले जाते.

२०१६ मध्ये ब्रिक्सच्या भारतात झालेल्या शिखर बैठकीत सदस्य देशांच्या नागरिकांमध्ये सुसंवाद असावा, असे आग्रही प्रतिपादन भारताने केले होते. या शिखर बैठकीच्या कार्यक्रमात सदस्य देशांच्या चित्रपटांचा महोत्सव, कृषी आणि पर्यावरण खात्यांच्या मंत्र्यांची बैठक, पहिले औद्योगिक प्रदर्शन आणि पहिली फुटबॉल स्पर्धा यांचा समावेश करण्यात आला होता. राजकीय कारणामुळे चीन औद्योगिक प्रदर्शनात

सहभागी झाला नाही. या शिखर बैठकीत सदस्य देशांनी दहशतवादाचा कडाडून विरोध केला. या बैठकीत न्यू डेव्हलपमेंट बँक आणि क्रिडा परिषद स्थापन करणे, कृषी आणि रेल्वे संबंधीच्या संशोधनावर भर देणे, जागतिक व्यापार संघटनेबरोबर (WTO) स्पर्धा करू शकेल अशी प्रभावी व्यापारी यंत्रणा उभी करणे इत्यादींबाबत बैठकीत चर्चा झाली.

ब्रिक्सची प्रमुख कार्ये : (१) या गटातील देशांची अर्थव्यवस्था वृद्धींगत होण्यासाठी निधी उपलब्ध करणे. (२) परस्परातील आर्थिक सहकार्य वाढविणे. (३) आर्थिक सुरक्षितता मजबूत करणे.

ब) ब्रिक्सची वैशिष्ट्ये

१) ब्रिक्सगट कायदेशीर आंतरराष्ट्रीय व्यवस्था व अस्तित्वात येण्यासाठी प्रयत्न करणे. संयुक्त राष्ट्र संघटनेच्या परिषदेत सुधारणा करण्यासाठी प्रयत्न करणे.

२) ब्रिक्सगट दक्षिण-दक्षिण आराखडा तयार करून एकमेकांशी सहकार्य करणे.

३) ब्रिक्सगट विकसित आणि विकसनशील देशांमध्ये दुवा म्हणून काम करणे. उदा. जागतिक व्यापार संघटना आणि ब्रिक्स गट योग्य कृषी धोरणे राबविण्यासाठी प्रयत्न करणे. युरोपियन संघ आणि अमेरिका कृषी माल उत्पादनासाठी त्यांच्या शेतकऱ्यांना भरघोस अनुदाने (Subsidies) दिली जातात. त्यामुळे विकसनशील देशांच्या कृषी निर्यातीचा स्पर्धात्मक दर्जा व दर घसरतो. पर्यायाने विकसनशील देशांचे नुकसान होते ते होऊ नये; म्हणून ब्रिक्स जागतिक व्यापार संघटनेवर दबाव निर्माण करते.

४) विकसनशील देशांना ब्रिक्स गटाकडून व्यापार, वातावरणातील बदल (Climate Change), निर्यात समस्या, औद्योगिक व उत्पादित वस्तूंचे उत्पादन इत्यादी होणाऱ्या वाटाघाटीत सहकार्य करणे.

५) विकसनशील देश ब्रिक्स बँक आणि संकटकालीन राखीवनिधी या टप्प्याटप्प्याने आर्थिक भर घालून या संस्थांच्या सौदाशक्तीत वाढ करणे.

६) उद्योग परिषद, माहितीची देवाण-घेवाण, शैक्षणिक, सांस्कृतिक आणि पर्यावरण व्यवस्थापन इत्यादींबाबतीत सहकार्य होण्यासाठी व्यासपीठ निर्माण करणे.

७) जागतिक बँक आणि आंतरराष्ट्रीय नाणेनिधीच्या विकसित देश पूरक आर्थिक धोरणे व वाटचालीस समर्थपणे तोंड देण्यासाठी ब्रिक्स बँक स्थापन करणे.

८) ब्रिक्स गट जागतिक स्तरावर मध्यम गटातील गरीब, विकसनशील देशांचे हित जपण्यासाठी कटीबद्ध राहाणे.

ब्रिक्स बँक : न्यू डेव्हलपमेंट बँक जिला 'ब्रिक्स बँक' असेही संबोधले जाते ही एक बहुराष्ट्रीय वित्तसंस्था असून ती ब्राझील, रशिया, भारत, चीन व दक्षिण आफ्रिका या देशांच्या बनलेल्या ब्रिक्स गटाद्वारे चालविली जाते.

क) ब्रिक्स बँक

ब्रिक्स गटातील देशांमध्ये पायाभूत सुविधा निर्माण करणे व त्यासाठी लागणारे प्रचंड आर्थिक बळ उपलब्ध व्हावे; म्हणून मार्च २०१२च्या दिल्ली येथे भरलेल्या ब्रिक्स परिषदेत चर्चा झाली व त्या चर्चेचे फलित म्हणून ब्रिक्स बँकेची स्थापना करण्याचे निश्चित करण्यात आले. या संकल्पनेला जागतिक स्तरावर अनेक नामवंत अर्थतज्ज्ञांपैकी जोसेफ **स्टिर्गल्टीझ** आणि **निकोलस स्टर्न** या दोघांनी ब्रिक्स बँकेने जागतिक आव्हानांपैकी हरित तंत्रज्ञान राबविले जाण्यासाठी प्रयत्न करण्याचे ठरले. आर्थिक व राजकीय शक्ती म्हणून आंतरराष्ट्रीय विकासात भरीव कामगिरी ब्रिक्सकडून अपेक्षित आहे. १५ जुलै २०१४ रोजी सुरू झालेल्या ब्रिक्सच्या परिषदेत ब्रिक्स बँक स्थापन करण्याची घोषणा झाली. ब्रिक्स बँकेचे भागभांडवल १०० बिलीयन अमेरिकन डॉलर्स इतके असून याव्यतिरिक्त १०० बिलीयन अमेरिकन डॉलर्स राखीव निधी म्हणून ठेवला जाईल. ब्रिक्सच्या गटातील देशांमध्ये व्यापार, संशोधन, निर्यात बाबतीत सहकार्य करण्याच्या करारावर सह्या करण्यात आल्या.

बँकेची उद्दिष्टे/कार्ये पुढीलप्रमाणे आहेत –

१) ब्रिक्स प्रामुख्याने सदस्य देशात पायाभूत सुविधा निर्माण करण्यासाठी कर्जपुरवठा करील त्यासाठी दरवर्षी ३४ बिलीयन डॉलर्स राखून ठेवण्यात आले.

२) ब्रिक्स बँकेची शाखा म्हणून विकास बँकेचे दक्षिण आफ्रिकेत विभागीय केंद्र स्थापन करण्याचे ठरले.

३) ब्रिक्स बँकेचे सुरुवातीचे भांडवल ५० बिलीयन डॉलर्स इतके राहील. प्रत्येक देशाने १० बिलीयन डॉलर्स द्यावयाचे असून ते १०० बिलीयन डॉलर्सपर्यंत वाढविता येईल. कोणत्याही चार देशांच्या संमतीशिवाय सदस्य देश भांडवलाचा वाटा वाढवू शकत नाही.

४) नवीन देश ब्रिक्स बँकेचा सभासद होऊ शकतो; मात्र भाग भांडवल कोणत्याही परिस्थितीत ५५ टक्क्यांपेक्षा खाली असणार नाही.

५) संकटकालीन राखीवनिधी व्यवस्था : ब्रिक्स गटातील देशांना व्यवहारतोलामुळे निर्माण होणाऱ्या समस्येवर मात करण्यासाठी रोखता पुरविण्याचे तात्पुरते कार्य या निधींतर्गत करण्यात येणार आहे. जागतिक रोखतेच्या प्रश्नावर मात

करण्यासाठी या निधीची स्थापन करण्यात आली आहे. ब्रिक्स गटातील देशांच्या चलनाची किंमत कमी झाल्यास तात्पुरत्या स्वरूपात या निधीद्वारे मदत दिली गेली. अमेरिकेच्या वित्तीय विस्तारवादी (Monetary Expansion) धोरणामुळे निर्माण होणारी आर्थिक अस्थिरता टाळण्यासाठी या निधीमधून मदत दिली गेली. या निधीचे वसूलभाग भांडवल १० बिलीयन अमेरिकन डॉलर्स असून प्रत्येक सदस्य देशाने २ बिलीयन डॉलर्सचा वाटा द्यावयाचा होता. अतिरिक्त ४० बिलीयन डॉलर्स विनंती केल्यानंतर द्यावयाचे होता. एकूण १०० बिलीयन डॉलर्स इतके भागभांडवल असून चीन ४१ बिलीयन डॉलर्स दिले तर ब्राझील, रशिया आणि भारत प्रत्येकी १८ बिलीयन डॉलर्स दिले, दक्षिण आफ्रिकेचा वाटा केवळ ५ बिलीयन डॉलर्सचा होता. या निधीच्या कामकाजाला २०१६ मध्ये प्रारंभ झाला.

४.४ युरोपियन आर्थिम समुदाय – स्वरूप आणि कार्ये (European Economic Community - (EEC) Nature & Functions)

स्वरूप : २८ फेब्रुवारी १९५८ रोजी युरोपियन आर्थिक समुदायाद्वारे कार्य करण्यास प्रारंभ झाला आणि थोड्या दिवसातच त्याचे एक शक्तीशाली संघटना म्हणून युरोपियन युनियनचे (EU) काम सुरू झाले. यामध्ये कमिशन, मंत्री परिषद आणि युरोपियन संसदेची सल्लागार सभा यांचा समावेश असतो. हे देशांच्या संसदेतून निवडले जातात. त्याचदरम्यान 'युरोपियन न्यायिक आयोग' अस्तित्वात आला, ज्याने आर्थिक समुदायाच्या निर्णयाबद्दल मतभेद झाल्यास रोमच्या कराराची व्याख्या करण्याची जबाबदारी स्वीकारली.

युरोपियन आर्थिक समुदायाला (European Economic Community-ECM) किंवा युरोपियन समुदाय (EC) हा आता युरोपियन संघ (European Union-EU) म्हणून ओळखला जातो. सध्या त्याचे २८ देश सदस्य असून जागतिक व्यापाराच्या ४० टक्के वाटा युरोपियन संघाचा आहे. ग्रेट ब्रिटनने १९७३ मध्ये या संघात प्रवेश केला.

EEC ची स्थापना बेल्जियम, फ्रान्स, संयुक्त सार्वभौम जर्मनी, इटाली, लेक्झिमबर्ग आणि नेदरलँड या सहा देशांनी केली. १९५७ साली रोममध्ये (Rome) सहमती किंवा तह (Treaty) होऊन १ जानेवारी १९५८ मध्ये EECची स्थापना झाली आणि २८ फेब्रुवारी १९५८ कार्यास प्रारंभ केला. आता EEC मध्ये १५ सदस्य आहेत. EEC मध्ये सहभागी होण्यासाठी अटी म्हणजे– (१) देश हा युरोपियन देश असावा. (२) तो लोकशाही देश असावा.

अ) उद्दिष्टे

रोममधील १९५७ च्या सहमती किंवा तह (Treaty) कलम २ नुसार प्रत्येक सदस्य देशाच्या गरजेसाठी –

१) जकाती, कोटा काढून टाकणे आणि अंतर्गत समुदायामधील अडथळे दूर करणे.
२) जगात पूर्वीपासून त्यांच्या आयातीवर आंतरराष्ट्रीय जकाती होत्या. त्यावर सर्वसाधारणपणे युक्ती काढणे.
३) समुदायाच्या उत्पादन घटकांना मुक्त व्यापाराला मान्यता देणे.
४) सुसंगत कर आकारणे – शेती, वाहतूक, उद्योगातील स्पर्धा इत्यादी.
५) सदस्य देशांत सामाजिक व आर्थिक प्रगती साध्य करून रोजगाराची उच्चतम पातळी गाठण्याबरोबर समतोल आणि सर्व समावेश शाश्वत विकास साधणे.

EEC किंवा EC हा जगात आता मोठा बाजार झाला आहे. त्याचा जगातील व्यापारात ४० टक्के व्यवहार होतो. आता सदस्य देशांचा परकीय व्यापारात ६० टक्क्यांपेक्षा जास्त हिस्सा आहे.

EEC चे कार्य : EEC चे मुख्य कार्य पुढीलप्रमाणे सांगता येते–

१) सामान्य शेती धोरण (Common Agricultural Policy - CAP) : CAP नुसार 'ग्रीन रेट' प्रत्येक देशात आधार किंमत योग्य ठेवून राष्ट्रीय किंमत ठरवली जाते. शेतकऱ्यांना उत्पादनासाठी स्वातंत्र्य देणे, उत्पादनाचा दर्जा राखणे, शेती उत्पादनाचे मुक्त व्यवहार सदस्य देशामध्ये करणे इत्यादी कार्ये आहेत. यामुळे सुधारणांचे फायदे श्रीमंत शेतकऱ्यांना मिळतात. परंतु गरीब शेतकरी त्यापासून वंचित राहातो. याद्वारे साहाय्यभूत किमती उच्च पातळीवर निश्चित होतात. त्यामुळे कमी किमतीचा फायदा ग्राहकांना मिळत नाही. या धोरणामुळे काही उत्पादनाच्या उत्पन्नात आधिक्य निर्माण झाले, जसे दूध, दारू, मटण इत्यादी.

२) सामान्य मत्स्य धोरण : १९७१ पासून सदस्य देशांनी सामान्य मत्स्य धोरण अमलात आणण्यास सहमती दिली. हे धोरण अधिक तडजोडीचे आणि सदस्य देशांना सवलत देणारे ठरले. त्यामुळे व्यवहारात ते अयशस्वी ठरले.

३) युरोपियन चलनविषयक संघ (European Monetary Union- EMU): युरोपियन चलन संघाची स्थापना मार्च १९७९ मध्ये झाली.

त्याचे स्वरूप पुढीलप्रमाणे आहे –

अ) विनिमय दर यंत्रणा (Exchange Rate Mechanism) : ERM सदस्य देशाच्या व्याजदर आणि वृद्धीवर नियंत्रण ठेवणे.

ब) युरोपियन चलन एकक (ECU) : ECU म्हणजे सेंट्रल बँक आणि सदस्य देशांमधील तडजोड होय. 'युरोपियन चलन' हे एकक सदस्य देशांच्या सर्व चलनाचे एकत्रित (Basket) किंवा एकसारखे करणे व शासनातर्फे ते दररोज जाहीर करणे. १ जानेवारी २००२ मध्ये 'युरो' या चलनाचा १२ देशांनी स्वीकार केला.

क) युरोपियन चलन सहकार्य निधी : या कायद्यानुसार चलन सहकार्यासाठी मध्यवर्ती बँक महत्त्वाचे काम करते. सदस्य देशांची 'मध्यवर्ती बँक' समाशोधन गृह आहे.

ड) युरोपियन गुंतवणूक बँक : EEC ची स्थापना सदस्य देशांच्या मागासलेल्या प्रदेशाच्या विकासासाठी कर्ज उपलब्ध करून देणे आणि कर्जवाढ किंवा मुदत मिळण्यासाठी खात्री देणे.

इ) युरोपियन सामाजिक निधी : EEC धोरणानुसार काही श्रमिकांचे काम सुटले असेल किंवा काम गेले असेल, तर त्या बेरोजगार श्रमिकांना रोजगार मिळवून देण्याचे साहाय्य केले जाते. निधीची उपयोग व्यावसायिक प्रशिक्षणासाठी केला जातो. दारिद्र्यनिर्मूलन कार्यक्रमात उत्पन्न वाढविण्यासाठी प्रयत्न केला जातो.

फ) युरोपियन प्रादेशिक निधी : या निधीची स्थापना १९५८ मध्ये झाली. मागासलेल्या भागाचा विकास करण्यासाठी EEC द्वारे कर्ज उपलब्ध करून देण्यात आले. या कर्जाचा उपयोग उद्योगविकासासाठी, सेवा आणि पायाभूत सुविधांचा विकास करण्यासाठी होतो.

ज) घटक गतिशीलता : EEC चे ध्येय सदस्य देशांत भांडवलाबरोबर व्यक्तीच्या सेवांचे मुक्त व्यवहार हे आहे. EEC हा संघ व्यक्तीच्या गतिशीलतेच्या वाढीस यशस्वी झाला.

४) सामान्य वाहतूक धोरण (Common Transport Policy) : अनेकविध वाहतूक सुविधा तसेच समुदायाच्या वाहतूक पद्धतीतील अडथळे दूर करणे व संघटन आणि नियंत्रण करणे, त्याचबरोबर समुदायाची कार्यक्षमता आणि परिणामकारकता वाढविते.

५) ECM / EEC / EU चे मूल्यमापन : EEC ही वस्तू, सेवा, भांडवल आणि लोकांच्या मुक्त व्यवहार उभारणीत यशस्वी झाली. सामान्य धोरणाच्या स्थापनेत बाह्य व्यापारी धोरण आणि शेती क्षेत्राचा समावेश आहे. त्यामध्ये मोठा सामान्य बाजार निर्माण झाला आहे. गुंतवणुकीचे उच्च दर साध्य केले गेले व चलन संघाने अमेरिकन डॉलरची मक्तेदारी बदलली आणि सदस्य देशांचे व्यवहारतोल मजबूत झाले.

EEC हा अतिशय चांगल्या प्रकारचा आर्थिक आणि राजकीय संघ स्थापन झाला; पण अधिक यशस्वी झाला नाही. सदस्य देशांच्या सरकारांनी चलन आणि वित्तीय धोरणाचे उपाय स्वीकारले; ते सुसंगत नव्हते. तसेच सामान्य वाहतूक धोरण यशस्वी झाले नाही. युरोपीय देश संघटित झाले नाहीत. देशाच्या धोरणामध्ये वेगवेगळी धोरणे असल्याने परिणामी, काही व्यापाराची विभागणी झाली. परंतु व्यापारनिर्मितीवर मोठा परिणाम झाला. मात्र एकूण समुदाय व्यापार अल्पकाळात वाढला.

६) भारत आणि युरोपियन संघ : भारताने व्यापारी व आर्थिक सहकार्याचा करार युरोपियन संघाच्या २७ देशांबरोबर फार पूर्वीच केलेला आहे. सध्या ही संख्या २८ आहे. १९७०-७१ मध्ये युरोपियन संघ देशांना भारताची निर्यात भारताच्या एकूण निर्यातीपैकी १८.४ टक्के होत असे ती २००४-०७मध्ये २१.३ टक्क्यांवर पोहचली तर २०१३-१४ मध्ये हे प्रमाण युरोपच्या मंदीमुळे १९ टक्क्यांपर्यंत खाली आले. भारत युरोपियन संघाकडून पूर्वीपासूनच आयात करीत आला आहे. १९७०-७१ मध्ये युरोप संघाकडून येणाऱ्या आयातीचा हिस्सा भारताच्या एकूण आयातीत १९.६ टक्के होता, तो २००६-०७ मध्ये १८.३ टक्के होऊन २०१३-१४ मध्ये १८ टक्क्यांपर्यंत स्थिरावला. भारत युरोपसंघाला निर्यात वाढवू शकतो, मात्र बिगर जकात अडथळ्यांमुळे निर्यातदारांना अनेक अडचणींना तोंड द्यावे लागते. भारत युरोपसंघाला कृषी, मत्स्य, तयार कपडे, औद्योगिक व रासायनिक उत्पादीत वस्तू इत्यादी मालाची निर्यात करतो. त्या मोबदल्यात आपण (भारत) युरोप संघाकडून विज्ञान तंत्रज्ञान, वीज उपकरणे, दूध भुकटी, बटर तेल, वित्तीय साहाय्य, खते खरेदी करणे इत्यादी मालाची आयात करतो. बहुवस्त्र धागे करारानुसार (Multi Fiber Agreement) भारताकडून युरोपला वस्त्र धागे आणि तयार कपड्यांची निर्यात केली जाते. द्विअंगी करारान्वये भारत आणि युरोपसंघात वस्त्रांची निर्यात होते. युरोपसंघ भारताला पर्यावरण रक्षण, वीज व्यवस्थापन आणि नियोजन यासाठी भरीव मदत व तांत्रिक सहकार्य करीत आहे. भारताकडून येणाऱ्या वस्तू 'युरोपियन प्रमाण' (European Standard) पाळणाऱ्या असाव्यात म्हणून भारत व युरोपियन संघाने करार केला आहे. भारत युरोपकडे महत्त्वाचा व्यापार भागीदार म्हणून पाहात आहे. तसेच प्रगत तंत्रज्ञान आयात करण्यासाठी युरोपातल्या अनेक बहुराष्ट्रीय कंपन्यांना भारतात गुंतवणुकीसाठी परवानगी दिली आहे. परकीय कंपन्यांना भारतात प्रत्यक्ष गुंतवणूक करण्यासाठी अनेक सवलती व प्रोत्साहनपर धोरणे राबविली जात आहेत.

भारताची आयात युरोपियन संघ देशांकडून २०१८-१९ मध्ये ४०८३०७ कोटी रुपये होती ती २०१९-२० मध्ये ३६६२८४ कोटी रुपये म्हणजे ११.४ टक्क्यांने

कमी झाली आहे. २०१९-२० मध्ये भारताचा एकूण आयातीत युरोपियन संघाचा हिस्सा १०.९ टक्के एवढा होता तर युरोपीय संघ देशांना भारताची निर्यात भारताच्या एकूण निर्यातीपैकी १७.२ टक्के होती. २०१८-१९ मध्ये ३९९७६५ कोटी रुपयांवरून २०१९-२० मध्ये ३८०८१६ कोटी रुपये म्हणजे ६.० टक्क्यांने घट झालेली आहे. यावरून असे दिसून येते की, भारताची निर्यात युरोपियन संघामध्ये आयातीच्या तुलनेत अधिक आहे परंतु मूल्याचा विचार करता, आयातीचे मूल्य अल्प प्रमाणात अधिक आहे.

४.५ जागतिक व्यापार संघटना - स्वरूप आणि कार्ये (World Trade Organization (WTO) Nature & functions)

भारत हा 'गॅट'च्या संस्थापक सदस्य आहे. गॅटच्या मार्गदर्शक तत्त्वानुसार सदस्य देशांत व्यापार व्यवहार चालत असत. १९८५ नंतर गॅटच्या व्यवहाराबाबत मतभेद निर्माण झाले व त्यातून 'डंकेल प्रस्ताव' तयार झाला. सुरुवातीला विकसनशील देश; कामगार संघटना व अन्य घटकांनी या प्रस्तावाला मोठा विरोध केला होता. यातील त्रुटी दूर करण्यासाठी सदस्य देशाच्या चर्चेच्या एकूण ८ फेऱ्या झाल्या. १९९३ मधील उरुग्वे फेरीत या मसुद्याला अंतिम रूप देण्यात आले. १५ एप्रिल, १९९४ रोजी माराकश, मोरोक्को येथे भारतासह जगातील एकूण १२ देशांनी या मसुद्यावर स्वाक्षऱ्या केल्या आणि १ जानेवारी, १९९५ रोजी जागतिक व्यापार संघटनेची (W.T.O.) स्थापना झाली. सध्या या संघटनेचे १६४ देश सभासद सदस्य असून एकूण GDP मध्ये ९६ टक्के जागतिक व्यापार आहे.

WTO चे सर्वोच्च धोरण ठरविणारे प्राधीकरण म्हणजे मंत्रिस्तरीय परिषद होय. तिची दर दोन वर्षातून एकदा ही परिषद होते. साधारणपणे सदस्य देशाचा वाणिज्य मंत्री या परिषदेमध्ये भाग घेतो. हा WTO च्या दैनंदिन व्यवहारावर नियंत्रण ठेवणारा सर्वोच्च अधिकारी असतो. परिषदेमार्फत ४ वर्षांसाठी त्याची नियुक्ती केली जाते.

नागोजी ओकोनओ-इव्हिला हे डब्ल्यूटीओचे (WTO) सातवे महासंचालक आहेत. तर डायरेक्टर जनरल म्हणून काम करणारी पहिली महिला, आणि आफ्रिकन पहिली महिला असून तिने ३१ मार्च २०२१ रोजी पदभार स्वीकारला आहे. तिचा कार्यकाळ ३१ ऑगस्ट २०२५ रोजी संपेल. WTO चे मुख्य कार्यालय जिनिव्हा येथे आहे.

स्वरूप

WTO च्या प्रशासनासाठी बऱ्याच महत्त्वाच्या समित्या आहेत. त्यापैकी दोन समित्या महत्त्वाची भूमिका बजावतात-

१) **विवाद तडजोड मंडळ (Settlement) :** हिच्याद्वारे सदस्य देशांतील व्यापार विषयक तक्रारी सोडविल्या जातात. त्यासाठी दर महिन्यातून दोनदा सभा घेतल्या जातात.

२) **व्यापार परीक्षण मंडळ :** ही समिती सदस्य देशांतील व्यापारधोरणांचे परीक्षण करते, असे परीक्षण दर दोन वर्षांनी केले जाते.

WTO च्या मंत्रिस्तरीय परिषदा : मंत्रिस्तरीय परिषद ही WTO ची सर्वोच्च धोरण ठरविणारी संस्था आहे. बहुपक्षीय व्यापार करारांबाबतच्या सर्व बाबींवर धोरणे या संस्थेद्वारे ठरवण्यात येतात. १९९५ पासून संस्थेच्या अकरा परिषदा झाल्या आहेत, त्या पुढीलप्रमाणे आहेत –

क्र.	परिषदेचे ठिकाण	परिषदेचा काळ	भारताचे प्रतिनिधी
१)	सिंगापूर	९ ते १३ डिसेंबर १९९६	श्री. रामैय्या
२)	जिनिव्हा	१९९८	श्री. रामकृष्ण हेगडे
३)	सिटल (USA)	३० नोव्हेंबर ते ३ डिसेंबर, १९९९	श्री. मुरासोली मारन
४)	दोहा (कतार)	९ ते १४ नोव्हेंबर २००१	
५)	कॅनकून (मेक्सिको)	१० ते २४ सप्टेंबर २००३	श्री. अरुण जेटली
६)	हाँगकाँग	१३ ते १८ डिसेंबर २००४	श्री. कमलनाथ
७)	जिनिव्हा	३० नोव्हेंबर ते ३ डिसेंबर २००९	श्री. आनंद शक्ती.
८)	जिनिव्हा	१५ ते १७ डिसेंबर २०११	
९)	बाली (इंडोनेशिया)	३ ते ७ डिसेंबर २०१३ पुढची दहावी परिषद	
१०)	नैरोबी (केनिया)	१५ ते १८ डिसेंबर २०१५	

१२ वी परिषद स्वित्झर्लंडच्या जिनिव्हा येथे ३० नोव्हेंबर ते ३ डिसेंबर २०२१ या कालावधीत होईल.

जागतिक व्यापारसंघटनेची उद्दिष्टे/स्वरूप

जागतिक व्यापार संघटनेची उद्दिष्टे पुढीलप्रमाणे आहेत –

१) व्यापाराच्या क्षेत्राच्या संबंधांतील देशात लोकांचे जीवनमान उंचावणे, रोजगार पातळीत वाढ करणे, वास्तव उत्पन्नात वाढ करणे, परिणामकारक मागणीत वाढ करणे, उत्पादनात वाढ करणे आणि वस्तू आणि सेवा व्यापार वाढविणे.

२) जागतिक साधनांचा जास्तीजास्त वापर करणे; त्याबरोबर स्थैर्यात्मक विकास करणे व आर्थिक विकास साध्य करणे.
३) विकसनशील देशांच्या आर्थिक विकासासाठी सकारात्मक दृष्टिकोन ठेवून त्यांच्या व्यापारात वाढ घडवून आणणे.
४) आंतरराष्ट्रीय व्यापारातील संबंधांमधील भेदभाव करणारे धोरण नाहीसे करणे आणि व्यापारातील जकाती आणि इतर निर्बंध कमी करणे.
५) बहुपक्षीय करारानुसार व्यापारात समन्वय घडवून आणणे व त्यासाठी उत्तेजन देणे; व्यापारपद्धती फायदेशीर आणि टिकाऊ बनविण्यासाठी प्रयत्न करणे.
६) व्यापार धोरणामध्ये परिवर्तनात्मक धोरणे आणि स्थैर्यात्मक विकासासाठी समन्वय साधणे.
७) पर्यावरण संवर्धन करणे व कायमस्वरूपी विकासासाठी प्रयत्न करणे.
८) जगातील उपलब्ध साधनसामग्रीचा जास्तीतजास्त वापर करणे.
९) देशादेशांतील भेदभाव करणारी व्यापारी व्यवस्था नष्ट करणे.
१०) आंतरराष्ट्रीय व्यापाराच्या प्रक्रियेत अधिक उदारीकरणाचे धोरण स्वीकारणे.
११) उरुग्वे फेरीतील मान्य तरतुदींचे पालन करणे.
१२) व्यापारातील अनिष्ट स्पर्धेला पायबंद घालणे.

जागतिक व्यापार संघटनेचे कार्य (Functions of WTO)

जागतिक व्यापार संघटनेची मुख्य कार्ये पुढीलप्रमाणे –

१) बहुपक्षीय व्यापारासंबंधी या कराराचे प्रशासन आणि अंमलबजावणी करणे.
२) व्यापारातील वाटाघाटी घडवून आणण्यासाठी व्यासपीठ म्हणून कार्य करणे.
३) व्यापारात निर्माण झालेले कलह व तंटे सोडविण्याचा प्रयत्न करणे.
४) जकाती आणि व्यापारातील इतर निर्बंध कमी करण्यासाठी आचारसंहिता आणि नियमावली तयार करणे.
५) व्यापारातील निकोप स्पर्धेला प्रोत्साहन देणे आणि राष्ट्रीय व्यापार धोरणावर लक्ष ठेवणे.
६) जागतिक व्यापार धोरण ठरविणाऱ्या आंतरराष्ट्रीय नाणेनिधी व जागतिक बँकेसारख्या संस्थांना सहकार्य करणे.
७) व्यापारधोरण परीक्षण व्यवस्थेशी संबंधित नियम आणि तरतुदींची अंमलबजावणी करणे.
८) संसाधनांच्या पर्याप्त वापरासाठी प्रयत्नशील राहणे.

९) सभासद देशांना नवीन किंवा सुधारित व्यापारी उपाययोजनांची माहिती देणे.

१०) वस्तू, सेवा आणि बौद्धिक संपदांच्या अभ्यासासाठी सल्लागार मंडळे स्थापन करणे.

११) आंतरराष्ट्रीय व्यापारात वाढ व्हावी यासाठी सतत प्रयत्नशील रहाणे.

१२) तुलनात्मक लाभावर आधारित खुल्या व्यापाराला चालना देणे.

१३) उदारीकरणासाठी व व्यापारावरील निर्बंध कमी करण्यासाठी आंतरराष्ट्रीय वाटाघाटीसाठी व्यासपीठ उपलब्ध करून देणे.

थोडक्यात, आंतरराष्ट्रीय व्यापार सुलभ होण्यासाठी आणि द्विपक्षीय जागा बहुपक्षीय व्यापाराने घेण्यासाठी सर्व सदस्य देशांना मान्य होईल असे सर्वमान्य आणि सर्व समावेशक निर्यात चर्चेच्या माध्यमातून तयार करण्याचे कार्य करण्यासाठी WTOची स्थापना करण्यात आली.

जागतिक व्यापार संघटनेचे करार (The WTO Agreements) :

उरुग्वे येथील गॅटच्या परिषदेतील ठरावानुसार जागतिक व्यापार संघटनेची WTO स्थापना करण्यात आली आहे. त्यामुळे गॅटमधील महत्त्वाचे करार जागतिक व्यापार संघटनेतदेखील समाविष्ट करण्यात आले आहेत. जागतिक व्यापार संघटनेच्या सभासदांची मंत्री-पातळीवरील बैठक दोन वर्षांतून एकदा भरते. WTO मध्ये पुढील महत्त्वाचे करार करण्यात आलेले आहेत.

१) वस्तू व्यापारासंबंधीचा बहुपक्षी करार

२) सेवा व्यापाराचा सर्वसाधारण करार (GATs)

३) बौद्धिक संपदा संबंधीचा व्यापार करार (TRIPS).

४) तक्रार निवारण करार

५) व्यापार धोरणाचे परीक्षण यंत्रणा

६) बहुवचनीय व्यापार करार.

१) वस्तू व्यापाराचे बहुपक्षीय करार : वस्तू व्यापारात पुढील करारांचा समावेश केला आहे.

अ) गॅट १९९४ : गॅटच्या व्यवहारतोल संतुलनावर करार झालेला आहे. सदस्य देशातील व्यवहारतोल संतुलनातील अडथळे कमी केले जातात. हा WTOचा वस्तूंचा व्यापाराबाबत एक सर्व समावेशक करार आहे. त्यात विशेष क्षेत्रे आहेत. त्यात कृषी टेक्सटाईल यांचा समावेश होतो, तर त्यातील विशेष मुद्दे अनुदाने, डंपीग, सरकारी व्यापार, वस्तुगुणवत्ता निकष इत्यादी प्रकार आहेत.

ब) शेतीविषयक करार (Agriculture Agreement) : १९९४ मध्ये 'डंकेल प्रस्ताव' स्वीकारल्यापासून जागतिकीकरणाची प्रक्रिया अधिक वेगाने सुरू झाली आहे. डंकेल प्रस्तावात शेतीविषयक करारास अतिशय महत्त्व देण्यात आले असल्याने कृषिप्रधान अर्थव्यवस्थेचे लक्ष जागतिक व्यापार संघटनेच्या शेतीविषयक कराराकडे लागले आहे. या करारात बिगर जकातीविषयक नियंत्रणाचा जागतिक स्पर्धेवर होणारा परिणाम विचारात घेण्यात आला आहे. या कराराचे मुख्य उद्दिष्ट देशांतर्गत उत्पादन आणि निर्यात वाढीसाठी दिले जाणारे अर्थसाहाय्य कमी करणे आहे. करारात एकूण उत्पादन मूल्याच्या १० टक्क्यांपेक्षा अधिक अर्थसाहाय्य असता कामा नये. तसेच (१९८६-९०) हा आधार कालावधी मानून प्रत्यक्ष निर्यात अर्थसाहाय्य ३६ टक्क्यांपेक्षा कमी ठेवले पाहिजे. शेतमालाच्या आंतरराष्ट्रीय बाजाराची सुयोग्य दिशेने वाटचाल होण्यासाठी व्यापार अडथळ्यांचे परिणाम कमी करणे हा कराराचा मुख्य उद्देश आहे. करारामध्ये शेतीमालाच्या आंतरराष्ट्रीय व्यापारातील बाजार प्रवेशावर निर्बंध, देशांतर्गत मदत आणि निर्यात उत्तेजनासाठी अर्थसाहाय्य अशा तीन बाबींवर भर देण्यात आलेला आहे.

क) कापडविषयक करार (Textile and Clothing Agreement) : १९६० पासून गॅटच्या करारात कापडाच्या व्यापाराचा समावेश करण्यात आला आहे. १९७४ पासून कापड आणि तयार कपडे यांच्या व्यापारावर बहुधागा व्यवस्थेचा प्रभाव वाढत गेला होता. १९९४ मध्ये औद्योगिक उत्पादनासाठी लागू ठरणारे नियम आणि अटी कापड उद्योगासाठी लागू करण्यात आल्या आहेत. त्यानुसार १९९० च्या आधारावर १९९५ मध्ये कापडाच्या आयातीवर १६ टक्के, १९९८ मध्ये १७ टक्के, २००२ मध्ये १८ टक्के आणि २००५ मध्ये राहिलेल्या सर्व कापड उत्पादनाचा समावेश करारात करण्यात आला आहे. अशा रीतीने २००५ पर्यंत कापडाचा व्यापारावरील सर्व निर्बंध टप्प्याटप्प्याने काढून टाकावेत.

२) सेवाच्या व्यापारासंबंधी करार (Agreement about Trade in Service) : उरुग्वे येथील गॅटच्या परिषदेत सेवांच्या व्यापाराचा करारात समावेश करण्यात आला आहे. व्यापार सेवांमध्ये बँकिंग सेवा, विमा, दळणवळण, वाहतूक सेवा, सल्लागार मंडळे इत्यादींनी पुरविलेल्या सेवांचा समावेश होतो. त्या करारातील अटींमध्ये सुचविल्यानुसार त्या पुरविल्या पाहिजेत. वित्तीय सेवामध्ये गुंतवणूकदार, ठेवीदार आणि विमाधारक यांचे संरक्षण झाले पाहिजे. दूरसंचार सेवा व्यापाराच्या दृष्टीने महत्त्वाच्या असल्याचे मान्य करण्यात आले आहे.

३) बौद्धिक संपदा व्यापार करार (TRIPS Agreement) : या करारात

बौद्धिक संपदा अधिकाराचे संरक्षण करण्यात आले आहे. यामध्ये संशोधन हक्काचे संरक्षण, कॉपीराईट, व्यापारचिन्ह किंवा सेवाचिन्ह पेटंट, व्यापारातील गोपनीयता (Trade Secret), औद्योगिक ट्रेडमार्कसाठी (Industrial Design) १० वर्षांचा कालावधी निश्चित करण्यात आला असून, पेटंटसाठी २० वर्षांचा कालावधी निश्चित करण्यात आला आहे. व्यापारी गोपनीयता (Trade Secret) आणि संशोधनास व्यापारी मूल्य असल्याने त्याचेदेखील संरक्षण झाले पाहिजे, असे करारात स्पष्ट करण्यात आले आहे.

जागतिक व्यापार संघटनेच्या सभासद राष्ट्रांमध्ये वादविवाद निर्माण झाल्यास त्याचे निवारण करण्यासाठी लवादमंडळाची निर्मिती करण्यावर भर देण्यात आला आहे.

४) तक्रार निवारण करार : यामध्ये जागतिक व्यापार संघटनेच्या सदस्य देशांतील व्यापारविषयक तक्रारीचे निवारण करण्यासाठी यंत्रणेचा समावेश केला आहे.

५) व्यापार धोरणाची परीक्षण यंत्रण : या कराराद्वारे जागतिक व्यापार संघटनेच्या सदस्य देशांच्या व्यापार धोरणाचे सतत परीक्षण करण्यासाठी 'परीक्षा समिती' स्थापन करण्यात आली आहे. ही समिती बहुपक्षीय व बहुवचनीय व्यापाराचे परीक्षण करते.

६) बहुवचनीय व्यापार करार : यामध्ये सरकारी देणी-घेणी परत मिळविण्याचा करार, नागरी हवाई उड्डाण व्यापाराचा करार, गाईच्या मांसासंबंधित आंतरराष्ट्रीय करार व आंतरराष्ट्रीय डेअरी करार इत्यादींचा समावेश केला आहे.

५) जागतिक व्यापार संघटना आणि शेतीविषयक सहमती करार (Agreement on Agriculture under WTO) : भारत हा कृषिप्रधान देश आहे. भारताने जागतिक व्यापार संघटनेचे सदस्यत्व स्वीकारले असल्याने जागतिकीकरणाचा भारतातील शेती व्यवसायावर काय परिणाम होईल हा चर्चेचा विषय बनला आहे. १९९४ च्या डंकेल प्रस्तावापासून शेतीच्या जागतिकीकरणाची प्रक्रिया वेगाने सुरू झाली आहे. साहजिकच, शेतमालाच्या व्यापारात उदारीकरण आणले जात आहे. 'गॅट'च्या शेवटच्या उरुग्वे फेरीत उदारीकरणाच्या हेतूने भारताने शेतीविषयक सहमती करारावर (Agreement on Agriculture underWTO) स्वाक्षरी केली आहे आणि भारताने 'गॅट'बरोबरच WTO चे सदस्यत्व स्वीकारले आहे.

जागतिक व्यापार संघटना आणि भारताचा विदेशी व्यापार

जागतिक व्यापार संघटनेचा भारत पहिल्यापासून सदस्य आहे. शेतीवर प्रतिकूल परिणाम होईल अशी चर्चा होती, प्रत्यक्षात भारतीय अर्थव्यवस्थेवर काही परिणाम

घडून आले ते पुढीलप्रमाणे आहेत. - (याबद्दल अधिक माहिती या पुस्तकाचे प्रकरण १ मध्ये दिली आहे.)

१) जकाती कमी केल्यामुळे भारताच्या आंतरराष्ट्रीय व्यापारात वाढ झाली. सन २००१ मध्ये भारतातून तांदूळ, चहा, मसाल्याचे पदार्थ, लोह, धातू, चामड्याच्या वस्तू, हिरे आणि हिरेजडित दागिने इत्यादींची निर्यात ३६२५ दशलक्ष डॉलर्स एवढी होती, जागतिक निर्यातीत भारताचा हिस्सा ०.६६ टक्के होता, तो २०११ मध्ये १.७ टक्क्यांपर्यंत वाढला.

२) भारतातील कृषीआधारित उद्योगाची निर्यात वाढून भारताला मौलिक असे परकीय चलन प्राप्त झाले. (याबद्दल अधिक माहिती या पुस्तकाचे प्रकरण १ मध्ये दिली आहे.)

३) भारताने उदारधोरण स्वीकारल्याने व्यापारावरील निर्बंध कमी झाले त्यामुळे निर्यातीत वाढ झाली.

४) बहुविध सुती कापडविषयी करार केल्यामुळे याबाबतची कोटा पद्धती व नियंत्रणे २६ झाली. त्यामुळे भारतातून सुती कापडाच्या निर्यातीत वाढ झाली.

५) निर्यातीसाठी भारताला सेवाक्षेत्र खुले झाले. त्यामुळे भारतातून कॉम्प्युटर, सॉफ्टवेअर, टेलिकम्युनिकेशन सेवा, सल्लामसलत, वैद्यकीय सेवा, चित्रफिती इत्यादी निर्यात होऊन बहुमोल परकीय चलन मिळते. १९९० मध्ये जागतिक सेवा निर्यात व्यापारात भारताचा हिस्सा ०.५ टक्के (८४.६ बिलियन अमेरिकनडॉलर्स) होता तो वाढून २००१ मध्ये १.४ टक्क्यांपर्यंत (२०.९ बिलियन डॉलर्स) झाला. २०१३-१४ मध्ये एकूण सेवा क्षेत्राची निर्यात १५१.५ बिलियन डॉलर्सपर्यंत वाढली आहे. सर्वांत जास्त निर्यात संगणक सेवेची ६९.४ बिलियन डॉलर्सची झाली.

६) भारतातील परकीय गुंतवणुकीत वाढ झाली. १९९५-९६ ते २०००-०१ या दरम्यान एकूण परकीय गुंतवणूक सरासरी प्रतिवर्षी ४.८५ महापद्म डॉलर्सएवढी झाली. प्रत्यक्षात अपेक्षित प्रत्यक्ष गुंतवणुकीपेक्षा ही गुंतवणूक कमी आहे. परंतु, सेवा क्षेत्रात परकीय गुंतवणूक वाढत आहे. २०१३-१४ मध्ये २४९९ मिलियन डॉलर्सपर्यंत वाढली. नोव्हेंबर २०१४ मध्ये भारतातील एकूण परकीय गुंतवणूक ३५०.९ बिलियन डॉलर्सची झाली.

७) सर्वाधिक उपकृत राष्ट्र या कलमाच्या अंमलबजावणीमुळे भारताला बहुराष्ट्रीय व्यापारप्रणाली फायदेशीर ठरली आहे.

८) व्यापाराशी निगडित बौद्धिक संपदेच्या अधिकारामुळे शेतकरी वर्गाला बियाणे

उत्पादन करून त्याची विक्री करणाऱ्या हक्कावर विपरीत परिणाम होत नाही. फक्त व्यापारी तत्त्वांवर ठरावीक ब्रँडच्या बियाणांच्या विक्रीवर अल्पसा प्रतिकूल परिणाम होतो.

९) पेंटट हक्क नोंदणीमुळे भारतातील औषधे हळूहळू स्वस्त होतील.

१०) भारतातील लघुउद्योग हे परकीय मोठ्या उद्योगांच्या स्पर्धेत टिकू शकत नाहीत. भारतीय अर्थव्यवस्थेतील एकूण उत्पादनाच्या ४० टक्के उत्पादन व ५० टक्के रोजगारी व ३३ टक्के निर्यात या क्षेत्रातून होते. बहुराष्ट्रीय कंपन्यांच्या वर्चस्वामुळे उपभोग्य वस्तू, उदा., आईस्क्रिम, तयार कपडे, प्रक्रिया केलेले अन्न, मिनरल वॉटर, इत्यादींनाही या परकीय स्पर्धेत टिकणे अशक्य झाले आहे.

११) भारतात चीनच्या वस्तूंनी भारतीय बाजारपेठेवर आक्रमण केले आहे. बॅटरी सेल, सिगारेट लायटर, कलपे, कारचा स्टेडिओ..वीज बचत दिवे, व्ही.सी. डी. प्लेअर, मनगटी घड्याळे, खेळणी, पंखे, ओव्हन, सौंदर्यप्रसाधने इत्यादींची चीनकडून मोठी आयात होते. या संघटनेमुळे चीनच्या मालाचे डंपिग होत आहे.

१२) भारताला पर्यटन व प्रवासी वाहतुकीपासून चांगले उत्पन्न मिळते आहे.

१३) जागतिक व्यापार संघटना (WTO) व भारताचा विदेशी व्यापार : भारत १९९५ मध्ये जागतिक व्यापार संघटनेत सामील झाला. त्यामुळे जागतिक निर्यात व्यापारात १९९० मध्ये भारताचा ०.५ टक्के भाग होता, तो वाढून १९९५ मध्ये ०.६ टक्के झाला; आर्थिक सुधारणांच्या १२ वर्षांच्या काळात २००२ पर्यंत वाढून ०.८ टक्के झाला. २०१३ मध्ये तो २.५ टक्यांपर्यंत वाढला.

१४) १९९० मध्ये भारताची एकूण निर्यात १८१४३ मिलियन डॉलर्स होती, ती वाढून १९९५ मध्ये ३१११७ मिलियन डॉलर्स झाली. इ.स. २००३-२००४ या वर्षात भारताची निर्यात ६३८४३ मिलियन डॉलर्सपर्यंत वाढली. WTOच्या आधुनिक अहवालानुसार भारताच्या व्यापारिक वस्तूंच्या निर्यातीत १५ टक्के वाढ झाली असून इ. स. २००२ मध्ये जगाच्या ३० प्रमुख निर्यातक व आयातक देशांमध्ये भारताने चीननंतर दुसरा क्रमांक घेतला आहे. २०१३ - १४ मध्ये एकूण सेवाक्षेत्राची निर्यात १५१.५ बिलियन डॉलर्सपर्यंत वाढली आहे. सर्वांत जास्त निर्यात संगणक सेवेची ६९.४ बिलियन डॉलर्सची झाली. सेवा क्षेत्रात परकीय गुंतवणूक वाढत आहे. २०१३-१४ मध्ये २४२९९ मिलियन डॉलरपर्यंत वाढली. नोव्हेंबर २०१४ मध्ये भारतातील एकूण परकीय

गुंतवणूक ३५०.९ बिलियन डॉलर्सची झाली. २०१३-१४ मध्ये भारताची निर्यात ३१४४०५ मिलियन डॉलर्सपर्यंत वाढली. १९९० ते २०१३-१४ पर्यंत ही निर्यात १७ पट वाढली आहे. थोडक्यात, २०००-०१ मध्ये भारताची निर्यात २०३५७१ कोटी रुपयांवरून २०१९-२० मध्ये २२१९८५४ कोटी रुपयांपर्यंत वाढली. ही वाढ ११ पटीने झाली.

१५) भारताची आयात १९९०-९१ मध्ये २१२१९ मिलियन डॉलर्सची होती. ती २००१-०२ मध्ये ५४४१३ मिलिमन डॉलर्स झाली तर २०१३-१४ मध्ये ४५०-२०० मिलियन डॉलर्सपर्यंत वाढली. १९९०-९१ ते २०१३-१४ पर्यंत आयातीत २१ पटीने वाढ झाली. थोडक्यात, २०००-०१ मध्ये भारताची आयात २३०८७३ कोटी रुपयांवरून २०१९-२० मध्ये ३३६०९५४ कोटी रुपयांपर्यंत वाढली ही वाढ १४ पटीपेक्षा अधिक आहे.

भारतीय कापड व तयार कपड्यांच्या मागणीत वाढ होत आहे. १९९४-९५ मध्ये तयार कपड्यांची निर्यात ३२८२ मिलियन डॉलर्सची होती. २०१३-१४ मध्ये ती वाढून २४६९१ मिलियन डॉलर्सपर्यंत वाढली. (या पुस्तकाच्या प्रकरण १ मध्ये याबद्दल सविस्तर माहिती दिली आहे.)

पेटंटच्या बाबतीत भारतीय शास्त्रज्ञांना जास्तीतजास्त सुविधा उपलब्ध करून दिल्या तर ते नवीन व चांगल्या दर्जाची औषधांचा शोध लावतील. भारतात एकूण औषधांमध्ये दहा ते १५ टक्के औषधे पेटंट कायद्यांतर्गत आहेत. त्यामुळे पेटंटचा भारतीय औषध उद्योगावर व किमतीवर फारसा परिणाम होणार नाही. भारताला जुनी औषधे व ज्यांचे पेटंट नाही अशा औषधांची निर्यात करून परकीय चलन मिळवता येईल.

Sui Generis ही व्यवस्था पेटंटपेक्षा वेगळी आहे. भारतीय शेतीला या पद्धतीचा फायदा होईल. कारण या व्यवस्थेमुळे रोपे प्रजनन अधिकाराच्या व्यवस्ता या माध्यमातून शेतकऱ्यांना अधिक सुधारित बियाणे व रोखे बाजारात मिळू शकतील. त्यामुळे शेती क्षेत्रात संशोधन व विकास यामध्ये गुंतवणुकीला प्रेरणा मिळेल. तसेच अधिक उत्पादन देणाऱ्या जातींचा विकास होईल.

WTO मुळे विदेशी चलनसाठ्यात वाढ होते. १९९३-९४ मध्ये विदेशी चलनसाठा १९२५४ मिलियन डॉलर्सइतका होता तो डिसेंबर २०१४ मध्ये ३२०६४९ मिलियन डॉलर्सपर्यंत वाढला. हा चलनसाठा वाढण्याला व्यापाराबरोबरच अनेक कारणे आहेत.

'गॅट व WTO'च्या करारामुळे व जकात कपातीमुळे भारतात परकीय वस्तूंचा प्रवाह वाढला आहे. ग्राहकांना योग्य किमतीत अनेक दर्जेदार वस्तू उपलब्ध होत

आहेत. त्यामुळे वस्तूंची टंचाई कमी होण्याला मदत होत आहे. तसेच WTO मुळे भारताची निर्यात वाढून रोजगारातही वाढ होत आहे. भारतात एकूण सात लाख अतिरिक्त रोजगार निर्माण होईल असे वर्तविले गेले आहे.

प्रश्न

प्र. १ एका वाक्यात उत्तरे लिहा.

१) 'सार्क'ची स्थापना केव्हा झाली.
२) 'सार्क'ची दोन कार्ये सांगा.
३) २०१८-१९ मध्ये सार्कमध्ये भारतातील आयात किती होती.
४) २०१९-२० मध्ये सार्कमध्ये भारतातीची निर्यात किती होती.
५) 'ब्रिक्स' म्हणजे काय?
६) 'ब्रिक्स'ची दोन कार्ये सांगा.
७) 'युरोपीयन आर्थिक' समुदायाच्या कार्यास कोणत्या वर्षी प्रारंभ झाला.
८) सध्या जागतिक व्यापार संघटनेत किती देश आहेत.

प्र. २ टिपा लिहा.

१) 'सार्क'चे स्वरूप
२) 'ब्रिक्स'ची कार्ये
३) युरोपियन आर्थिक समुदाय
४) जागतिक व्यापार संघटनेचे कार्ये

प्र. ३ थोडक्यात उत्तरे लिहा.

१) 'सार्क'चे स्वरूप थोडक्यात सांगा.
२) 'सार्क'ची मुख्य कार्ये सांगा.
३) 'ब्रिक्स'मध्ये कोणते देश आहेत.
४) युरोपीयन आर्थिक समुदायाची कार्ये सांगा.
५) जागतिक व्यापार संघटनेचे स्वरूप सांगा.
६) जागतिक व्यापार संघटनेची कार्ये सांगा.

प्र. ४ सविस्तर उत्तरे लिहा.

१) प्रादेशिक सहकार्यासाठी दक्षिण आशियाई संघटनेचे स्वरूप सांगून कार्ये विशद करा.
२) 'ब्रिक्स'चे स्वरूप आणि कार्ये सांगा.
३) युरोपीयन आर्थिक समुदायाचे स्वरूप व कार्ये स्पष्ट करा.
४) जागतिक व्यापार संघटनेची कार्ये आणि स्वरूप सांगा.

संदर्भसूची

१) 'अर्थसंवाद' - विविध अंक
२) इंटरनेटचा वापर - विविध वेबसाईटस्
३) कुलकर्णी डॉ. बी. डी., ढमढेरे डॉ. एस. व्ही. आंतरराष्ट्रीय अर्थशास्त्र 'डायमंड पब्लिकेशन्स, पुणे (२००७)
४) कोळंबे रंजन, 'भारतीय अर्थव्यवस्था' भगीरथ प्रकाशन, पुणे (२०१४-१५)
५) गोखले रा. म., 'आधुनिक अर्थशास्त्राची मूलतत्त्वे', कॉन्टिनेन्टेल प्रकाशन, पुणे, (१९६१)
६) चव्हाण डॉ. एन. एल., 'आंतरराष्ट्रीय व्यापार आणि व्यवहार', प्रशांत पब्लिशर्स, जळगाव (२०१३)
७) ढमढेरे डॉ. एस. व्ही., 'आंतरराष्ट्रीय अर्थशास्त्र', डायमंड पब्लिकेशन्स, पुणे, (२०१०)
८) ढमढेरे डॉ. एस. व्ही., तुपे डॉ. संजय 'आंतरराष्ट्रीय अर्थशास्त्र' डायमंड पब्लिकेशन्स पुणे (२०१५)
९) योजना मासिक विविध अंक
१०) रामखेलकर दामजी, 'भारतीय अर्थव्यवस्था', विद्या बुक्स पब्लिशर्स, औरंगाबाद, (२०१३)
११) विश्वकोश
12) Bhagwati J. 'International Trade Selected Realing', Cambridge University Press Mass. (1981)
13) Datt, Mahajan, 'Indian Economy', S. Chand and Co. Ltd., New Delhi, (2015)
14) Economic Survery, 2014-15, Volume I and II & 2020-21
15) Kehan P. B., 'The International Economy', Cambridge University Press, London. (1994)
16) Kindlberger C. P., 'International Economics', R. D. Irwin Homewood, (1973)
17) Salvatore D. L. 'International Economics', Prentice-Hall, Upper Saddle River, N. J. (1997)

अर्थशास्त्र विषयासाठी डायमंडची उपयुक्त पुस्तके

क्र.	पुस्तकाचे नाव	लेखक	किंमत
१	आजकालचा भारत	रजनी पाम दत्त	795
२	महिला स्वयंसहाय्यता बचत गट	प्रा. एम.यू. मुलाणी	175
३	अर्थशास्त्रीय संशोधनपद्धत्ती	डॉ. बि. डी. कुलकणी , प्रा. ढ़मढ़ेरे	300
४	जागतिकीकरण: भारतासमोरील आव्हाने - 1	प्रा. जगन कराडे	250
५	नोबेल अर्थशास्त्रज्ञ	डॉ. यशवंत रारावीकर	200
६	अर्थशास्त्रीय सिध्दांत	प्रा. जॅन्सन बोर्जेस	250
७	डायमंड अर्थशास्त्र कोश	डॉ. रारावीकर,प्रा. गोड्बॊले, प्रा. बोर्जेस	2400
८	भारताच्या आर्थिक समस्या	डॉ मधुसूदन साठे	600
९	भांडवलबाजार आणि व्यापार	डॉ मधुसूदन साठे	500
१०	संघराज्याचा वित्त व्यवहार	डॉ मधुसूदन साठे	300
११	आर्थिक विकास आणि नियोजन	डॉ मधुसूदन साठे	400
१२	आर्थिक सुधारणा आणि वाढ	डॉ मधुसूदन साठे	250
१३	अमेरिका - एक महासत्ता	डॉ मधुसूदन साठे	300
१४	युरोपची आर्थिक प्रगती	डॉ मधुसूदन साठे	250
१५	नव्या जगाचे अर्थकारण	डॉ मधुसूदन साठे	500
१६	आशियातील अर्थव्यवस्था	डॉ मधुसूदन साठे	400
१७	व्यापार आणि व्यापार संघटना	डॉ मधुसूदन साठे	300
१८	लोकसंख्या शिक्षण	प्रा. शिल्पा कुलकर्णी	150
१९	आर्थिक संकल्पना	डॉ. विनायक गोविलकर	350
२०	महागाई	डॉ. विनायक गोविलकर	125
२१	आर्थिक विचार व विचारवंत	डॉ. एस. व्ही. ढमढेरे, डॉ. बी. डी. कुलकर्णी	400
२२	भारतातील महिला विकासाची वाटचाल	प्रा. ज.शं. आपटे, प्रा. पुष्पा रोडे	175
२३	डायमंड अर्थशास्त्र शब्दकोश	प्रा. वि. ज. गोडबोले	200
२४	वस्तुनिष्ठ अर्थशास्त्र	प्रा. जॅन्सन बोर्जेस	700
२५	अल्पबचत	प्रा. एम. यु. मुलाणी	295
२६	बौध्दिक संपदा अधिकार	डॉ. विनायक गोविलकर	120
२७	महाराष्ट्रातील शेती	डॉ. एम यू मुलाणी	120
२८	अर्थशास्त्रीय गणिती तंत्रे व संशोधन पध्द्ती	प्रा. पुष्पा रानडे	250
२९	डायमंड क्विझ सीरीज : अर्थशास्त्र	प्रा. जॉन्सन बोर्जेस	200
३०	भारतीय अर्थव्यवस्था : समस्या व भवितव्य	प्रा.डॉ.सतीश श्रीवास्तव	150
३१	व्यावसायिक अर्थशास्त्र	प्रा. ढमढेरे	250
३२	UGC नेट - सेट अर्थशास्त्र (पेपर 2 व 3)	संपादक : वि ज गोडबोले, प्राचार्या पुष्पा रानडे	550
३३	सूक्ष्म अर्थशास्त्र	Dr. S. V. Dhamdhere, Dr. Arvind Shelar	250

www.ingramcontent.com/pod-product-compliance
Ingram Content Group UK Ltd.
Pitfield, Milton Keynes, MK11 3LW, UK
UKHW041839190726
13854UKWH00002B/623

9 789391 948122